குணங்குடியார் பாடற்கோவை

D1763984

குறிப்புரை :

கவிக்கோ அப்துல் ரகுமான்

நேஷனல் பப்ளிஷர்ஸ்

2, வடக்கு உஸ்மான் சாலை, முதல் மாடி,
(கோடம்பாக்கம் மேம்பாலம் அருகில்)
தியாகராய நகர், சென்னை - 600 017.
✆ : 2834 3385
E-mail: national_publishers@yahoo.com
Website : www.universalpublishers.co.in

குணங்குடியார் பாடற் கோவை
குறிப்புரை : கவிக்கோ அப்துல் ரகுமான்
முதற் பதிப்பு : டிசம்பர் - 2017
இரண்டாம் பதிப்பு : ஜூலை-2022
உரிமை © வஹிதா

வெளியிடுபவர்
எஸ்.எஸ். ஷாஜஹான்
நேஷனல் பப்ளிஷர்ஸ்
2, வடக்கு உஸ்மான் சாலை,
முதல் மாடி, தியாகராயர் நகர், சென்னை-600 017.
தொலைபேசி : 044 - 28343385

ஒளி அச்சு
விக்னேஷ்வரா கிராபிக்ஸ், சென்னை-5.

அச்சிட்டோர்
நொவினோ ஆப்செட் பிரிண்டிங் கம்பெனி
சென்னை-600 005.

பக்கங்கள் : 296 (டெம்மி)

விலை : ரூ. 275.00

ISBN : 978-81-9364445-4-6

Gunangudiyar Padar Kovai
Author : **Kavikko Abdul Rahman**

First Edition : December - 2017
Second Edition : July - 2022

Copy right © S. Wahida

Publisher :
S.S. Sajahan
National Publishers
2, North Usman Road,
T. Nagar, Chennai - 600 017.
✆ : 044 - 28343385

Typeset by :
Vigneshwara Graphics, Chennai.

Printed by :
Noveno Offset Printing Company
Chennai - 600 005.

No. of Pages : 296 (Demmy)

Price : Rs. 275.00

குணங்குடியார் பாடல்கள்
- ஓர் அறிமுகம்

சமரச அழைப்பு

''போவோம் குணங்குடிக்கு எல்லோரும்
புறப்படுங்கள்
போவோம் குணங்குடிக்கு எல்லோரும்''

பத்தொன்பதாம் நூற்றாண்டின் தொடக்கத்தில் தமிழகத்தில் ஒரு குரல் உரக்க ஒலித்தது; அழைத்தது. வேண்டியவருக்கு மட்டும் விடுத்த அழைப்பல்ல அது. அந்த அழைப்பு சாதிமத பேதமற்ற சமரச அழைப்பு; சகல மனிதர்களுக்கும் விடுத்த சகோதர அழைப்பு. ஏனென்றால் அந்தக் குரல் அழைத்த இடம், எல்லோர்க்கும் சொந்த இடம்; எல்லோரும் விட்டு வந்த இடம். அது மனிதனை மனிதன் சுரண்டிப் பிழைக்கும் பொருளாதார பூமியல்ல; சாதி சமயப் பகையால் சண்டையிட்டு மடியும் இருளாதார பூமியல்ல; அருளாதார பூமி. எல்லோரையும் ஆன்ம நேயத்தால் இணைக்கின்ற இலட்சியபுரி. குலம் பார்த்தல்ல, குணம் பார்த்துக் குடியுரிமை தரும் குணங்குடி.

ஞானவாழ்வு

யார் அப்படி அழைத்தது? அவர்தாம் ஞானவள்ளல் குணங்குடி மஸ்தான் சாஹிப். இராமநாதபுரம் தொண்டிக்கு வடமேற்கில் பத்துக்கல் தொலைவிலுள்ள குணங்குடி என்னும் சிற்றூரில் கி.பி. 1792 (ஹிஜ்ரி 1207) ஆம் ஆண்டு பிறந்தவர் மஸ்தான் சாஹிப். இந்த அறிவறிந்த மக்கட் பேற்றைப் பெற்ற தந்தையார் நயினார் முஹம்மது; தாயார் பாத்திமா. தந்தை வழி தமிழ்ப் புலமையும். தாய்வழி குரிசில் நபி (சல்) அவர்களின் குடிவழிப் பெருமையும் குலதனமாகக் கொண்டவர் குணங்குடியார். அவருடைய அன்னை வள்ளல் நபி (சல்) அவர்களின் வழிவந்தவர். அவருடைய தாய்வழிப் பாட்டனாராகிய

முல்லா ஹுசைன் மீது குணங்குடியார் பாடிய அரபு இரங்கற்பாவில் இந்த உண்மையைக் குறிப்பிட்டிருக்கிறார். அண்ணல் நபி (சல்) அவர்களின் அறிவுரைகளைத் தொகுத்து 'பொன்னரிய மாலை' என்ற பெயரில் பூந்தமிழ்ப் பாமாலையாக்கிய மதுரை மின்னா நூருத்தீன் என்ற அறம் பாடும் அற்புதரின் வழிவந்தவர் அவருடைய தந்தையார். அவருக்குப் பெற்றோர் இட்ட பெயர் 'சுல்தான் அப்துல் காதிர்.'

இளமையிலேயே குர்-ஆன் ஓதி, இஸ்லாமிய சமய சாத்திரங்களைக் கற்றுணர்ந்து 'ஆலிம்' (சமயக் கல்வி அறிஞர்) என்ற பட்டம் பெற்றவர் குணங்குடியார். இயல்பிலேயே ஞான வேட்கை கொண்ட அவர் உள்ளம் புலனின்பக் கானல் நீரைக் கண்டு ஏமாறிய தில்லை. அவருக்கென்றே வளர்ந்த, அவருடைய தாய்மாமனார் கட்டை சாஹிபின் புதல்வியார் மைமூன் என்பவரை அவர் திருமணம் செய்து கொள்ள மறுத்தார்; அவரைத் தம் இளவல் பீர்முஹம்மதுக்கு மணமுடித்து வைத்தார். ஞான வெளியில் பறக்கத் துடித்த அவர் சிறகுகள் குடும்பக் கூண்டில் குறுக மறுத்தன. அழியாத பேரின் பத்தைத் தரும் அமர தெய்வீகக் காதலி அவரை அழைத்துக் கொண்டி ருந்தாள். அமுதத்துக்கு ஆசை கொண்ட மனம் அற்ப மதுவை அருவருத்தது.

பற்றறுத்த உள்ளத்துடனும் தந்தையின் ஆசியுடனும் தம்முடைய பதினேழாவது வயதில் ஞான பூமியாகத் திகழ்ந்த கீழக்கரை சென்றார். அங்கே 'தைக்கா சாஹிபு' என்று அழைக்கப்பட்ட செய்கப்துல் காதிரி லெப்பை ஆலிம் என்ற ஞானியிடம் மாணாக்கராக இருந்து சமய ஞானமும் தவத்தினது வழிமுறைகளும் கற்றுத் தெளிந்தார். ஒருநாள் 'மௌனி ஆனவன் மனஅமைதி பெற்றான்' என்ற மாநபி (சல்) அவர்களின் மணிமொழியை அவருடைய குருஉணர்த்த அன்றிலிருந்து குணங்குடியார் ரீங்காரத்தை நிறுத்தி மௌனப் பூவில் தேனுண்ணும் வண்டாகிவிட்டார்.

கி.பி. 1813 (ஹிஜ்ரி 1228) ஆம் ஆண்டில் அவர் பற்றெல்லாம் ஒழித்து முற்றும் துறந்தார். திரிசிரபுரம் சென்று அங்கே மௌல்வி ஷாம் சாஹிப் என்பவரிடம் தீட்சை பெற்று ஞானயோக நெறியில் ஆழ்ந்தார். பகலெலாம் நோன்பும் இரவெலாம் தொழுகையுமாய் அவர் நாட்கள் கழிந்தன. மேனகைச் சலங்கை ஒலிக்கும் நகர வாழ்வை வெறுத்து அவர் மனம் ஒதுக் கமும் பதுக்கமும் நாடியது. சிக்கந்தர் மலை எனப்படும் திருப்பரங்குன்றம் சென்று அங்கே நாற்பது நாட்கள் 'கல்வத்' எனப்படும் யோக நிட்டையில் ஆழ்ந்தார். பின்னர் அறந் தாங்கிக்கு அருகில் உள்ள கலகம் என்ற ஊரில் ஆறு திங்களும், தொண்டியில் அவர் தாய்மாமனார் அடங்கியுள்ள வாழைத்தோப்பில்

நான்கு திங்களும் தங்கி நிட்டை புரிந்தார். இவ்வாறே சதுரகிரி, புறாமலை, நாகமலை, ஆனைமலை இன்னும் ஏனை மலைகளிலும் காடுகளிலும் பொழில்களிலும் நதிக்கரைகளிலும் தங்கித் தவம் புரிந்தார். சருகு, கிழங்கு காய், கனி அருந்தி யோகநெறி நின்றார்.

உயர்ந்த ஞானநிலையை இடையூறின் எளிதில் அடைகின்ற இறைக்காதலால் முற்றும் கவரப்பட்ட, 'மஜ்ஸூப்' (கவரப்பட்டவர்) ஆகவும், அந்தத் தெய்வீகக் காதல் போதையில் வெறியேறிய 'மஜ்னூன்' (காதல் பித்தன்) ஆகவும் அவர் ஆகியிருந்ததால் இக்காலத்தில் அவர் உலக நடை நீங்கிப் பித்த நடை கொண்டார். குப்பைமேடுகள் கூட அவர் குடியிருக்கும் இடங்களாயின. அவருடைய பித்த நடையையும், அற்புத சித்துக்களையும் கண்ட மக்கள் அவரை 'மஸ்தான்' என அழைக்கலாயினர். அப்பெயரே அவருக்கு நிலைத்துவிட்டது. '(மஸ்த்' என்ற பாரசீகச் சொல்லுக்கு, போதை வெறி என்று பொருள். இறைக்காதல் போதையில் வெறிபிடித்த ஞானியரை 'மஸ்தான்' என அழைப்பது மரபு.)

ஏழாண்டுகள் இவ்வாறிருந்து பின்னர் வடநாடு சென்று பலருக்கு ஞானோபதேசம் செய்தார். இறுதியில் சென்னை அடைந்து இராயபுரத்தில் பாவா லெப்பை என்பவருக்கு உரிமையான, முட்புதர்களும் மூங்கிற் காடும் சப்பாத்திக் கள்ளியும் மண்டிக் கிடந்த இடத்தில் தங்கலாயினார். பாவா லெப்பை குணங்குடியாரின் மகிமை உணர்ந்து அவருக்கு அவ்விடத் திலேயே 'தைக்கா' (ஆஸ்ரமம்) அமைத்துக் கொடுத்தார். இங்கே வாழ்ந்த போது குணங்குடியார் சிலநாள் வெளிப்படத் திரிவதும், சிலநாள் மறைந்து அடங்கி யோகம் புரிவதுமாயிருந்தார். மௌனியாகி, உணர்த்த வேண்டிய அவசியம் ஏற்பட்ட பொழுது குறித்துக் காட்டியும் எழுதிக் காட்டியும் வந்தார். இங்கே ஒன்றரை ஆண்டுக் காலம் அவர் யோகநிட்டை புரிந் திருக்கிறார். அப்போது நச்சரவங்களும் அவருக்குத் தீங்கு புரியாது திரிந்தனவாம். தாம் சார்ந்திருந்த காதிரிய்யா நெறி மரபுப்படி அந்நெறித் தலைவர், அவருடைய ஞானகுரு முகியித்தீன் ஆண்டவர் பேரில் 'பாத்திஹா' (நேர்ச்சைப் படையல்) செய்து வந்தார். இக்காலங்களில் அவர் தாம் இயற்றிய கீர்த்தனங்களைப் பாடிக்கொண்டு ஊர்வலம் செல்வ துண்டாம். அவ்வாறு செல்லுங்கால் ஒருமுறை அங்கப்ப நாயக்கன் தெருவி லுள்ள 'மஸ்ஜிதெ மஂஃமூர்' என்ற பள்ளிவாசலுக்கும் வந்து சென்றதாகக் கூறுவர்.

குணங்குடியாரின் துறவு நிலையில் ஐயுற்ற சிலர் அவரது அரிய சித்துக்களைக் கண்டபின் அவர்தம் ஆற்றலுணர்ந்து அடங்கி அவரை மதித்துப் போற்றலாயினர். பலரும் அவரிடம் தீட்சை பெற்றுப்

பக்குவம் பெற்றனர். அவ்வாறு தீட்சை பெற்றவர்களுள் அக்காலத்துச் சென்னை யிலிருந்த ஆற்காடு நவாபும் ஒருவர் எனக் கூறுவர். அவர்தம் சீடர்களாக இஸ்லாமியர் மட்டுமல்லர் இந்துக்களும் இருந்தனர். இருசமூகத்தவரும் இரண்டு உதடுகளாக இணைந்து அவர்தம் கீர்த் தனங்களை இசைத்தனர். அவரது ஆஸ்ரமம் சமரசக் கோயிலாயிற்று. அவருடைய சமரச ஞான வெளிச்சத்தால் அமாவாசைக்கும் அப்துல் காதருக்கும் இருந்த சம்பந்தம் புரிந்தது; ரம்ஜானுக்கும் ராஜா ராமனுக்கும் இருந்த கூட்டுறவு தெரிந்தது. அட்டமா சித்து வல்ல குணங்குடியார் புரிந்த ஒன்பதாவது சித்து இது.

அன்பர்களின் அகவிருள் அகல ஞான விளக்கேற்றல், சீடர்களின் பயிற்சிக்கு வேண்டிய நெறிமுறைகளைத் தொகுத்துத் தரல், வெறும் கற்கண்டும் பாலும் மட்டும் சில பொழுது உண்டு யோக நிட்டையில் ஆழ்ந்திருத்தலாகப் பன்னிரண்டு ஆண்டு அவர் சென்னையில் வாழ்ந்தனர். இஸ்லாமியர் அவரை 'ஆரிபுபில்லா' (இறைஞானி), 'ஒலியுல்லா' (இறை யன்பர்) எனப் போற்றினர்; இந்து அன்பர்கள் 'சுவாமி' எனத் துதித்தனர்.

பேதம் அகற்றிப் போதம் பரப்பிய அந்த ஞானச்சுடர் 1838-ஆம் ஆண்டு (ஹிஜ்ரி 1254 ஜமாதில் அவ்வல் 14ஆம் நாள் திங்கட்கிழமை வைகறை நேரம் பரிபூரணம் அடைந்தது. இவ்வுலக வாழ்வைத் துறந்தபோது குணங்குடியாருக்கு வயது நாற்பத்து ஏழு. அவர் தங்கியிருந்த இடத் திலேயே அவர் நல்லடக்கம் செய்யப்பட்டார். அவரை மக்கள் தொண்டியார் என அழைத்து வந்ததால் அவரிருந்த இடம் தொண்டியார் பேட்டை ஆயிற்று. அதுவே இன்று தொண் டையார்பேட்டையாக மருவி வழங்குகின்றது. இன்றும் அவர் அடக்கத் தலத்தில் 'தறுகா' (அரசவை; இறை ஞானிகளின் புனிதத் தலங்களை இவ்வாறு அழைப்பது சூஃபி மரபு) இருந்து வருகிறது. குணங்குடியாருடன் அடக்கமாயுள்ள அவரது 'வித்தையில் தோழர்' புலவர் நாயகம் செய்கப்துல் காதில் நயினார் லெப்பை ஆலிம் அவர்கள் பாடியுள்ள 'வாயுறை வாழ்த்து' எனும் பாவிலும், பன்னூலா சிரியர் எம்.ஆர்.எம். அப்துற்-றஹீம் அவர்கள் குணங்குடி யாரைப் பற்றி 'முஸ்லிம் தமிழ்ப் புலவர்கள்' என்ற நூலிலும் இஸ்லாமியக் கலைக் களஞ்சியத்திலும் எழுதியுள்ள கட்டுரைகளிலும் குணங்குடியாரின் வாழ்க்கைக் குறிப்புகள் கிடைக்கின்றன.

தோற்றம்

கரிய நிறம் - கமல வதனம் - கருணை ததும்பும் கண்கள் - காலில் பாதுகை - கலைந்து விரிந்த முடிசடை - கட்கத்தில் கட்டிய கம்பளி

ஆடை - இப்படித்தான் குணங்குடியார் காட்சியளித்ததாக மகா வித்துவான் சரவணப் பெருமாள் ஐயரின் நான்மணி மாலையும் (பாடல் 18) அப்துற் - றஹீம் அவர்களுடைய குறிப்பும் தெரிவிக்கின்றன.

சூஃபி ஞானி

குணங்குடியார் ஒரு சூஃபி ஞானி என்பதை அவர் வாழ்வும் வாக்கும் உணர்த்துகின்றன. அவர் சூஃபி மரபுப்படி திரிசிரபுரம் மௌல்வி ஷாம் சாஹிபிடம் 'முரீது' எனும் தீட்சை பெற்றிருக்கிறார். 'கல்வத்' எனப்படும் யோக நிட்டையில் ஆழ்ந்திருக்கிறார். முகியித்தீன் ஆண்டவர் அப்துல் காதிர் ஜீலானி அவர்களை ஞான குருவாகக் கொண்டு 'காதிரிய்யா' நெறிப்படி ஒழுகி வந்துள்ளார். சூஃபி ஞானியர்க்குச் சூட்டப்படும் 'மஸ்தான்' எனும் பெயரால் அழைக்கப் பட்டிருக்கிறார். சூஃபி ஞானியர் அணியும் கம்பளி ஆடையை அணிந்து வந்துள்ளார். இறைமைக் குணங்களால் நிரம்புவதே மெய்ஞ்ஞானத்தின் குறிக்கோள் என்பர் சூஃபி ஞானியர். அக்குறிக் கோளை அடைந்தவர் தாம் என்பதைப் புலப்படுத்தும் வகையில் 'குணங்குடியார்' என்றே தம்மை அவர் அழைத்துக் கொண்டார். தம் ஞான குருவையும், பரம்பொருளையும், முத்தியுலகத்தையும் 'குணங்குடி' என்றே அழைக்கிறார். அவருடைய பாடல்களெல்லாம் சூஃபி ஞானத்தின் சுடர் ஒளிகள். குணங்குடியாரின் பாடல்களைச் சரியாகப் புரிந்துகொள்வதற்கு சூஃபித்துவம் பற்றிய சில அடிப்படைக் கருத்துக்களை அறிவது இன்றியமையாதது.

சூஃபித்துவம்

'சூஃபி' என்ற சொல்வழக்கு எவ்வாறு ஏற்பட்டது என்பதைப் பற்றிப் பல்வேறு கருத்துக்கள் கூறப்படுகின்றன. 'சூஃப்' என்ற அரபுச் சொல் கம்பளியைக் குறிக்கும். சூபித் துறவிகள் முரட்டுக் கம்பளி ஆடை அணிந்து வந்தனராதலின் இவ்வாறு அழைக்கப்பட்டனர் என்பர் ஒரு சாரார். வரிசையெனப் பொருள்படும் 'சஃப்' என்ற சொல்லினடியாக இச்சொல் பிறந்ததாகக் கருதித் தொழுகையின் போது பெருமானார் (சல்) அவர்களின் பின்னால் முதல் அணியில் நின்று தொழுத, இறைநேசம் மிக்க தோழர்களை இது குறிக்கத் தொடங்கிப் பின்னர் இறைஞானிகளுக்கு வழங்கலாயிற்று என்று ஒரு சிலர் கூறுவர். திண்ணை எனப் பொருள்படும் 'சுஃபா' என்ற சொல்லி லிருந்து இச்சொல் தோன்றியதாகச் சிலர் கருதுவர். பெருமானார் (சல்) அவர்களின் பிரியத் தோழர்களுள் சிலர் உலகியலை ஒதுக்கி, முழு

நேரமும் இறைச் சிந்தனையிலும் இறை வழிபாட்டிலும் ஈடுபட்டு வந்தனர். ஆதலின் 'அஸ்ஹாபுஸ் ஸஃபா' (திண்ணைத் தோழர்) என அழைக்கப் பட்டனர். இதுவே பின்னர் 'சூஃபி' ஆயிற்று என்பர். மக்காவில் உள்ள 'காபா' எனும் இறையாலயப் பணிக்கென்றே தம்மை முற்றிலும் அர்ப் பணித்துக் கொண்ட 'பனு சுஃபா' என்ற அரபியக் குலத்தினரின் பெயரிலிருந்து இச்சொல் தோன்றியிருக்கலாம் என்று சிலர் கூறுவர். மேலும் தூய்மை எனப் பொருள்படும் 'சஃபூ' என்ற சொல்லிலிருந்து ஞானம் எனப் பொருள்படும் 'சோஃபியா' என்ற கிரேக்கச் சொல்லிலிருந்தும் இச்சொல் தோன்றியிருக்கலாம் எனக் கருதுவாரும் உள். மூலச்சொல் எதுவாயினும் 'சூஃபி' என்ற சொல் கி.பி. 815-ஆம் ஆண்டிற்குப் பின் இஸ்லாமிய இறைஞானிகளைக் குறிக்க வழங்கலாயிற்று.

பெருமானார் முஹம்மத் (சல்) அவர்களே 'சூஃபித்துவம்' எனப்படும் ஆன்மிக ஞான நெறியின் தலையூற்றாகக் கருதப்படுகிறார். எல்லோர்க்கும் மறை ஞானத்தைப் போதித்த அவர் பக்குவமுடை யார்க்கு மட்டும் மறை பொருள் ஞானத்தை (இல்மெ சீனா) உணர்த்தி வந்தார். அந்த ஞானச்சுடர் குரு பாரம்பரியமாக, வழிவழியாக வழங்கி வருகிறது. எட்டாம் நூற்றாண்டில் உமையாக்களின் கொடுங்கோன்மை காரணமாக இந்த ஆன்மிக நெறியின்பால் பலரும் திரும்பினர். ஒன்பதாம் நூற்றாண்டின் தொடக்கத்தில் புஸைல் இப்னெ லியாத் என்பார் துறவொழுக்கத்தை நெறிப்படுத்தினார். அதே நூற்றாண்டில் கிரேக்க, பாரசீக, இந்திய, புத்த, கிறித்தவ சமயங்களின் தாக்கம் சூஃபித்துவத்தில் ஏற்பட்டது. தொடக்கக் காலத்தில் அதன் வளர்ச்சிக்குக் காரணமாயிருந்தவர்களுள் ராபியா பஸ்ரி. (713-801), அபூ யஸீதுல் பிஸ்தாமி (9ஆம் நூற்), ஹுஸைன் இப்னெ மன்சூர் ஆகியோர் குறிப்பிடத்தக்கவர்கள். சூஃபிகளின் ஞானநெறிக் கருத்துக்கள் சமய நெறிக்கு முரணானவை எனக் கருதிய ஐதீகுர் சூஃபித்துவத்தைக் கடுமையாக எதிர்த்தனர். பேரறிஞர் இமாம் கஸ்ஸாலி (ரஹ்) அவர்கள் இதைப்பற்றி விளக்கம் தந்தபின் அவர்களுடைய எதிர்ப்புணர்வு தணிந்தது. கி.பி. பன்னிரண்டாம் நூற்றாண்டு சூஃபிகளின் இலக்கியக் காலம் எனலாம். சூஃபி இலக்கியங்கள் பாரசீக மொழியில் செழிக்கத் தொடங்கின. சூஃபி இலக்கியங்கள் படைத்தவர்களுள் அத்தார், மௌலானா ரூபி, சாஅதி, ஹாபிஸ், ஜாமி ஆகியோர் இன்றியமை யாதவர்கள். ஷபிஸ் தாரி எழுதிய 'குல்ஷனே ராஸ்' என்ற நூலும் ஜீலி எழுதிய 'இன்சானுல் காமில்' என்ற நூலும் சூஃபி தத்துவத்தை விளக்கிய குறிப்பிடத்தக்க நூல்களாம்.

காதிரியா நெறி

சூஃபித்துவத்தில் பல நெறிகள் உள. இவற்றைத் தரீகாக்கள் என்பர். 'மனித ஆன்மாக்கள் எத்தனை உண்டோ அத்தனை நெறிகள் உண்டு இறைவனை அடைய' என்பது அராபியப் பழமொழி. சிஷ்தியா நெறி, காதிரியா நெறி, சுஹ்ரவர்தியா நெறி, நஃப்ஷ்பந்தியா நெறி ஆகிய நான்கும் இந்தியாவில் புகழ்பெற்ற முக்கியமான நெறிகளாம். குணங்குடியார் இவற்றுள் காதிரியா நெறியைச் சார்ந்தவர். காதிரியார் நெறி ஜீலானில் பிறந்து பாக்தாதில் மறைந்த முகியித்தீன் ஆண்டகை அப்துல் காதிர் ஜீலானியைத் தலைவராகக் கொண்டது. முகியித்தீன் அவர்கள் (1077-1166) பெருமானார் (சல்), அலி (ரலி), ஹசன் பஸ்ரி, ஹபீபுல் அஜமி, சர்சவ்ஸி என்ற ஆன்மிகச் சங்கிலித் தொடரில் (சில்சிலா) சர்சவ்ஸிக்குப்பின் நான்காவதாகப் பட்டத்துக்கு வந்தவர். முகியித்தீன் ஆண்டகையின் மறைவுக்குப் பின் முன்னூறு ஆண்டு கழித்துக் காதிரியா நெறி இந்தியாவிற்கு வந்தது. இதனை இந்நாட்டில் கொணர்ந்து நிறுவியவர் அலெப்போவில் பிறந்த சையித் முஹம்மத் கவுஸ் (16ஆம் நூற்) என்பவராவார். இந்நெறியைத் தமிழகமெங்கும் பரப்பியவர்களுள் மிகுந்த சிறப்புக்குரியவர் நாகூரில் அடங்கியுள்ள ஷாஹுல் ஹமீது ஆண்டகையாவார் (15ஆம் நூற்).

அவதாரக் கோட்பாடு

பரம்பொருளையன்றி வேறோர் பொருள் இல்லை. அண்ட சராசரங்களும் அப்பரம்பொருளின் வெளிப்பாடே அன்றி வேறன்று. 'எல்லாம் அவனே' (ஹமவோஸ்த்) என்பது சூஃபிகளின் கொள்கையாம். பரம்பொருளின் பண்புகள் படைப்புக்களாக வெளிப்பட்டதை சூஃபிகள் பரம்பொருளின் அவதாரம் (தனஸ்ஸுலாத்) என்பர். தொடக்கத்தல் தனி முதலாகிய பரம்பொருள் (உஜூதுல் முத்லஃ) சத்தாக (தாத்), குணங் குறியற்று, கால, இட, எல்லையற்றுத் தன்னில் தானாய், மனம் வாக்குக்கு எட்டாத மறைபொருளாய் (கன்ஸுல் மஃபி) இருந்தது. இந்த அகண்ட பரிபூரண சுயஞ்சைதன்ய நிலை 'அஹதிய்யத்' எனப்படும். இது துரியாதீத தச்சொரூப நிலை. இரண்டாவது நிலை அப்பரம்பொருள் தன்னில் அடங்கியிருக்கும் குணங்களை வகுக்காமல் தொகுப்பாக உணரும் நிலை. இது 'வஹ்தத்' என்றும் 'நூருல் - முகும்மதிய்யா' (முஹம்மதின் ஒளி), 'ஹகீகதெ - முகமதிய்யா' (முஹம்மதின் மெய்மை) என்றும் கூறப்படும். மூன்றாம் நிலை அப்பரம்பொருள் தன் சத்தையும், குணங்களையும் ('சிபத்') அனைத்துப் படைப்புக்களையும் வகுத்து விவரமாக உணரும் நிலை. இதை 'வாஹிதிய்யத்' என்பர். இம்மூன்றும் அனாதியானவை.

வாஹிதிய்யத் என்ற நிலையில் பரம்பொருள் உயிர், அறிவு, ஆற்றல், கேட்டல், காணல், பேசல் எனும் குணங்களை உணர்கிறபோது அது 'லாஹூத்' (இறைமை நிலை, சிவம்) எனப்படும். இது சகுணப்பிரம நிலை. அப்பரம்பொருள் ஆக்கல், காத்தல், அழித்தல் என்ற செயற் குணங்களை அடைகிற போது 'ஜபறூத்' (எனும் (சக்தி) எனப்படும். நான்காவது நிலை, இந்த 'ஜபறூத்' என்னும் சக்தி படைப்பியக்கம் கொள்ள முதலில் உண்டாகும் உயிர்களும், மூலசக்திகளும் (வானவர், தேவர்) உடைய உலகு. இது 'ஆலமுல் - மலக்கூத் (வானவர் உலகு) என்றும் 'ஆலமுல் - அர்வாஹ்' (உயிர் உலகு) என்றும் கூறப்படும். ஐந்தாவது நிலை இதனின்றும் உருவாகும் மூலமாதிரி உலகு. இதில் அனைத்துப் படைப்புகளின் மூல மாதிரிகள் அடங்கியிருக்கும். இது 'ஆலமுல் மிசால்' எனப்படும். இது ஐம்புலனுணர்வுக் கெட்டாத நுண்ணணுக்களால் ஆனது. ஆறாவது நிலை தூல அணுக்களால் ஆன சடவுலகு. இது 'ஆலமுல் அஜ்சாம்' எனப்படும். ஏழாவது நிலை மனிதவுலகு. இது 'ஆல்முல் - இன்சான்' எனப்படும். இதுவே பரம் பொருள் படைப்புகளாக வெளிப்பட்டமுறை. ஆனந்தப் பத்தின் முதலிரண்டு பாடல்களில் குணங்குடியார் இந்த அவதாரக் கோட் பாட்டைப் பாடுகிறார்.

ஆன்மாவின் பயணம்

ஜீவான்மா பரமான்மாவோடு ஒன்றுவதற்கு - அத்துவித நிலை அடைவதற்கு - செய்யும் முயற்சியை சூஃபிகள் ஆன்மாவின் பயணம் என்பர். இம்முயற்சியில் ஆன்மா பல படிகளை (மகாமாத்) கடந்து சென்று இலட்சியத்தை அடைகிறது. ஆன்மா கடக்கும் படிகளைப் பொதுவாக ஏழென்று கூறுதல் மரபு. முதற் படி மானுடம் (உபூதிய்யத்) எனப்படும். பயணி தன் பாவங்களுக்கு வருந்தித் தன் ஆன்மாவைத் தூய்மைப் படுத்துதல். இரண்டாவது படி காதல் (இஷ்க்): பொறி இச்சைகளைத் துறந்து இறைக்காதலில் ஆழ்தல். மூன்றாம் படி துறவு (ஜுஹத்): இறையைத் தவிர அனைத்தையும் துறத்தல். நான்காம் படி ஞானம் (மஅரிபத்); பரம் பொருளின் இயல்பு, பண்பு செயல் ஆகியவற்றைச் சிந்தித்து உணர்தல். ஐந்தாம் படி பரவசம் (வஜ்த்): பரம்பொருளைத் தியானித்து மனக் கிளர்ச்சியடைந்து தன்னை மறந்து பரமான்மாவோடு ஒன்றுதல். ஆறாம் படி சத்தியம் (ஹகீகத்): இதயம் உண்மைப் பரம்பொருள் தன்மையால் விளக்கமுறுதல்; விளக்க முற்றுப் பரம்பொருளைச் சார்தல். ஏழாம் படி ஒருமை (வஸ்ல்): பரம்பொருளை நேருக்கு நேராகக் கண்டுணர்ந்து ஒன்றுதல். இவ்வேழு படிகளையும் கடந்தவன் இறுதியில் 'தான்' என்பதை முற்றிலும் அழித்துக் கொண்டு பரமான்மாவோடு அத்துவித நிலையுறுவான்.

இந்நிலை 'ஃபனா' எனப்படும். இந்த ஒருமை நிலையில் நிரந்தரமாகத் தங்கும் நிலை 'பஃகா' எனப்படும்.

ஒருபரனே குருபரன்

சூஃபியின் ஆன்மிகப் பயணம் வழிகாட்டியின் துணையின்றி அமையாது. வழிகாட்டி 'ஷைகு' என்றும் 'பீர்' என்றும் அழைக்கப் படுவார். பயணி இந்த வழிகாட்டியாகிய குருவிடம் அந்நெறியின் தலைவரையும், அத்தலைவரிடம் இறைத் தூதர் முஹம்மத் (சல்) அவர்களையும், அவரிடம் இறைவனையும் காணும் நிலை அடை கிறான். குணங்குடியார் தம் குருபரனாகிய முகியித்தீன் ஆண்டகையை இம்முறையிலேயே ஒரு பரனாகக் கண்டு துதிக்கிறார். 'என்னைக் கண்டவன் இறைவனைக் கண்டான்' எனும் பெருமானார் (சல்) மொழியும் இதனை விளக்கும்.

இதை மாற்றிக் கூறுவதாயின் இறைவனே குருவாயிலாகத் தன்னை உணர்த்துகிறான் என்று கூறலாம். ''அல்லாஹ் தான் நாடியவர்களைத் தன் ஒளியின் பால் செலுத்துகிறான்'' என்பது திருமறை வாக்கு (குர்ஆன் 24:35) 'மனிதருக்கு மயர்வற மதிநலம் அருளு'வோன் அவனே. 'அவனருளால் தான் அவனை' உணர முடியும். ஆண்டவனுக்குரிய அழகிய திருநாமங் களுள் 'ஹாதி' என்பதும் ஒன்று. இதற்கு வழிகாட்டி என்று பொருள். இத்தகைய வழிகாட்டுதலை 'ஃபயஸானுல்லாஹ்' அல்லது 'ஃபஸ்லுல்லாஹ்' எனப்படும் இறையருளை இடையறாது இரப்பது மூலம் பெறலாம். 'குல்ஷனே ராஸ்' என்ற நூலில் ஷபிஸ்தாரி, 'இறைவனே சூஃபிக்கு வழிகாட்டி, குரு' என்பர். ''குருவுக்குக் கௌரவம் அளிப்பது அல்லாஹ்வுக்குக் கௌரவம் அளிப்பதாகும்; குருவுக்கு உரிய உரிமைகள் அல்லாஹ்விற்கு உரிய உரிமைகளாம்'' என்று 'புதூஹாதுல் மக்கிய்யா' என்ற நூல் கூறுகிறது. இந்தக் கோட்பாட்டின் அடிப் படையில்தான் தம் முன்னிலைக் குருவாகிய முகியித்தீன் அவர்களை நோக்கி 'சாட்சாதி ஈசுர சொரூபமே' (அகத், சக. 36) என்றும் 'அருவாகி உருவாகி அருவுருவம் அற்ற அறிவாகார மோனமாகி... அருள் தந்த குருவாகி... எனையாட் கொண்ட தேசிகன்தானுமாகி... அடியேனும் உமை நம்பினேன்... நீர் பின் தொடர வள்ளல் இறசூல் வருகவே (முகி. சத. 23) என்றும் குணங்குடியார் பாடுகிறார்.

நாயக நாயகி பாவம்

சைவ நெறியில் இறைவனை அடையும் மார்க்கங்களாகச் சன் மார்க்கம், சகமார்க்கம், புத்திரமார்க்கம், தாசமார்க்கம் என நான்கைக்

கூறுவர். இம்முறையில் 'சூஃபித்துவம்' நாயக மார்க்கமாகும். நாயக நாயகி பாவம் இந்திய நாட்டிலும் உண்டு. ஆயின் இங்கே இறைவனை நாயகனாகவும் ஆன்மாவை நாயகியாகவும் பாவிப்பது மரபு. சூஃபிகளோ இறைவனை நாயகியாகக் கருதுவர். இது தமிழுக்குப் புதியதல்ல. சித்தர் பாடல்களில் 'வாசை' என்றும் 'மனோன்மணி' என்றும் இறைவனை நாயகியாகக் காணும் பாவனையைக் காணலாம். 'சூஃபிகளுக்கும் சித்தர்களுக்கும் பல ஒற்றுமைகள் உள; அவற்றுள் இதுவும் ஒன்று.

சூஃபிகள் பரம்பொருளைப் பெண்ணாகப் பாவிப்பதற்குப் பல காரணங்கள் உள. அழகு என்பது பரிபூரணம்; தெய்வீகப் பண்புகளின் வெளிப்பாடு. அழகின் உச்ச அறிவு பெண்ணிடமே அமைந்திருக் கிறது. மேலும் பெண்மை படைக்கும் ஆற்றல் பெற்றது. தன் அழகால் ஈர்த்துக் காதல் கிளர்ச்சியைத் தூண்டி இணைப்புக்குத் துடிக்க வைப்பது. ஆண்மை கவரப்படுவது; ஏங்குவது; துடிப்பது; காதலை வெளிப்படுத்துவது. இதனால் சூஃபிகள் இறைவனைக் காதலியாகப் பாவித்தே பாடுவர்.

காதல் மற்ற உறவுகளையும் உதறச் செய்யும் பேருணர்வு; தியாகம் செய்யத் தூண்டும் புனித உணர்வு. இறைவனிடம் தொடர்பு கொள்ள இதைவிடச் சிறந்த உறவு வேறென்ன இருக்கமுடியும்? குணங்குடியார் இந்த சூஃபி நெறிப்படியே

வேதவே தாந்தமெல்லாம் விட்டேறி யேகடந்து
காதலித்து நின்றேன் கண்ணே றகுமானே (றகு. கண். 88)

என்று பாடுகிறார். இறைவனைக் 'கட்டழகி' என்றும் 'கண்ணாட்டி' என்றும் அழைத்து மகிழ்கிறார். மனோன்மணிக் கண்ணி எனத் தனியாகவே ஒரு நூல் முழுமையும் இந்நெறிப்படி பாடியிருக்கிறார். அந்தக் கண்ணியில் வரும்.

என்னைவிட்டால் மாப்பிளைமார்
எத்தனையோ உன்றனுக்கே
உன்னைவிட்டால் பெண்ணெனக்கும்
உண்டோ மனோன்மணியே (மனோன்.கண். 3)

என்ற அடிகள் இறைவனைக் காதலியாகக் கருதும் பாவனையின் நுணுக்கத்தை - நயத்தை அருமையாக உணர்த்துகின்றன.

பரிபாஷை

சில துறைகளில் சில காரணங்களுக்காகப் பரிபாஷையைப் பயன் படுத்துவர். ஆன்மிகத் துறையினரும் பரிபாஷையைப் பயன்

படுத்துவர். ஆன்மிக, யோக விஷயங்கள் அனுபவத்தால் மட்டுமே உணரக்கூடியவை. அவற்றை வெறுஞ் சொற்களால் விளக்க முடியாது. வெறுஞ் சொற்களால் விளக்க முடியாதவற்றை உணர்த்தப் பரிபாஷை பயன்படும். குறிப்பிட்ட துறைக்கு அந்நியர்கள் அல்லது அத்துறையை மேற்கொள்ளும் பக்குவம் அற்றவர்கள் ஒன்றை அறிந்தால் தீமை உண்டாகும் என்ற காரணத்துக்காகவும் பரிபாஷை பயன்படுத்தப்படும். வைத்திய நூல்களில் இந்தக் காரணம் கருதிப் பரிபாஷை பயன்படுத்தப்பட்டிருப்பதை நாம் அறிவோம். ஆன்மிக, யோகத் துறையினரும் இவ்விரண்டு காரணங்களுக்காகவும் பரிபாஷையைப் பயன்படுத்துவர். சூஃபி ஞானிகளும் இவ்வாறே பயன்படுத்துவர். தமிழ்நாட்டிலும் சித்தர்கள் இவ்வாறு பரிபாஷையைப் பயன்படுத்தி யிருப்பதைக் காணலாம். குணங்குடியாரும் இவ்விரண்டு மரபையும் பின்பற்றிப் பரிபாஷையைக் கையாளுகிறார்.

பரிபாஷைச் சொற்களுக்கு நேரான பொருள் கொள்ளக்கூடாது என்பதை அறிவுடையோர் உணர்வர். வைத்திய பரிபாஷையில் பயன்படுத்தப்படும் 'அரி' என்ற சொல்லுக்குத் 'திருமால்' எனப் பொருள் கொள்வது அறியாமை மட்டுமல்ல ஆபத்துமாகும். அதற்குக் 'கடுக்காய்' என்ற பொருள்தான் உண்மையானது. இதனை உணராத சிலர் ஞானியரின் பரிபாஷைகளுக்கு வெளிப்படைப் பொருள் கொண்டு அவர்களைத் தவறாகக் கணித்ததுண்டு. சூஃபி ஞானிகள் பலருக்கு ஏற்பட்ட இத்தகைய ஆபத்து, குணங்குடியாருக்கும் ஏற்பட்டது.

'பாடுகின்ற சித்தருடை நூல்களெல்லாம்
பரிபாஷை தெரியாது'

என்பார் அகத்தியர். ஒரு துறையினுடைய பரிபாஷை தெரியாது அத்துறையில் இறங்குவது அல்லது அத்துறையினரை மதிப்பிடுவது ஆபத்தானது.

சிவம், சக்தி, உமை, மனோன்மணி, அம்பிகை வாலை, பரை, கேசரி, சாம்பவி, தட்சிணாமூர்த்தி, நந்தி, துளவமணி மார்பன், சிற்றம்பலம் ஆகிய சொற்களைக் குணங்குடியார் பயன்படுத்துகிறார். இவை யோக பரிபாஷைச் சொற்கள்; புராண சமயச் சொற்களல்ல. புராண சமயச் சொற்களாகக் கொள்வது வைத்திய பரிபாஷையாகிய 'அரி'யைத் திருமாலாகக் கொள்வது போலாம்.

யோக பரிபாஷையைப் புரிந்து கொள்வதற்கு யோகம் பற்றிய சில அடிப்படை விஷயங்களைத் தெரிந்து கொள்வது நலம். மனித

உடலின் உட்புறத்தில் ஆறு ஆதாரங்கள் இருப்பதாக யோக நூல்கள் கூறும். அவற்றுள் குதம் மூலாதாரம் எனவும், குய்யம் சுவாதிட்டானம் எனவும், உந்தி மணி பூரகம் எனவும், இதயம் அநாகதம் எனவும், அடிநா விசுத்தி எனவும், நெற்றி ஆக்ஞை எனவும் கூறப்படும். உச்சித் துவாரம் பிரமரந்திரம் எனப்படும்.

மனித உடலுள் எழுபத்தீராயிரம் நாடி நரம்புகள் இருக்கின்றன. அவற்றுள் முக்கியமான இருபத்து நான்கு நாடிகளைக் குண்டலினி சக்தி என்பர். இந்தக் குண்டலி சக்தி பாம்பைப் போல் சுற்றிக் கொண்டு சுவாதிட்டானத்திற்கும் மணிபூரகத்திற்கும் இடையிலே உறங்கிக் கிடக்கும். இந்தக் குண்டலியைப் பிராணாயாமத்தால் எழுப்புகிறவன் யோகத்தின் பயனை அடைகிறான். இடப்பக்கம் ஓடும் சுவாசம் இடைகலை எனப்படும்; வலப்பக்கம் ஓடும் சுவாசம் பிங்கலை எனப்படும்; நடுவே ஓடும் சுவாசம் சுழுமுனை எனப்படும். இவை முறையே சந்திர, சூரிய, அக்கினி நாடிகள் எனப்படும். யோக முறைப்படி பிராணாயாமம் செய்தால் குண்டலி வெப்பமடைந்து, விழித்து அடிபட்ட பாம்பைப்போல் நிமிர்ச்சி அடைந்து சுழு முனையுள் பிரவேசிக்கும். சுழுமுனையின் மேற்பகுதியில் அமைந் திருக்கும் பிரமரந்திரத்தில் அமிர்தம் ஒழுகும் சோமவட்டம் இருக்கிறது. மேலே பாயும் குண்டலி இந்தச் சோம வட்டத்தைத் தாக்கி அமிர்தம் ஒழுகச் செய்யும். இந்த அமிர்தம் உண்பவன் யோகத்தின் உச்ச நிலையடைந்து பரம்பொருள் அனுபவம் கொள்கிறான்.

இந்தக் குண்டலியைச் சித்தர்கள் மனோன்மணி, வாலை, அம்பிகை, ஆத்தாள், உமை, சக்தி, பரை என்றெல்லாம் அழைப் பார்கள். அம் முறையைப் பின்பற்றியே குணங்குடியாரும் பாடுகிறார்.

> ஆத்தாளை எனையீன்ற வாலையாம் நந்தியை
> அணைந்திடற் கருள்புரியவும்
> அம்பிகை மனோன்மணிக் குண்டலித் தாய்பதம்
> அர்ச்சிக்க அருள்புரியவும்
> ...
> பரையாளை மாநல்ல சிறையாளை என்வசம்
> பண்ணிவைத் தருள் புரியவும்
> ... (அகத்.சத 71)

என்ற பாடலில் இதனைக் காணலாம். சாம்பவி, கேசரி என்பன யோக முத்திரைகள். (இவைகள் வருமிடத்தில் குறிப்புரையில் விளக்கம் தரப் பட்டுள்ளது). தட்சிணாமூர்த்தி சித்தர் மரபில் ஞானகுருவைக் குறிக்கும்.

> மறைக்கவா சனைலகிரி கொள்ளும் என்றான்
> மகத்தான தெட்சணா மூர்த்தி ஆசான். (கைலா. கம். 55)

என்பார் கைலாயக் கம்பளிச் சட்டை முனிவர். குணங்குடியாரும் அம் மரபுப்படி தம் ஞானகுருவாகிய முகியித்தீன் ஆண்டகையைத் 'தெட்சணா மூர்த்தமாய் நின்று தரிசனை தந்து தீட்சைவைத்து அருள் புரிய' வேண்டுகிறார் (அகத் சத. 61). தட்சிணாமூர்த்தி நால்வருக்குக் குறிப்பால் ஞானம் உணர்த்தினராதலின் குறிப்பால் ஞானமுணர்த்தும் குரு தட்சிணாமூர்த்தி எனப்படுவார். நந்தியும் இவ்வாறே குருவை உணர்த்தும். 'ஆசான் பரநந்தியாம்' என்று ஔவையார் குறள் கூறும். (நிஜானந்த போதம்)

முச்சுடர் வட்டமே சக்கரமாம் - அது
மூக்கு நுனியில் சுழுமுனையாம்
அச்சுடர் வட்டத் திருந்தவனே - குரு
ஆனந்த நந்தியாம் ஞானப்பெண்ணே (மது.வால.ஞா.கு. 54)

என்பர் மதுரை வாலைசாமி. தட்சிணாமூர்த்தி ஞானகுருவைக் குறிக்க, நந்தி பரம்பொருளாகிய குருவைக் குறிக்கும். குணங்குடியார் நந்தீஸ்வரன் என்று பரம்பொருளையே அழைக்கிறார் என்பதை அவருடைய நந்தீஸ்வரக் கண்ணி தெளிவாகக் காட்டுகிறது. புருவ நடுவையும், சிதாகாயத்தையும் சித்தர்கள் சிதம்பரம் (சித்- அம்பரம்) என்றும் சிற்றம்பலம் என்றும் அங்கு தரிசனமாகும் பரம்பொருள் ஒளியைச் சிவம், நடராஜன் என்றும் கூறுவர். 'புருவமத்தி சிவ மென்னும் சுகவடிவாகிய பரமாத்துமாவின் ஸ்தானமாம்' என்று சிவயோகசாரம் கூறும். 'நாசி நுனியில் நயனத்திடை வெளியில், தேசிகனார் ஆடும் திருநடனம், (குறை. உரை 3) என்றும், 'மன்றுள் நின்றாடும் தவராஜ சிங்கம்' (அகத் சத. 4) என்றும், 'குற்றம் பல நீக்கிக் குணங்குடி என்றே மேவும், சிற்றம்பலம் வாழ் சிவமே நந்தீஸ்வரனே' (நன். கண். 51) என்றும் குணங்குடியார் பாடுவார். சூஃபித்துவமும் இதனைக் கூறுகிறது. ''நாசி நுனியாகிய 'மஹ்மூதா'விலும் புருவ நடுவாகிய 'நசீரா' விலும் பார்வையை ஒருமுகப்படுத்தித் தியானிப்பவர்க்குப் பரம்பொருள் தரிசனமாகிறது'' என்று பிஷப் ஜான் என்பார் எழுதிய 'சூஃபிஸம்' என்ற நூல் கூறுகிறது.

குணங்குடியார் சில சொற்களை அவற்றின் மூலப் பொருளிலும் கையாள்கிறார். சிவம், சக்தி, உமை என்பன அத்தகைய சொற்களாம். சிவம் என்பது சைவர்களுக்கு மட்டும் உரிய சொல்லன்று; சமணர்களும் இதனை ஆளுவர். அவர்கள் அருகனைச் 'சிவகதி நாயகன்' என்பர். நிர்க்குணப் பிரமமாகிய பரம்பொருளைக் குறிக்கும் பொதுத் தமிழ் மரபுப்படியே குணங்குடியாரும் சிவம் என்ற சொல்லைக் கையாளு கிறார். மூலப்பொருளைச் சிவமாகவும், அதன் படைப்பியக்க நிலையைச் சக்தியாகவும் கூறும் மரபு எல்லாச் சமயங்களிலும் உண்டு; பெயர்கள் மட்டும் மாறுபடும்.

சமயமெல்லாம் சக்தியுண்டு சிவமும் உண்டு
சண்டாளர் பிரித்தல்லோ தள்ளினார்கள் (கைலச.கம்.முனி 25)

என்பர் கைலாயக் கம்பளிச்சட்டை முனிவர். சமயங்கள் மட்டுமல்ல அறிவியலும் இவற்றை 'matter', 'energy' என ஏற்றுக் கொள்வதைக் காணலாம். சூஃபித்துவம், லாஹூத் (இறைமை), ஜபறூத் (சக்தி) என்று இவற்றைக் குறிக்கும். இந்த ஜபறூத் என்னும் சக்தி அடங்கியுள்ள வாஹிதிய்யத் என்னும் நிலையைப் 'பண்புகளின் தாய்' (உம்மஹாதுஸ் ஸிபத்) என்று பெண்ணாகவே உருவகப்படுத்திக் கூறுவர். வாசுதேவன் என்ற சொல்லையும் குணங்குடியார் இவ்வாறே 'தேவாதி தேவனே பர வாசுதேவனே (அகத்.சத. 67) எனப் பரம் பொருள் என்னும் பொருளிலேயே கையாள்கிறார்.

குணங்குடியார் சில சொற்களைக் குறியீடாகவும் (Symbol) கையாளுகிறார். துளவ மணிமார்பன், அளகேசன் என்ற இரு சொற்களைப் பரம்பொருளைக் குறிப்பதற்குப் பயன்படுத்துகிறார். காப்பவன், எல்லாச் செல்வங்களையும் உடைய இறைவன் என்ற பொருளிலேயே இவற்றை ஆள்கிறார். 'அளகேசனே துளுவ மணி மார்பனே' (அகத் சத.9) என இவையிரண்டும் ஒரே தொடராக அமைந்திருப்பதும், இறுதியில் 'என்னகத் தீசனே' என்று முடிவதும் இதனைத் தெளிவுறுத்தும். இதே போன்று மரணம் என்ற பொருளில் 'கால'னையும் தொல்லை என்ற பொருளில் 'சநீஸ்வர'னையும் கையாளுகிறார். உயர்ந்த பதவி என்பதற்கு உவமையாக 'இந்திர'னைப் பயன்படுத்தியுள்ளார். யோக பரிபாஷைச் சொற்கள் புராண சமயச் சொற்களல்ல என்பதற்கு மற்றுமொரு ஆதாரத்தையும் காட்டலாம். குணங்குடியார் இச்சொற்களை எப்பொருளில் கையாளுகிறார் என்பதை மேலே காட்டியவண்ணம் சில இடங்களில் அவரே விளக்கி விடுவதன்றி புராண, சமயத்தில் இப்பெயருக்கு உரியவர்களுக்குக் கூறப்பட்டுள்ள எத்தகைய வடிவ வர்ணனையும் எந்த இடத்திலும் அவர் கூறுவதில்லை.

மேலூரு வீதியில் வையாளி போட்டங்கு
விளையாட அருள்புரியவும் (அகத் சத. 45)

என்ற அடிகளைப் படித்துவிட்டு, இது யோக பரிபாஷை என்பதைப் புரிந்துகொள்ளும் ஆற்றலின்றி, 'குணங்குடியார் மேலூர் என்ற ஊரில் குதிரை ஓட்டி விளையாட விரும்புகிறார்' என்று எவரேனும் பொருள் கொள்வாரேல் அவர் அறியாமை கண்டு நகைப்பதன்றி வேறென்ன செய்ய முடியும்?

பரிபாஷை பயன்படுத்துவதற்கு மேலே காட்டிய காரணங்களன்றி மற்றொரு காரணமும் உண்டு. பரிபாஷையின் மூலமாகவே

புரியாத யோக விஷயங்களை இலக்கிய நயத்தோடு ஆற்றலுடன் வெளிப்படுத்த முடியும். இந்தக் காரணங்களோடு குணங்குடியார் வேறு சில காரணங்களுக்காகவும் இந்தக் குறிப்பிட்ட பரிபாஷைச் சொற்களைப் பயன்படுத்துகிறார். தமிழ்நாடு தாம் கூறுகிற கருத்தை அந்நியமானது என்று விலக்கிவிடாமல் தன்னுடையதுதான் என்று விரும்பி ஏற்றுக் கொள்ள வேண்டும் என்ற நோக்கத்தோடு அம் மொழிக்குரிய பரிபாஷையைக் குணங்குடியார் பயன்படுத்துகிறார். 'எப்பெயரிட்டு அழைத்தாலும் குறிக்கப்படும் பொருள் ஒன்றே; ஏனெனில் உள்ள பொருள் ஒன்றே (வஹ்ததுல் வுஜூத்); எல்லாம் அவனே (ஹமவோஸ்த்); 'ஒன்றாகக் காண்பதுவே காட்சி' என்ற சூஃபித்துவத்தின் உயர்ந்த சமரச ஞானநிலையையும் இப்பரிபாஷை மூலம் அவர் வெளிப்படுத்துகிறார். இதன் வாயிலாக இந்து முஸ்லிம் ஒற்றுமைக்கு வழிவகுத்திருக்கிறார்.

பொதுச்சொல்

சூஃபித்துவக் கருத்துக்கள் சிலவற்றைக் கூறும்போது கூட அவற்றையும் இந்நாட்டு மக்கள் ஏற்றுக்கொள்ளும் வகையில் சாமர்த் தியமாகப் பொதுச் சொற்களால் குறிக்கும் வழக்கம் குணங்குடியாரிடம் காணப்படுகிறது. இப்படிப் பொதுச் சொற்களால் குறிப்பதற்கு வசதியாகச் சில கருத்துக்கள் இந்திய இஸ்லாமிய மரபுகளில் அவருக்குக் கிடைக்கின்றன. நான்மறை, நான்கு நெறி ஆகியவற்றை எடுத்துக்காட்டாகக் கூறலாம். நான்மறை என்பது இந்திய மரபில் ரிக், யஜூர், அதர்வண, சாம வேதங்களைக் குறிக்கும் என்பதை அறிவோம். இஸ்லாமிய மரபிலும் நான்மறை உண்டு. அவை சபூர், தவ்ராத், இன்ஜீல், குர்ஆன் எனப்படும். இதுபோன்றே நான்கு நெறி என்பது இந்திய மரபில் சரியை, கிரியை, யோகம், ஞானம் என்பவற்றைக் குறிக்க இஸ்லாமிய மரபில் ஷரீயத், தரீகத், மஅரிபத், ஹகீகுத் என்னும் நான்கு நெறிகளைக் குறிக்கும்.

சில பொதுச் சொற்களை இவ்வாறு பொருள் விரிக்காமலேயே கையாள்வதோடு சில பொதுச் சொற்களைக் கையாளுகிறபோது அவற்றால் தாம் குறிப்பிட விரும்புவதைச் சில இடங்களில் மறைமுக மாகவும், சில இடங்களில் வெளிப்படையாகவும் கூறுகிறார். பஞ்சாக்கரம் என்பதை இவ்வாறு மறைமுகமாகப் பொருள் சுட்டும் சொல்லாகக் கருதலாம். இந்திய மரபில் சி, வ, ய, ந, ம என்பது பஞ்சாக் கரமாகக் கூறப்படுவதை நாம் அறிவோம். சித்தர்கள் இந்த ஐந்தெழுத் துக்களையும் தனித்தனியாகப் பிரித்து அவற்றின் உட்பொருளைப் பல்வேறு வகையில் பாடுவதை நாம் காணலாம். ஆனால், குணங்

குடியார் 'பஞ்சாக்கரம்' எனக் குறிப்பிடுகிறாரேயன்றி எந்த இடத்திலும் இவ்வெழுத்துக்களைக் குறிப்பிடாதது கருதத்தக்கது. அதற்கு மாறாக 'அல்லாஹு' என்னும் சொல்லை அவர் பல இடங்களில் குறிப்பாகக் கீர்த்தனங்களில் - கையாளுகிறார். அல்லாஹு என்ற அரபுச் சொல்லில் அ, ல, ல, அ, ஹ என்ற ஐந்தெழுத்துக்கள் இருப்பதையும், சூஃபிகள் தம் தியானத்தில் (திக்று) இச்சொல்லையே பயன்படுத்துகின்றனர் என்பதையும், இதனைப் பல்வேறு வகையில் ஒலிப்பதை 'ஸர்ப்' என்கின்றனர் என்பதையும் அறிகிறபோது குணங்குடியார் 'பஞ்சாக் கரம்' என்ற சொல் மூலம் எதனைக் குறிக்கிறார் என்பதை அறிய முடிகிறது. இது போன்றே இந்திய யோக நெறியில் 'ஏகாட்சரம்' என்ற சொல் வழங்குகிறது. குணங்குடியார் இச்சொல்லை ஆள்வதோடன்றி அதனால் தாம் குறிக்க விரும்புவதை வெளிப்படையாகவே கூறி விடுகிறார்.

...ஒன்றான அக்கரம் ஓதியதின்
ஆட்டமென் றேயிரு தோற்றம் எவையும் 'அலி' புடைய
நீட்டமென் றேயிரு நெஞ்சே குணங்குடி நிச்சயமே''

(தவ.பெற. 13)

இப்பாட்டில் அந்த ஏகாட்சரம் அரபு மொழியின் அகரமாகிய 'அலீப்' என்பதை வெளிப்படையாகவே கூறியிருப்பதைக் காணலாம். இந்த 'அலீப்' அகரமாக மட்டுமன்றி ஒன்று என்ற எண்ணையும் குறிக்கிற வகையில் ஒரு செங்குத்துக் கோடாக (1) அமைந்திருப்பதால் அது பலவகையில் பரம் பொருளுக்குக் குறியீடாக நிற்கிறது. இத்தகைய சொல்லாட்சி குணங்குடியாரின் சமத்துவ உறவு மனப் பான்மையை நமக்கு உணர்த்துகிறது.

மதம் பிடியாதவர்

ஞானியர்கள் தேன் போன்றவர்கள். தேன் பூவிலிருந்துதான் வருகிறது என்றாலும் தேனில் பூவின் விலாசம் இருப்பதில்லை. அது போன்றே ஞானியர்க்கும் சாதி, குல, சமய முத்திரைகள் இல்லை. அவர்கள் பொதுவானவர்கள்.

எங்களுக்குச் சாதிகுலம் இல்லையப்பா (பதி.சித் கோவை). என்று பாடுவார் சித்தர் வால்மீகி.

நான் கிறித்தவன் அல்லன்
யூதன் அல்லன்
பார்சி அல்லன்
முஸ்லிமும் அல்லன்

(தீவானே ஷம்ஸே தப்ரேஸ்)

என்பார் சூஃபி ஞான மேதை மௌலானா ஜலாலுத்தீன் ரூமி. அருளே வடிவாகிய இறைவன் மதத்தின் பேரால் பகை வளர்த்து ரத்தம் சிந்தும் வெறியர்களுக்கு அகப்படமாட்டான் என்கிறார் குணங்குடியார்.

மதபேதம் ஓதிமதி கெட்டவர்க்கு எட்டாத
வான்கருணை வெள்ளம் (முக. சத. 42)

பகை வளர்த்துப் பிரிக்கும் மதங்கள் அத்தனையையும் விட்டுவிட்டு, 'ஒன்றே குலம்' என உயிர்களையெல்லாம் இணைக்கும் உன் அன்பு மதத்தை எனக்கு அருள் புரிய வேண்டும் என்று இறைவனை வேண்டுகிறார் குணங்குடியார்,

மதம்அத் தனையுமற்ற மதமுற்று யானும்உம்
மதமாக அருள்புரியவும் (அகத்.சத. 97)

அருள்நெறி எங்கும் பரவி மதபேதமற்ற அன்புலகம் தோன்ற வேண்டும் என்ற ஏக்கம் கொண்டவர் குணங்குடியார். தம் பாடல்கள் அதற்கு உதவ வேண்டும் என்றும் விரும்புகிறார்.

ஏழைஅடி யேன்அறி விலாமல்உள றுந்தமிழ்க்கு
இரங்குவதும் எக்காலமோ
தீதுமத பேதஙக்ள் அற்றுமே எங்குமிது
செல்வதுவும் எக்காலமோ (முகி.சத. 103)

இந்து சமயத்து அன்பர் பலர் அவர் பாடல்களை வேறுபாடின்றிப் படிப்பதும், பலர் அவருக்குச் சீடரானதும் அவர் ஏக்கம் ஓரளவுக்கு நிறைவேறியிருப்பதைக் காட்டுகின்றன. தமிழ்நாட்டில் இருக்கும் இந்து முஸ்லிம் சுமுக உறவுக்கு இத்தகைய பாடல்கள் பெரிதும் காரணமாக இருந்தன என்பதை யாரும் மறுக்க முடியாது.

பாடல் தொகுப்பு வரலாறு

பேரின்ப அநுபோக நிலையில் 'குமிழி மண்டும் ஆநந்த வெள்ளம் மல்கிப் பொங்கி வழிந்து புறம் பொழிவதுபோல்' கவிதைகள் குணங்குடியார் நாவிலிருந்து பொழிந்தன என்று புலவர் நாயகம் செய்கு அப்துல் காதிர் நயினார் லெப்பை அவர்கள் தம் 'வாயுறை வாழ்த்'தில் கூறுகிறார் - இவ்விதம் குணங்குடியார் பாடிய பாடல்களை அவர் மாணவர் முஹம்மது ஹுசைன் புலவர் என்பார் எழுதிக்கொண்டு வந்ததாகத் தெரிகிறது. இவ்வாறு எழுதப்பட்ட பாடல்களின் கையெழுத்துப் பிரதியை அவருடைய மற்றொரு மாணவரான சீயமங்கலம் அருணாசல முதலியார் அவர்கள் அச்சிற் பதிப்பிக்க நாடிக் குணங்குடியாரிடம் காட்டி அனுமதி பெற்றுப் புலவர் நாயகத்திடம் அப்பணியை ஒப்படைத்ததாகப் புலவர் நாயகமே தம்

'வாயுறை வாழ்த்'தில் கூறுகிறார். இன்று காணப்படும் அமைப்பில் குணங்குடியாரின் பாடல்களைத் தொகுத்து அமைத்ததன்றித் தம் பாடல்களையும் இடையிடையே வைத்திருக்கிறார் புலவர் நாயகம். முகியித்தீன் சதகம், அகத்தீசர் சதகம் ஆகியவற்றில் ஒவ்வொரு பத்துப் பாட்டிற்கும் முன்னால் துறை விளக்கமாக அமைந்துள்ள ஆசிரியப் பாக்களும், அகத்தீசர் சதகத்தின் இறுதியில் அமைந்திருக்கின்ற ஆசிரியப்பாக்கள் இரண்டும், மனோன்மணிக் கண்ணியின் இறுதியில் - இடைச்செருகலாகச் சிலரால் கருதப்படும் சர்ச்சைக்குரிய 'ஆதியந்தம்' என்ற விருத்தமும், நந்தீஸ்வரக் கண்ணியின் இறுதியில் உள்ள கட்டளைக் கலித்துறையும், கீர்த்தனங்களுக்கு இடையிடையே அவற்றைத் தொடுத்துக்காட்ட அமைந்திருக்கும் விருத்தங்களும், கொச்சகக் கலிப்பாக்களும், ஆனந்தக் களிப்பு (2)-இன் முன்னுரையாக அமைந்திருக்கும் விருத்தமும், நூலின் இறுதியில் உள்ள 'வாழி' விருத்தமும் புலவர் நாயகத்தின் பாடல்களாம்.

> குறிப்பின் துறையும் கோத்தஅதி காரமும்
> பெறப்படச் செய்தலும், பின்முன் கவிகளை
> மாலை புணர்க்க மாட்டலும், குறைந்த
> காலை நிலைக்கக் கட்டலும், வெறாத
> பாலும் பழமும் தேனும் பருகுதல்
> போலும் சேரப் பொருந்தத் திருத்தலும்
> ... கொண்டொழுகினன்

எனப் புலவர் நாயகம் அவர்களே 'வாயுறை வாழ்த்'தில் கூறுவது கொண்டு இவ்வாறு துணியலாம். மேலும் இப்பாடல்கள் புலவர் நாயகத்தின் நடையமைதி கொண்டிருப்பதும், அமைந்த இடத்தில் குணங்குடியார் பாடல் யாப்பினின்றும் வேறுபட்டுத் தனித்து நிற்பதும், விளக்கம் தருவது போலவும், முன்பின் பாடல்களைத் தொடுப்பது போலவும் அமைந் திருப்பதும் இக்கருத்தை உறுதி செய்யும்.

வெளியீட்டுத் திறன்

குணங்குடியார் எளிய சொற்களையே பெரும்பாலும் கையாளுகிறார். சூஃபி கலைஞானத்துக்குரிய அரபுச் சொற்களன்றி வக்கீல், ஆமக்கன் என்ற அரபுச் சொற்களையும், சலுதி என்ற பாரசீகச் சொல்லையும், பாறா என்ற உருதுச் சொல்லையும் கையாண்டுள்ளார். ஆனால், மொத்தச் சொற்களோடு ஒப்பிடுகிறபொழுது இவை ஒரு சதவிகிதம் கூட இரா. எளிய சொற்களாயினும் பாடல்கள் கம்பீர நடையில் செல்கின்றன.

சில இடங்களில் சொல்லாட்சி, சொற்றொடர் அமைப்பு, கருத்துக்கள், இலக்கிய வடிவங்கள் ஆகியன தாயுமானவரைப்

பின்பற்றி அமைந்துள்ளன. இது தாயுமானவர்பால் குணங்குடியார் மிகுந்த ஈடுபாடு கொண்டிருந்ததைக் காட்டுகிறது. தாயுமானவர் பாடல்கள் மக்களை ஈர்த்து நன்கு பரவியிருப்பதைப் பார்த்து அதைப் போன்றே தம் பாடல்களும் பரவவேண்டும் என்று குணங்குடியார் விரும்பியிருக்கலாம். அதனாலேயே இத்தகைய ஒற்றுமைகள் அமைந்துள்ளன எனலாம். சித்தர் பாடல்களின் நடையும், கருத்தும், பரிபாஷையும் கூடக் குணங்குடியார் பாடலில் காணமுடிகிறது.

நெருப்பாறு, மயிர்ப்பாலம், சாக்கடை, கர்ப்பூர தீபம், நடனம், வாசியேறல், காலைக் கட்டல், சோமவட்டம், பால் அமிர்தம் அருந்தல், நடுவணை, மௌனமணி மண்டபம், வையாளி போடுதல், காயாபுரிக் கோட்டை, பசுவைப் பதியிற் கட்டல், சாட்டியில்லாத பம்பரம், கண்டம் கடத்தல், ஓசைமணி மண்டபம், ஓங்காரக் கம்பம், கமலாசனம் ஆகியன அவர் அடிக்கடி கையாளும் படிமங்களாக (images) இருக்கின்றன.

கோலும்மன் னரசர்கைக் கோலாவ னோபாவி
குருடர்கைக் கோலாவனோ (முகி.சத. 10)

கொங்கையென்றதேன் (முகி.சத. 5)

ஒழியாப் பிரபஞ்சத்து உறவை மறவார்க்குக்
கழியிற் படுநாரை கதிகாண் (நிரா. 179)

கனக்கும் இருவினையாம் காவடி (நிரா. 190)

ஏகப் பெருவெளியில் இருட்கடலில் கம்பமற்ற
காகமது வானேன் (றகு.கண். 7)

கோணற் கரும்பிரசம் கோணாத கொள்கை (நிரா. 185)

போன்ற உருவகங்களும், பெருமானார் (சல்) அவர்களைச் சமுசாரியாக மிக விரிவாக உருவகித்துப் பாடியிருப்பதும் அவருடைய உருவகிக்கும் திறனைப் புலப்படுத்துகின்றன.

கீர்த்தனங்கள் அவர் இசைப் புலமையைக் காட்டுகின்றன. சூஃபித்துவம் தமிழ் இலக்கியத்தில் இடம் பெறப் பெரிதும் காரணமாக இருந்தவை குணங்குடியாரின் பாடல்களே.

பதிப்பும் குறிப்புரையும்

இதுவரை வெளிவந்த குணங்குடியார் பாடல் தொகுப்பு நூல்களில் அச்சுப் பிழைகள் மலிந்திருக்கின்றன. பல பிரதிகளை ஒப்பு நோக்கி இப்பதிப்பில் அப்பிழைகள் நீக்கப்பட்டுள்ளன. சில

இடங்களில் கருத்து மயக்கமும், கருத்து முரணும் உள்ள வரிகள் எல்லாப் பிரதிகளிலும் அப்படியே இருந்ததால் அவற்றின் உண்மை வடிவம் ஊகிக்கப்பட்டுக் குறிப்புரையில் தரப்பட்டுள்ளது.

குறிப்புரை என்று பெயர் பெற்றிருப்பினும் இவ்வுரை விளக்க வேண்டியதை எல்லாம் விளக்கியிருக்கிறது. இதுவரை விளக்கப் படாத சூஃபி தத்துவச் சொற்கள், யோக பரிபாஷை ஆகியவற்றை இவ்வுரை சுருக்கமாக விளக்குகிறது. இத்தகைய சொற்கள் முதன் முதல் வருகிறபோது மட்டுமே உரை தரப்பட்டுள்ளது. மீண்டும் வரும் இடங்களில் சுருக்கம் கருதி உரை தவிர்க்கப்பட்டுள்ளது. அடைப்புக் குறிக்குள் உள்ள (அ) அரபுச் சொற்களையும் (பா) பாரசீகத்தையும் (உ) உருதுவையும் குறிக்கின்றன.

- அப்துல் ரகுமான்

பொருளடக்கம்

புகழ் மாலைகள்

(குணங்குடியார் மீது பாடப்பெற்றவை)

நான்மணி மாலை 25

தோத்திரப்பா 34

கீர்த்தனம் 39

தோத்திரப்பா 40

பஞ்சரத்னம் 43

ஒருபா வொருபஃது 44

தோத்திரப்பா 49

வாயுறை வாழ்த்து 53

குணங்குடியார் பாடற்கோவை

ஆநந்தப் பத்து 63

முகியித்தீன் சதகம் 69

முகியித்தீன் ஆண்டவர் கொச்சகம் 123

அகத்தீசன் சதகம் 124

மகுமூது நபியாண்டார் துதி 185

தவமே பெறவேண்டுமெனல் 189

குறையிரங்கி யுரைத்தல் 191

தவராஜ மகிமை சாற்றல் 192

வானருள் பெற்றோர்	193
ஆனந்தக் களிப்பு	193
நிராமயக் கண்ணி	198
பராபரக் கண்ணி	218
ரகுமான் கண்ணி	226
எக்காலக் கண்ணி	233
கண்மணிமாலைக் கண்ணி	235
மனோன்மணிக் கண்ணி	242
நந்தீஸ்வரக் கண்ணி	250
கீர்த்தனைகள்	255
ஆனந்தக் களிப்பு (2)	289
பாடலகராதி	293

இலாஹி

நான்மணிமாலை

குணங்குடி மஸ்தான்சாகிபு அவர்கள் மீது
மகாவித்வான் திருத்தணிகை
சரவணப் பெருமாளையரவர்கள் பாடியது

காப்பு

நேரிசை வெண்பா

எண்சீர்க் குணங்குடியா னென்னுங் குருமணிமேல்
வண்சீர்த் தமிழ்நான் மணிமாலை-பண்சீர்கொள்
கற்பனைசேர் பொற்பினவில் கைக்குப் பலவகையாங்
கற்பனைதீர் சிற்பரன்றாள் காப்பு.

நூல்

நேரிசை வெண்பா

பொன்னாதி யாம்பொய்ப் பொருளினுறு புன்சுகத்தை
மின்னாமென் றெள்ளா விரகிலிகேள்-இன்னே
குணங்குடியா னஞ்செய் குறிவாளி நல்க
வணங்குடியா னஞ்செய் வழுத்து. 1

கட்டளைக் கலித்துறை

வழுத்துந் தொழும்புடை யன்பமைந் தோர்தமை மாநிலருள்
பழுத்துங் குணங்குடி யான்கரை காண்டகு பண்புடைத்தாய்
முழுத்தும் பவக்கட லைக்கடப் பித்திசை முற்றுறவே
யழுத்தும் கரைபெற லில்லாத வானந்த மாங்கடலே. 2

அறுசீர்க் கழிநெடிலடியாசிரிய விருத்தம்

கடல்சூழ் புவியி லுளத்திருளைக்
கருணை யொளியி னாற்களைந்து
விடல்சூழ் பவரிற் குணங்குடியான்
மிக்கோ னெனற்கோர் தடையுளதோ
மிடல்சூழ் புறத்தின் விழிமறைத்து
மேவு மிருளை விரிகதிரால்
அடல்சூழ் பொருள்கள் பலவுறினும்
அலரி யுயர்வாய்த் தோன்றுறுமே. 3

நேரிசை யாசிரியப்பா

தோன்றுபல் பாதகத் தொகுதியா மைந்தரை
ஈன்று வளர்க்குமா வென்னுமிக் கலிதனிற்
காட்சியிற் புலப்படாக் கடவுளுண் டெனலும்
மாட்சியி னவனையா மருவலுண் டெனலும்
உடலமீ தன்றிவே றுயிருள தெனலுந்
துயிலுண வொழித்துத் தொடர்புல னடக்கிப்
பயிலு மனோலயம் பண்ணலுண் டெனலுங்
கண்டவர் யாரிவை கட்டுரை யாமெனக்
கொண்டரு நூலையுங் குருவையும் பழித்துத்
தவத்தொழில் சிறிதுந் தழுவாது கைவிட்டு
அவத்தொழில் முழுவது மஞ்சாது புரியுங்
கொடியவர் கெட்டுளங் குலைந்துடல் விதிர்ப்ப
ஓடிவரு பத்தியி னுற்றவர் தமக்கெலாங்
கடவுளை யவனடி காண்டகு திறத்தினைச்
சடமுறு முயிரவன் றன்னின்வே றன்மையை
வியத்தகு மைம்புலன் வென்றுமன னடக்குறு
நயத்தகு மியோகமெய்ஞ் ஞானநல் லியல்பினை
யையந் திரிபற வருளினா லுள்ளங்
கையுறு நெல்லிக் கனியென வுணர்த்தும்
இணங்குமெய்ப் புகழொடும் இசைந்தான்
குணங்குடி யானெனக் குலவு மாதவனே. 4

நேரிசை வெண்பா

மாதவஞ்சேர் மேலோர் வழுத்துங் குணங்குடியான்
தீதவஞ்சேர் நம்அவித்தை தீர்க்குமெனக்-காதல்
விரைந்துபுகழ்ந் தோரிகழ்ந்தோர் மேவுவர்மெய்ப் போதம்
வரைந்து பிழைக்கும் வழி. 5

கட்டளைக் கலித்துறை

வழிசேர் குணங்குடி யானெனு மாரியன் மல்கருள்கூர்
விழிசேர் திருமுகத் திங்கள்கண் டார்க்கன்றி மேவலுண்டோ
பழிசேர் மனவிந்து காந்த முருகுறும் பண்பினொடு
மொழிசேரஞ் ஞான மெனுமிருள் நீங்கு முறைமையுமே. 6

எண்சீர்க் கழிநெடிலடி யாசிரிய விருத்தம்

முறைமுறைவந் தரசரெல்லாம் வணங்கச் சீர்சால்
முடிபுனைந்து புடவிமுழு தாளும் பேறு
அறைதருமேடார் வீட்டினுக்கோ யவாவுள் மேவி
அரைக்கருங்கோ சிகமொழித்துக் கந்தை சூழ்ந்து

பொறையுறுநின் திருவருள்பெற் றைய மேற்றுண்
புண்ணியரா லொருபொருளென் றெண்ணற் காமோ
குறைவறுநற் புகழ்பரம யோகி யென்னுங்
குணங்குடியா னேவிளங்கக் கூறு வாயே. 7

நேரிசை யாசிரியப்பா

வாயினாற் பலநூல் வகைதெரிந் துரைத்துங்
காயமேல் வெண்பொடி கவினுறப் பூசியுஞ்
செய்யகல் லாடையைத் திகழ்ந்திட வுடுத்துந்
துய்ய சடைமுடி துதைதர முடித்துந்
தண்டுக மண்டலஞ் சால்புறத் தாங்கியு
மண்டல மிசைவிரி மான்றோலி னிருந்தும்
படர்புலச் சூறையிற் படுசிறு துரும்பென
இடர்கெழு மனத்தரா யிருக்கின் றனர்பலர்
நெளிதிரைக் கடல்சூழ் நெடும்பெரும் புவிமிசை
யளிவளர் குணங்குடி யானெனு மமல
சாற்று மச்சாதனந் தானொன் றிலாமலும்
போற்று முனதருள் பொருந்திய வொருசிலர்
ஒருதம தியல்புணர்ந் திருவினை யகற்றி
மூவா சைத்திற மேவாது விடுத்து
நாற்கதி நணுகுறா மேற்கதி விரும்பி
ஐம்பொறிக் கெதிர்வற வெம்புல னடக்கி
அறுசம யங்களி னெறிநிலை தேறி
எழுபிறப் பிகந்ததென் விழுமிய செருக்கிற
பத்தியாற் படரெலா மொருவி
நித்தியா நந்த நிலையரா யினரே. 8

நேரிசை வெண்பா

ஆயுங்கா லன்பி னழியாத் துணையாகுங்
காயுங்கா லன்படர்ந்து காதவுடன் - மாயுங்கால்
நீதிக்கும் போதயனை நேராங் குணங்குடியான்
பாதிக்கும் போதப் பொருள். 9

கட்டளைக் கலித்துறை

பொருட்செல்வம் புல்லிய தென்றே விடுத்திந்தப் பூதலத்தின்
அருட்செல்வ மெய்துங் குணங்குடி யானரு ளாதரித்தோர்
தெருட்செல்வ நன்கெய்தி யைம்புலன் மாளச் செகுத்தினியாம்
இருட்செல்வ மல்ல மெனவே மகிழ்வுற் றிருப்பர்களே. 10

எண்சீர்க் கழிநெடிலடி யாசிரிய விருத்தம்

கள்ளுண்டுங் கொலைபுரிந்துங் கபடஞ் செய்துங்
கணிகையர்தம் புணர்ப்பினுறு காம நோயால்
எள்ளுண்டுந் திரிகொடும்பா தகத்தோர் தாமும்
இணையில்குணங் குடியானே யிறைவா வுன்றன்
விள்ளுண்ட கமலவடி படுந்தூ ளொன்று
மேற்படப்பெற் றிடினவர்வெவ் வினைக ளெல்லாந்
தள்ளுண்டு சிறுசிலையொன் றெடுத்து வீசத்
தருநிறைபுட் குழாமெனவே பறந்து போமே. 11

நேரிசை யாசிரியப்பா

மேதகு நிலையினை மேவிவாழ் வித்தக
வோதக விருள்தனை யொழிக்கமா மணியே
அன்பினர் மகிழ்கொள வருள்பொழி முகிலே
இன்பநன் குதவுறு மினியதெள் ளமுதே
துகளற வோங்கிய துறவினர்க் கரசே
திகழறந் தாங்குபு சேர்குணங் குடியாய்
நின்னை வணங்கினோர் நெஞ்சா லயந்தொறு
முன்னை யிருத்திவே றுறைகின் றனையால்
ஒருவனோ பலரோ வொருநீ
தெரிதரப் புகல்கநின் றிருவுள மகிழ்ந்தே. 12

நேரிசை வெண்பா

தேவருக்கும் எய்தரிய சிற்சுகத்தைத் தற்புகழ்ந்தோர்
யாவருக்கும் பாரினொழி யாதெளிதின் - ஈவனயந்(து)
ஒப்பில் பெருந்தவத்தி னோங்கு குணங்குடியான்
செப்பும் வினையனைத்துந் தீர்த்து. 13

கட்டளைக் கலித்துறை

துதியும் பழியு மமுதமும் புற்கையுந் துப்புமப்பு
நிதியுஞ் சிலையுங் கலவையுஞ் சேறு நிகருறவே
வதியுந் திறத்திற் குணஙகுடி யானருள் வாய்த்தவன்பாற்
பதியுங் கருத்துடை யார்கள் கருத்துடைப் பார்கள்மெய்யே. 14

அறுசீர்க் கழிநெடிலடி யாசிரிய விருத்தம்

மெய்யுறுசீர்க் குணங்குடியா னெனும்பவனோ
பாரினில்இவ் விரிநீர் வைப்பின்
நய்யுறுபித் தொடுவாத மல்கியைய
மேலிடினு நாடி நோக்கி

உய்யுறுநன் னிலைபெறவோர் மாத்திரைதன்
னுளமிரங்கி யுரைத்தல் செய்யும்
பொய்யுறுமிப் பவநோயை யொழித்திணையி
லாதசுகம் பொருத்து மாறே. 15

நேரிசை யாசிரியப்பா

மாறுகொண் டென்மன மாகிய பரியை
வீறுகொண் டவாவெனும் வீரனிங் கொருவன்
அழுக்கா றெனுங்கல் லணைமிசை யார்த்தாங்கு
இழுக்கா றுடைசின மெனுங்கலி னஞ்சேர்த்து
அளியறு செருக்குமிக் காகிமே லிவர்ந்து
வளியெனும் வாதுவன் வாய்ந்துடன் றொடர்தரப்
பொறியெனுங் கொடுவழி புகுந்திடச் செய்தலும்
நெறிபிறழ்ந் தப்பரி நீள்புலக் கான்புகுந்
தரிவையர் மயக்கெனு மளற்றினுள் வீழ்ந்துந்
தெரிபொன் னெனும்வனத் தீமிதித் தழுங்கியும்
பகர்மண் ணெனுங்கொடும் பாறைதாக் குற்று
மிகுபெருந் துன்பொடு மெலிந்துழல் கின்றதால்
இன்குணங் குடியா னெனுந்தவர்க் கரசே
நன்குமற் றதனைநீ நல்வழி திருப்பியே
அருளெனும் வாளினவ் வீரனைத்துமித்துக்
கருதுதுமக் கல்லணை யாதிகள் களைந்தொழித்
தென்வச மாக்குவை யெனின்யா
னின்வச மாகுவ னினதியல் புகழ்ந்தே. 16

நேரிசை வெண்பா

புகழ்ந்து குணங்குடியான் பொங்கிசையை நெஞ்சந்
திகழ்ந்துபுல வீர்பாடல் செய்மின்-இகழ்ந்து
மலத்திருக்கை மாற்றிநிலை மாறாவின் பெய்தி
நலத்திருக்கை நல்கு நயந்து. 17

கட்டளைக் கலித்துறை

நயமேவு கஞ்ச முகமுங் கருணை நயனமுஞ்சீர்ப்
பயமேவு செம்பொ னுறழ்மேனி யும்மெழிற் பாதுகைசேர்
சயமேவு தாளுந் தலைவிரி கோலமுஞ் சார்ந்தன்பரி
தயமேவு மென்றுங் குணங்குடி யானெனுஞ் சற்குருவே. 18

அறுசீர்க் கழிநெடிலடி யாசிரிய விருத்தம்

குருவா யடுத்தோர்க் கருள்சுரக்குங்
கோதில் குணஞ்சேர் குணங்குடியான்

உருவா யருவா யுபயமுமா
யொன்றாய்ப் பலவா யறிஞர்விழை
திருவாய் விளங்கும் பரநிலையைத்
தெரிக்கு மெனின்மற் றவன்பெருமை
யொருவா யுடையோ னும்புகழ்வே
னோரா யிரம்வா யுறினொருங்கே. 19

நேரிசை யாசிரியப்பா

ஒருங்கிய மனத்தொடு மொருகாசு மிலனாய்க்
கருங்கடற் புவிமிசைக் காதல் மீதூர
வழுத்தி யன்புடை வந்திரக் கின்றவ
னெழிற்குணங் குடியா னெனுமருட் செல்வ
தன்னையு மிழப்ப தல்லா
லென்னை யவன்பெற லியம்பருள் சுரந்தே. 20

நேரிசை வெண்பா

சுரக்குமணற் கேணியினீர் தோண்டுந் தொறுமைந்
தரக்குங் குணங்குடியா னன்பர்க்-கிரக்கமொடு
மானந்தத் தேறல் வரப்புகல்வ தால்தோறு
மானந்தத் தேறல்சுரப் பாம். 21

கட்டளைக் கலித்துறை

ஆந்துணை நாடிற் குணங்குடி யானென் றறிந்தவன்பாற்
போந்துணை யோடன்பு செய்தவர் செய்தவர் பூதலத்திற்
சாந்துணை யுங்கை வருடிச்செவ் வாய்ச்சியர் தாட்கமலப்
பூந்துணை யூட லொருத்தாங்கு புல்லினர் புல்லினரே. 22

ஆசிரிய விருத்தம்

புல்லியு மல்லி சேர்ந்து பொலிவுறு மணத்த தாகுந்
தொல்லியல் வழுவா வண்மை தொடர்குணங் குடியா னென்னு
நல்லியல் ஞான மூர்த்தி நாமமுற் றிடுத லாலே
சொல்லிய வெனது சொல்லுந் தோன்றுறுஞ் சிறப்பி னுற்றே. 23

நேரிசை யாசிரியப்பா

உற்றுளங் கெழுமிய நற்றிற வன்பொடுங்
குணங்குடி யானருட் கிணங்கினோ ரியார்க்கும்
பகைமையுங் கேண்மையும் புகுலிலை யெனலென்
னெடுங்கா லந்தமை நீங்காது பழகிய
கொடுங்கேண் மாயையைக் கொல்பெரும் பகைவராய்க்
கதுவிய கேண்மையிற் கலப்பர்
புதிதென வெய்திய போதந் தனக்கே. 24

நேரிசை வெண்பா

தனக்குத்தா னேநிகராந் தத்வத் துவனாம்
உனக்குத்தா னன்றியெவர்க் குண்டு-நினைக்குங்காற்
கூறு மளிசேர் குணங்குடியா னேவிமலா
தேறுதவ யோகமுயல் சீா். 25

கட்டளைக் கலித்துறை

சீரை விரும்பினர்க் கின்றாமு லோபமெய் சேருநசை
போரை விரும்பினர்க் கின்றா மனநிலை பூவையர்தம்
ஏரை விரும்பினர்க் கின்றாங் குணங்குடி யானிடஞ்செய்
நாரை விரும்பினர்க் கின்றா முலகர் நவிலுவரே. 26

அறுசீர்க் கழிநெடிலடி யாசிரிய விருத்தம்

நவிலுமிள மையுமதனை யுறுமுடலு
மதனையுள நயந்து காக்கக்
குவிபொருளும் புனற்குமிழி போலநிலை
யல்லவெனுங் குணத்தை யோர்ந்து
புவிபுகழு மெய்ஞ்ஞானக் குணங்குடியான்
றிருவருளைப் பொருந்தற் கெண்ணார்
தவலறுசீ ரகண்டபரி பூரணமாஞ்
சிற்பரன்றாள் சார்த லுண்டே. 27

நேரிசை யாசிரியப்பா

உண்டு முடுத்து முறுபொரு ளீட்டியு
மெண்டகு வாழ்நா ளியாவையுங் கழித்தே
யணங்குசெய் வினைமுய லசடருக் கறிவருங்
குணங்குடி யானருட் குரிசி லிசையிசை
நாவாய் நாவா யாகு
மோவாப் பவக்கட லொழிந்து கரைபெறற்கே. 28

நேரிசை வெண்பா

பெறற்கரும்பே றொன்றுளதோ பேருலகில் யார்க்குந்
தெறற்கருமா யைக்கழிவு செய்யும்-விறற்கிசைந்த
மன்னருளங் கொண்டு மதிக்குங் குணங்குடியான்
தன்னருளங் குற்றார் தமக்கு. 29

கட்டளைக் கலித்துறை

குவலைய மெங்கு மொருசாண் வயிற்றின் குழநிறைப்பக்
கவலை யடைந்திரைக் கேயுழல் வீாபயன் கண்டதுண்டோ

நுவலைய நீக்குங் குணங்குடி யானருள் நோக்கிவிழித்
திவலைய றாவன்பிற் சேரினுண் டாங்கடை தீர்சிறப்பே. 30

அறுசீர்க் கழிநெடிலடி யாசிரிய விருத்தம்

சிறக்கும் புகழு மடுத்தோங்குஞ் செறிதீ வினைக ளெலாம்விடுத்துப்
பறக்கு மவித்தை யிருணீங்கும் பக்தி யுளத்தின் மேன்மேலும்
பிறக்கும் மதீதப் பெருவாழ்வு பெருகு முலகிற் பேதநிலை
துறக்கு முறவோன் குணங்குடியான் சொல்லு நெறியைத்
துன்னினர்க்கே. 31

நேரிசை யாசிரியப்பா

துன்னுறு திரைக்கடல் சூழ்பெரும் புவிமிசை
பன்னுறு நிலைகெழு பலசம யங்களு
ளெச்சம யத்தவ ரெவ்வாறு கருதினு
மச்சம யத்தவர்க் கவ்வா றிருந்தருள்
பலவடி வங்களும் பலநா மங்களு
நலமுற மருவிய நாயக னாகிய
முருவும் பெயருமொன் றுறாதுவே றாகிச்
செருவளர் சமயா தீதமுற் றொளிருஞ்
சிற்பரம் பொருளினைத் தெரிக்கு
நற்குணங் குடியா னெனுநா யகனே. 32

நேரிசை வெண்பா

நாயகனார் நல்வரவை நாடுங் குலமகள்போற்
றாயகமாந் தற்பரனைத் தாங்காண-நேயமுளங்
கொண்டோர்க் கலது குணங்குடியான் கண்ணருட்பே
றுண்டோவிப் பூதலத்தி னுள். 33

கட்டளைக் கலித்துறை

உள்ளினுங் கண்மு னெழுதினுங் காதி னொருவர்சொலக்
கொள்ளினு நாவினிற் கூறினு மின்பங் கொழிக்குமுன்போர்
கள்ளினு நெஞ்சை யழிக்கின்ற காமக் கரிசிலரைத்
தள்ளினுஞ் சூழுங் குணங்குடி யானெனுந் தற்பரனே. 34

கலி விருத்தம்

பரம யோகியைப் பற்றொன்றி லான்றனைக்
கரவி லாத கருணைக் கடலினைக்
குரவ னாகுங் குணங்குடி யான்றனைப்
பரவி னார்க்குப் பவப்பிணி யில்லையே. 35

நிலைமண்டில வாசிரியப்பா

இல்லையோ வுளதோ இடையென மருண்டு
முல்லையி னரும்பே முறுவலென் றுரைத்துங்
கொங்கையைச் செம்பொனிற் குடமென வியந்துஞ்
செங்கையைக் காந்தட் செழுமல ரென்றும்
விழியைக் கூர்நெடு வேற்படை யென்று
மொழியை நறுஞ்சுவை முதிரமிழ் தென்று
மிதழினைக் கொவ்வையி னெழிற்கனி யென்று
நுதலினைப் பிள்ளைப் பிறையென நுவன்றும்
வனிதையர் முயக்கிடை மயங்கிவீழ்ந் தழுந்துந்
துனியுறு வோர்மனச் சோர்வினை யொழித்திட
மறைபுகன் ஞான வளமினி தருளுங்
குறைவரு நற்குணங் குடிகொண் டிருத்தலா
லுன்பெயர்க் காரணத் துறுபொரு ளுணர்ந்தனங்
கொன்பெறு புகழ்வளர் குணங்குடி யானே. 36

நேரிசை வெண்பா

யானென தென்னுஞ் செருக்கற் றியாவுமொரு
தானெனவே கொள்ளுந் தகையாகு-நானிலத்திற்
கூருங் கருணைக் குணங்கடியான் சந்நிதியி
னேருங் கருத்தோர் நிலை. 37

கட்டளைக் கலித்துறை

நிலையுறு சத்துச்சித் தாநந்த மாக நிறைபொருளைக்
கலையுறு மாட்சியிற் றானுற்றி யாரையுங் காட்டவல்லோன்
புலையுறு மியாக்கை வருந்துற நோக்கும் புனிதர்புகழ்
தலையுறு சீர்கொள் குணங்குடி யானெனுஞ் சற்குணனே. 38

கலிவிருத்தம்

குணங்குடி யானருள் கூடி னலத்தி
னிணங்கிய சிந்தைய ரேத மகற்றி
யணங்கறு பின்பி னமர்ந்துல கத்தோர்
வணங்கி வழுத்துறு மாண்பொடு வாழ்வார். 39

நிலைமண்டில வாசிரியப்பா

வார்தருங் கூந்தலார் வரிவிழிக் கணையு
மோர்தரு மதனவே ளெறிமலர்க் கணையு

மூறு செயப்பெறா தொளிர்திரு மேனியோய்
கூறுபல் புகழ்வளர் குணங்குடி யானே
இயலுறு மன்புகொண் டெய்தினோ ரியார்க்கும்
யாவரு மதிநிலை யருள்செய நின்று
மண்ணுல கந்தனில் வழங்குகின் றனைநீ
விண்ணுல கந்தனில் விளங்குபொன் னெனவே.

தோத்திரப்பா

குணங்குடி மஸ்தான் சாகிபு அவர்கள் மீது அவருடைய மாணாக்கராகிய சிவயோகி ஐயாசுவாமி முதலியாரவர்கள் பாடியது

எழுசீர்க் கழிநெடிலடி யாசிரியவிருத்தம்

தண்ணுத கத்தின் குணமழ லவிக்குந்
தன்மையா யிருந்துமோர் கடத்தி
னண்ணிய போதவ் வழலினாற் கொதித்து
நலிவுறு நியாயம்போ லுடலில்
புண்ணிய வான்மா பொருந்தியிந் தியத்தாற்
புன்மையாய் விளங்குவ தல்லா
லெண்ணிய பந்த மாதிய வுளவோ
வியம்பிடாய் குணங்குடி வாழ்வே. 1

மதிதன துருவிற் களங்கமில் லாமல்
வான்மிசை வயங்குறப் புவியின்
விதமுறு சாயை யாற்களங் குளதாய்
விளங்குறுந் தகைமைபோ லான்மா
சதிசெயு மனதால் விகற்பசங் கற்பத்
தன்மைகொண் டியங்குவ தல்லா
லிதமகி தத்துட் சார்வன வுளவோ
வியம்பிடாய் குணங்குடி வாழ்வே. 2

மன்னிய படிக நிட்களங் கமதாய்
வயங்கினுஞ் சகசமாய்த் தோன்றுந்
தன்னிழற் சாயை யாற்கறுப் புளதாய்த்
தயங்குறுந் தன்மைபோ லான்மா
துன்னுமா ணவத்தி னாலபி மானச்
சுழலினின் றியங்குவ தல்லா
லின்னல்செய் துவித பேதம துளவோ
வியம்பிடாய் குணங்குடி வாழ்வே. 3

மாசிலா தொளிரும் பெருவெளி யாய
வானிடை நீனிற மதுதா

னேசுறு மித்தியா ரோபமாய்த் தோன்றி
யிலகுறு முறைமைபோ லான்மா
வாசுறு மவித்தியா மலசகி தத்தா
லவத்தையிற் றியங்குவ தல்லா
லீசனாய்ச் சீவ னாயிரண் டுளவோ
வியம்பிடாய் குணங்குடி வாழ்வே. 4

வானிடை யொளியைப் பரப்புமோர் பரிதி
மன்னிய சலத்தினுட் டோன்றி
லானதி னுருவ மச்சல மசையி
னசைவுறுஞ் செய்கைபோ லான்மா
கானலை நிகர்த்த புனலிடை யந்தக்
கரணமோ டிலங்குவ தல்லா
லீனமாந் தனுவா தியபல வுளவோ
வியம்பிடாய் குணங்குடி வாழ்வே. 5

பகரரும் புனறன் னிறம்வெளுப் புடைய
பான்மையோ டிருக்கினும் பார்க்கிற்
சகசமாய்க் கரிய நிறமுற விளங்குந்
தன்மைபோ னித்திய வான்மா
தகையுறு மாயா மயக்கொடு தியங்கித்
தனைமறந் துறங்குவ தல்லா
லிகமுறு மமதை யகந்தைக ளுளவோ
வியம்பிடாய் குணங்குடி வாழ்வே. 6

அழிவுறும் பிருதி வேகமா யிருந்து
மசலமே முதலிய பலநல்
லெழிலுறு முருக்க டோன்றிநின் றிலங்கு
மியற்கைபோ னித்திய வான்மா
வொழியுறு நானா விதமுறு நாம
ரூபமோ டுறைகுவ தல்லா
லிழிவுறுஞ் சிருட்டி யாதிய வுளவோ
வியம்பிடாய் குணங்குடி வாழ்வே. 7

வெள்ளைவா கனத்தின் விளங்குவெண் மதிதன்
மேற்பரந் தோடுதண் முகிலென்
றுள்ளுறத் தெளியா தொளிர்மதி யோடு
தெனச்சொலு முவமைபோ லான்மா
கள்ளவஞ் ஞான மாதிய வவத்தை
களுக்குள்ளாய்க் கலங்குவ தல்லா
லெள்ளுறுங் கொடிய சஞ்சல முளவோ
வியம்பிடாய் குணங்குடி வாழ்வே 8

எங்கணு மாகா யம்புவிபு வாகி
யிருந்துமண் ணாதிய பலவின்
சங்கமாய் மறைபட் டதினதி னுருவாய்த்
தடித்தொளிர் தன்மைபோ லான்மா
பொங்கிய தாதான் மியத்திரை யதனுட்
பொருந்திநின் றிலங்குவ தல்லா
லிங்குள தங்கே யிலையென லாமோ
வியம்பிடாய் குணங்குடி வாழ்வே. 9

சுடரில கியசெந் தீப்புகை யின்றிச்
சொலும்பிர காசமோ டிருந்து
மடருறும் விறகாற் புகையுள தாகி
யவிர்தரும் பான்மைபோ லான்மா
மடமையஞ் ஞான விருத்திபே தத்தான்
மாசடைந் திலங்குவ தல்லா
லிடர்பகை யுறவா தியதுய ருளவோ
வியம்பிடாய் குணங்குடி வாழ்வே. 10

நிந்தைசெய் மாயை யெனுங்கரு வியினா
னிகழ்தரும் ப்ரபஞ்சதே காதி
நந்துறு நானா விதமுறு ரூப
நண்ணிய நாமமா திகளை
முந்துறக் கான னீரெனச் சிருட்டி
முதலிய தொழிற்பரப் பியது
னிந்திர சால மல்லவோ வுளவோ
வியம்பிடாய் குணங்குடி வாழ்வே. 11

என்னகத் திருக்கு மெனக்குணீ யுனக்கு
ளிருந்ததும் யானெனை மறந்தே
யென்னகத் திருக்கு மெனையன்றித் தேடி
யெங்கெங்கு மோடியா னிளைத்தே
னென்னகத் திருக்கு மெனையன்றி யாவு
மிலையிலை யிலையென வறிந்தே
னென்னகத் திருந்து மெனக்கொளித் ததுவென்
னியம்பிடாய் குணங்குடி வாழ்வே. 12

மாசிலா மணியே முனிவர்க ளிறையே
வள்ளலாய் வந்தகண் மணியே
தேசிக னாகத் திரண்டுரு வெடுத்த
சித்தனே யொளிர்சிந்தா மணியே

ஈசனே தேசோ மயந்தந்தாட் கொண்ட
வென்னுயிர்க் குயிரதாந் துணையே
போசனே வாழி குணங்குடி வாழும்
பூரண மௌனதே சிகனே. 13

இகபர மிரண்டி னுயிரினுக் குயிரா
யியங்கிய வாசியா மலரை
முகர்ந்தக மகிழ்ந்து நாதகீ தங்கள்
முழங்கிய பேரின்ப வீட்டிற்
சுகமுறச் சும்மா விக்கவா வெனவென்
றுயர்பவக் கடல்கடப் பித்தாய்
புகழ்பிர காசக் குணங்குடி வாழும்
பூரண மௌனதே சிகனே. 14

பெருகுமட் டாங்க யோகமெய்ஞ் ஞானப்
பேரின்பக் கடலமு தூட்டிக்
குருமணி யணிந்த மார்பினி லணைத்துக்
கொண்டுபின் முத்திதந் துவப்பாய்
மருவியென் றனக்கு ளிருந்தெனக் களித்த
வாசியாய் வந்திரு கலையின்
புரிமயச் சுடராங் குணங்குடி வாழும்
பூரண மௌனதே சிகனே. 15

மூலத்த ளெழுந்த நாடிமூன் றுடனே
முயங்கிய நாதவா யுவினுட்
சீலமா முக்கண் குவித்தகக் கண்ணைத்
திறந்தொளிர் வாசியை நோக்கி
மேலுமே னடனச் சிலம்பொலி காண
விளக்கியெற் கின்னமு தளித்தாய்
போலுறா தடருங் குணங்குடி வாழும்
பூரண மௌனதே சிகனே. 16

கதிரில கியதூண் டாமணி விளக்கின்
கதிர்தரு மண்டப மதனுட்
டுதியுற விருத்தி யின்னமு தளித்துத்
துன்னுமேழ் பவத்தொடர் பகற்றித்
ததும்புறா தென்னைத் தயவுதந் தாண்டாய்
சச்சிதா நந்ததற் பரமாம்
பொதுமையா மின்பக் குணங்குடி வாழும்
பூரண மௌனதே சிகனே. 17

குறிகுணா தீத வகண்டிதா காரங்
கொண்டுளங் கனிந்தமு தொழுகிச்
செறிமணி நாத விளக்கினால் விளக்குந்
திகழ்சுழி முனையெனு மனைநின்
னெறிநிலை நிறுத்தி யென்னையாட் கொண்டாய்
நித்தனே நின்மலா னந்தப்
பொறிபொறித் துயருங் குணங்குடி வாழும்
பூரண மௌனதே சிகனே. 18

நண்ணிய சுவாச மெனும்பொரு ளதனை
நாளுக்கு நாட்குறைந் திடவென்
றெண்ணியே கொள்ளைக் களவுசெய் கள்வ
ரென்னுநால் வரையுமே பிடித்துத்
திண்ணுறும் வாசி நூல்விலங் களித்துச்
சிக்கெனச் சிறையினி லடைத்தாய்
புண்ணிய னென்னுங் குணங்குடி வாழும்
பூரண மௌனதே சிகனே. 19

உடலுயிர்க் குயிரா யுறைந்ததே பொருளென்
றுரையுவ மையுமிலா திறையைத்
திடமுறக் கரத லாமல கம்போற்
றெளிவறத் தெளிந்தெனுட் காட்டிச்
சடமநித் தியம்பொய் பொய்யெனத் தேறுந்
தரமளித் தாயிரு வினையைப்
பொடிப்பொடி யாக்குங் குணங்குடி வாழும்
பூரண மௌனதே சிகனே. 20

சுத்தவட் டாங்க யோகமே காட்டிச்
சுடரினைத் துலங்கிடக் கூட்டிச்
சித்தசாஞ் சல்ய மின்றியுண் ணாட்டித்
திகழ்தரத் தெளித்தரு ளூட்டி
வத்துதா னென்னு நிலையினிற் பூட்டி
வருமம தைகளற வோட்டும்
புத்திதந் தாண்டாய் குணங்குடி வாழும்
பூரண மௌனதே சிகனே. 21

எந்தனா லறியப் படும்பொரு ளியாவு
மெனக்கநித் தியமென விசைத்து
மந்திர வைம்பத் தோரெழுத் ததனின்
மருவியா னினைவையு மறக்கத்
தந்திர மாக வோர்மொழி மொழிந்தாய்
தற்பரா நந்தமெய் யோகம்
புந்தியி னொளிருங் குணங்குடி வாழும்
பூரண மௌனதே சிகனே. 22

பிறிவிலா முகந்தர்ப் பணத்திரு மையினைப்
பெற்றுமோர் முகமெனு மதுபோற்
குறியிலாப் பரமே சீவனாய் விளங்கு
கொள்கையீ திரண்டல வெனவென்
னறிவினை விளக்கி யகண்டமாய் விளங்கு
மந்நெறி நெறியென நிறுத்தாய்
பொறுமைசே ரின்பக் குணங்குடி வாழும்
பூரண மௌனதே சிகனே. 23

சணங்குடி நேய தந்தைதன் தாயார்
தன்மக்க ளொடுமனை வியினாற்
பணங்கொடு தேடும் பவக்கட னீந்திப்
பரவெளி யெனுமுப்பாழ் கடந்து
பிணங்கிடா திணங்கும் பின்னொடு முன்னிற்
பேரின்ப வீட்டினைக் காட்டுங்
குணங்குடி வாழு மௌனதே சிகவெங்
குருபதஞ் சிரத்தின்மேற் கொள்வாம். 24

கீர்த்தனம்

இராகம் - சௌராஷ்டிரம் - ஆதிதாளம்

பல்லவி

அவனன்றி யோரணுவு மசையாதென்ப
தறியாயோ நெஞ்சமே

அநுபல்லவி

தவனின் றொளிருமறந்	தங்கி வளருமோன
தற்பர நித்யசிற்	போதன்-மகி
ழற்புத மானவி	நோதன்-என்று
செப்புங்குணங்குடி	நாதன் (அவ)

சரணங்கள்

1 ஈயெறும் பாதி தொடாம லெந்நேரமு	
மேதுக்கிவ் வாக்கையை	நாடி-யதில்
நேயம தாகவே நீயபி மானித்து	
நின்றனை யேநிதந்	தேடி - சுடுந்
தீயஞ்சும் வெஞ்சொல் லெனும்பொய் யுரைத்துத்	
தியக்குறும் புன்னிதிக்	கோடி-சற்றுந்

தூயதொன் றின்றிப் புவிமிசை நின்றுமூ
வாசையிற் றோய்ந்துமெய் வாடி-யுழல்
மாயமொழிந்திடக் கூடி-யரு
ளீயுங் குணங்குடி நாதன் (அவ)

2 நன்மைவந் துற்றாலுந் தின்மைவந் துற்றாலு
நானென்று நின்றுகொள் ளாமல்-நாளும்
புன்மை நிறைந்திடும் வாரியில் மூழ்கிப்
புதைந்தனை யேனோதள் ளாமல்-புகல்
இம்மை மறுமை யிரண்டற வொன்றுள
தென்றதை யின்றேவிள் ளாமல்-இகழ்
மன்னுந் தொழிற்செய நேர்ந்தனையோ கெடு
வாழ்விதென் றெண்ணியெள் ளாமல்-நின்ற
தன்னைக் கடிந்துகிள் ளாமல்-நின்ற
தென்னோ குணங்குடி நாதன் (அவ)

3 பொறியும் புலனைந்து பூதமும் பேதமும்
புகல்கர ணங்கடந் தோனே-மலஞ்
சறியுஞ் சஞ்சல மென்னும் பொருளும் வினையிரண்டுஞ்
செய்யுந் தொழிலுமிடந் தோனே-நல்ல
நெறியும் பலசமயக் குறியு நாதாந்தத்துண்
ணினையு நனவும்படர்ந் தோனே-யோகத்
தறியுங் குறியுந்துண் ணிறையும் பரவெளியென்
றடருங் கடலில்நடந் தோனே-விட்டுப்
பிரியாதவருள் தொடர்ந் தோனே-எனக்
கறிவாங் குணங்குடி நாதன் (அவ)

தோத்திரப்பா

மஸ்தான்சாகிபு அவர்கள் மீது
வேங்கடராயப்பிள்ளைக் கவிராயரவர்கள் பாடியது

அறுசீர்க் கழிநெடிலடி யாசிரிய விருத்தம்

எல்லா மறிந்து மனமிலையோ
விரக்க மிலையோ வுன்னெஞ்சங்
கல்லா வுரைக்க வாயிலையோ
காண வருத்தங் கண்ணிலையோ
பொல்லா ரெனினு மடிமையென்று
புகுந்த வடியார் தமைக்காக்க
வல்லா யலவோ குணங்குடியாய்
வாழு மமுதே மகதேவே. 1

மாவே தனையி லடியார்கள்
வருந்தப் பார்த்து மனமிரங்காக்
கோவே நினக்கு மெவர்கள்குணங்
குடியா னெனவும் பெயர்கொடுத்தார்
பூவே மணமே யுன்னாமம்
பொருந்தும் வகைநீ புரியாயே
னீவே றெனவு முலகமெலா
நிந்தை கூறு மிதுநிசமே. 2

வேத னிலையோ அரியிலையோ
வேணி யரனு மிலையோவோர்
நாத னிலையோ பலகோடி
நாமம் படைத்த தேவர்களும்
போத விலையோ முறையிடிற்கேட்
போரு மிலையோ பொருளிலையோ
நீத மிலையோ குணங் குடியாய்
நீயு மிலையோ புகலாயோ. 3

தருண மறிந்துங் காவாய்நீ
தரணி மிசைநின் னடியார்க்குக்
கருணை புரியுங் குணங்குடியாங்
கடவு ளென்ப தழகேயோ
பெருகு மிலவு காத்தகிளி
பெறும்பே றலதென் பயன்கொளுவா
ரருமை யொடுநின் பதம்பரவி
யழுது கனியுந் தொண்டர்களே. 4

ஏச மனமும் வரவிலையே
யீயார் புகழ்பே சாதுன்புகழ்
பேச மனமும் வரவிலையே
பெருகு பசிக்கு மோய்விலையே
வாச மிலகு குணங்குடியாய்
வருத்து மிவையெல் லாமறக்கப்
பாச நமனும் வரவிலையே
பாவி யடியேன் படுவதென்னே. 5

கல்லா ருறவும் பெரும்பசியுங்
கழிந்து போகும் வகையுரைத்து
நல்லா ருறவு நின்பதமு
நாயே னடையும் படிபுரிவா

யெல்லா ராலு மறியவொண்ணா
விறைவா விந்த வேழையொடு
மல்லா டுவதென் குணங்குடியாய்
வாழு மமுதே மகதேவே. 6

அடியே னிந்நா ளுரைத்தவண்ண
மாக விதையு மெண்ணியிருந்
திடிலார் கதிசொல் குணங்குடியா
யெல்லாங் கடவு ளறியாதோ
கொடியா ரிடத்திற் சென்றுமனங்
கூசிக் கைகா லலைந்தலைந்து
மடியாப் பிணம்போன் மடிவதற்கோ
வகுத்தா னெனைநான் முகத்தோனே. 7

செய்யும் வகையுந் தெரியவிலை
தேவர் மனமுந் தெரியவிலை
வையு மடையர் தமையடுத்து
வாழ்த்தித் துதித்துப் பற்காட்டிக்
கையு மேற்க மனமுமிலை
கருத்து நிலையா நிற்கவிலை
பெய்யுங் கருணைக் குணங்குடியாய்
பேதை யேற்கோர் வழியருளே. 8

சொந்த மிலையோ பன்னாளுந்
தொழுத திலையோ அடிமையெனும்
பந்த மிலையோ பிள்ளைகளைப்
படைத்த திலையோ வருந்துமவர்
சிந்தை யறியுஞ் செயலிலையோ
தேவர் வாழுங் குணங்குடியாய்
முந்த வினைக ளைத்தடுக்க
முதல்வா வேண்டுந் தருணமிதே. 9

பெரியோ ரெவரும் புகழ்ந்தேத்தும்
பெரிய வுனையிப் பேதையனாந்
தெரியா வறிஞ னேதேதோ
திகைத்துக் கவியாற் சொன்னவெலாஞ்
சரியா யுரைக்குந் துதியெனவே
தங்கு முனது மனங்கொண்டு
பரிவா யருளக் குணஙகுடியாய்
பல்கா லுன்னைப் பணிவேனே. 10

நீயே யீன்ற தாய்தந்தை
நீயே குருவி னொடுதெய்வம்
நீயே யடியார்க் குதவுபொருள்
நீயே சமய மறியும்வஸ்து
நீயே ஞான நெறிவிளக்கம்
நீயே விளங்கும் குணக்குன்றம்
நீயே யெங்குங் குணங்குடியாய்
நிறைந்திவ் வடியைக் காப்பதுவே. 11

பஞ்சரத்னம்

குணங்குடி மஸ்தான் சாகிபு அவர்கள் மீது கோவளம் அருணாசல முதலியாரவர்கள் குமாரர் சபாபதி முதலியார் பாடியது

அறுசீர்க் கழிநெடிலடி யாசிரிய விருத்தம்

ஏர்பூத்த நயமுகமு மருள்பூத்த விருவிழியு
மெழிற்செவ் வாயும்
தார்பூத்த மணிமார்பு மடியாரைப் பரிந்தணைத்துத்
தாங்குங் கையும்
நீர்பூத்த மலர்த்தாளுங் கண்டெளியேன் தொழுவதென்றோ
நிகழ்த்தல் வேண்டுஞ்
சீர்பூத்த சென்னையில்வாழ் குணங்குடியே மெய்ஞ்ஞான
தேவ தேவே. 1

வையமதி லெனக்கெனவந் திடும்பாழாங் கொடியவிருள்
மாயை நீங்கத்
துய்யநின் தருள்நோக்கே விளக்கெனவந் தடுத்தினியுன்
துணைத்தாள் நல்காய்
மெய்யடியா ருளத்தின்முளைத் திடுகரும்பே மதுரமெல்லாம்
விளைந்த தேனே
செய்யமணிச் செழுஞ்சுடரே குணங்குடியே மெய்ஞ்ஞான
தேவ தேவே. 2

பாவநெறிக் குடன்படுத்து மடமாதர் மயக்கில்விழும்
பதக னேனை
வாவெனநின் திருநோக்கா லழைத்திடுத லெந்நாளே
வமுத்தல் வேண்டும்
ஆவலுறும் பழவடியா ருன்னுகின்ற பொருளனைத்து
மளிக்க நாளுந்

தேவதரு வாய்விளங்குங் குணங்குடியே மெய்ஞ்ஞான
தேவ தேவே. 3

பருதிதேர்ப் பாகனைவந் திருளணுகு மோநினது
பதுமத் தாளைக்
கருதுமடி யவர்கள்குழாத் திருக்குமெனை யஞ்ஞானங்
கலப்ப துண்டோ
சுருதிகளு முணர்வரிய பரம்பொருளே யேழுவகைத்
தோற்றத் திற்குந்
திருதியாய் நின்றளிக்குங் குணங்குடியே மெய்ஞ்ஞான
தேவ தேவே. 4

தொல்வினையாந் திரையெறியும் பவக்கடலிற் சுழலுகின்ற
துரும்ப னேற்குக்
கல்வியினைத் தந்தரிய ஞானவழி காட்டலுன்றன்
கடமை யையா
பல்வளஞ்சேர் சென்னைநக ருறைவாழ்வே பேரின்பப்
பரமா நந்தச்
செல்வமே தவப்பேறே குணங்குடியே மெய்ஞ்ஞான
தேவ தேவே. 5

ஒருபாவொருபஃது

மஸ்தான் சாகிபு அவர்கள்மீது
காயற்பட்டணம் செய்கு அப்துல் காதிர் நயினார் லெப்பை
ஆலிம்புலவர் பாடியது

பதினான்குசீருக் கழிநெடிலடி யாசிரிய விருத்தம்

அருவுருவ முருவுருவ மிருவுருவ முடனமையு
மடலுலவை யெரிய ழலுமேல்
அறைபுனலும் விரிமணலு மறைவெளியு மெனவிவைகள்
அணுவினணு வினும ளவிலா
மருவுருவ மலைகடலு மெறுழ்புடவி படர்ககனு
மதியினொடு கதிர்ப ரிதியும்
மணியினதி யுலகுமெரி நரகுமவண் முயலமரர்
வகையுமிவை நனிபல னுறூஉம்
ஒருவுருவ மனுவுமெதிர் பகையுருவ கணமுமமை
ஒருவனருள் பெருகு நபிகள்
உரையொழுகி வருமுதிய வறிஞரினு முயர்பதவி
யொலிகளென நிலைமை புரிவீர்

வெருவுருவ முளமுடைய நுமதடியர் துயரகல
விழிகருணை யானோக் கியே
வேதா குணங்குடியி னாதா வருந்தவ
வினோதா புரந்த ருள்கவே. 1

காணாத நீர்கான லானாகு மாறாய
காலோக மாமா யையும்
காயாது பூவாது தானேக மாயோடு
காலேற வாவா னதும்
நாணாது கோணாது நானேய லாதேதெ
னாவாணு வாகா ரமும்
நாடாத பாலோடி யூடாடு தீவேக
நாயோடு பேயா னதும்
தோணாது பாழாக மேலேகு மான்மாசொ
ரூபாகி சாலோ கமெய்
சூழாத சாமீப சாரூப மாய்வாழி
தூய்தான மேல்வாழ் குவீர்
வீணான வீணாள ராகாம னேராக
விழிகருணை யானோக் கியே
வேதா குணங்குடியி னாதா வருந்தவ
வினோதா புரந்த ருள்கவே. 2

துதிமொழிக ளோயாது மனவுறுதி சாயாது
தொழுகைநிலை மாயா துசீர்
தொடர்நியம மாடாது விரதமுறை கோடாது
சுருதிநயம் வாடா துமேல்
குதிகொள்வினை காணாது கசடுபல பூணாது
கொடுமைவலி வேணா துவீண்
குலவுநடை பாவாது பலபொருளின் மேவாது
கொலைகளவு தாவா துநேர்
அதிககுண மாயோக தவமுயலு மேலோர்க
ளருமையொடு மாறா துநும்
அடியிணைக ளேசூடி யினியபல பேறான
தணிபவர்க ளேகோ டியே
விதிமறையி னாலாளு மொருவனரு டானான
விழிகருணை யானோக் கியே
வேதா குணங்குடியி னாதா வருந்தவ
வினோதா புரந்த ருள்கவே. 3

மனுநீதி யுணராத பெருமூடர் முதியோர்கள்
மரியாதை தெரியா தவர்
மதிவேறு மொழிவேறு பொருள்வேறு படுவார்கள்
மலிகோர நிறைநா வினர்
சினமூறு மனமாய மறியார்கள் குறியாத
சிறியோர்கள் வெறியாள் பவர்
திருமாது பகையாளர் மலர்மாது வசையாளர்
திறமாது மறமாள் பவர்
துனிசேரு நடையாளர் பெரியோர்க ளடையாளர்
துயர்வாழு மிடையா ளர்கள்
தொழுதாலு மகலாத கெடுபாவ முடையார்கள்
சுகமேது பெறுவார் களோ
வினவாத வினையாவு மொருபோது மணுகாமல்
விழிகருணை யானோக் கியே
வேதா குணங்குடியி னாதா வருந்தவ
வினோதா புரந்த ருள்கவே. 4

பேராத வன்புடைய தாய்தந்தை தந்துணைவர்
பேராசை தந்த மனையார்
பேறான மைந்தர்புடை சூழ்சால் பெருங்கிளைஞர்
பேரா நிறைந்த வுறவார்
ஆரா ரிருந்திடினு மாராரு வந்திடினும்
ஆதார மொன்று மிலையால்
ஆகாத வன்செயலினாலே யெதிர்ந்தவினை
யாடாத கன்றொ ழியமேற்
சாராது வெம்பவ மெலாமோட வெங்கணிலை
தாழாதி கம்ப ரமுநீர்
தாமாக நின்றருளி னாள்வீருக ளென்றுமது
சார்பா யடைந்த வெளியேம்
வேராதி கொண்டமண மார்பா விரிந்தமலர்
விழிகருணை யானோக் கியே
வேதா குணங்குடியி னாதா வருந்தவ
வினோதா புரந்த ருள்கவே. 5

சுற்றிப் பிடித்தகொடி யொத்துப் பெருத்தபல
சுற்றத்தார் மற்று ளர்களும்
துக்கச் சகித்துடை யுடுக்கத் தரிக்கநகை
சுட்டுத் தடுத்தி டுதலால்
பற்றித் தொடத்தொடுமு னெய்த்துப் பசப்புமெழில்
பச்சைக் கிளிக்கு தலையார்
பட்சத் திடத்துயிர்த் திகைப்பச் செறுத்தறிவு
பட்டுப் புறப்ப டுதலால்

எற்றித் தவத்தினைமு றித்துக் கருத்தினை
யெடுத்துக் குலப்ப கையைமேல்
எட்டிப் பிடிக்கமதி யற்றுப் பவத்தொழி
லிழைத்துப் பிழைத்து ழல்வரே
வெற்றிக் குணக்குரிசி லெத்திக்க மெய்ப்பநிறை
விழிகருணை யானோக் கியே
வேதா குணங்குடியி னாதா வருந்தவ
வினோதா புரந்த ருள்கவே. 6

முன்பொன்றி நின்றுறுதி யின்சிந்தை விந்தையின்
மொழிந்தண்டு கின்ற முதியோர்
முங்கும் பெருந்துறையி ருந்தங கெழும்புகழ்
முகந்திங் கிதம்பொ ழியவே
அன்பொன்று கின்றபல னன்றன் றுவந்துமகிழ்
வங்கம் பெருந்த கையுளார்
அந்தந்த மன்பதைக ளும்பந்த முங்குளிர்
அகங்கொண்டு வந்து தொழவே
என்பொன்று மின்பநிலை கண்கண் டிழிந்தகுண
மெங்குங் கடிந்த ரசர்கள்
எம்பந்த மெம்பொருள்கள் நுந்தஞ்ச மென்றடியி
னென்றுஞ் சரண்பு குதவே
மின்பொன் றுலங்குகுண நன்கின் றருங்குரிசில்
விழிகருணை யானோக் கியே
வேதா குணங்குடியி னாதா வருந்தவ
வினோதா புரந்த ருள்கவே. 7

பாற்றேட்டைத் தேத்திரளை மாச்சோற்றைத் தீங்கனிகள்
பாற்சோற்றைத் தேட்ட மதுபோல்
பார்த்தூட்டற் கேய்ப்பவறி வாற்றேக்கித் தேற்றநெறி
பாற்சேர்த்துக் காத்திடு தலால்
காற்றோட்டக் கேத்திரமெய் மேற்போக்குக் கீழ்க்கழிவு
காற்பாச்சற் பூட்டி நடுவிற்
காப்பாக்கக் கோட்டைவெளி கூத்தாட்டுக் கோட்பைநனி
காப்பாற்றிக் காட்டு தலினால்
தோற்றாட்சிக் காக்கியது பார்ப்போர்க்குப் பார்க்கரிய
தோப்பாய்க்கத் தாத்த கையதாய்த்
தூர்த்தாக்கிற் பூந்தநனி காய்த்தாக்கத் தாற்குலவு
சூழ்ப்பேட்டைப் போக்கி டுதலால்
வேற்றாட்டத் தோற்றரவு சீத்தோட்டிப் போற்றிசெய
விழிகருணை யானோக் கியே

வேதா குணங்குடியி னாதா வருந்தவ
விேனாதா புரந்தருள் கவே. 8

வையமொரு கையினுற மெய்யியல்கள் பொய்யினுற
மையல்வலை பெய்யு மடவார்
வள்ளியிடை விள்ளுமுரை வெள்ளைவிழி துள்ளவரு
வள்ளமுறு கள்ளை விடலால்
பையமதி தொய்யவறி வுய்யவுணர் வையவெறி
பையிலிடு கைய தனினால்
பள்ளமிகு வெள்ளமிசை தள்ளவிழு முள்ளழிகொள்
பள்ளையர் தமுள்ள நிலையாத்
துய்யமகள் செய்யமகள் மெய்யின்மகள் கையின்மகள்
தொய்யிலணி வைய மகளும்
துள்ளிமல ரள்ளியெதிர் கொள்ளுமது பள்ளியிடை
துள்ளலிசை தெள்ளி யுறலால்
வெய்யவினை நையவருள் செய்யுமென தையநிறை
விழிகருணை யானோக் கியே
வேதா குணங்குடியி னாதா வருந்தவ
விேனாதா புரந்த ருள்கவே. 9

கண்ணுமதி யுண்ணினைவி னண்ணுமன வெண்ணமது
கண்ணுடுயி லொண்ணு பொழுதம்
கன்னல்மொழி யன்னநடை மின்னினிடை பொன்னனையர்
கன்னிநல மன்னு பொழுதும்
ஒண்ணிதிக ளுண்ணுதொழில் பண்ணுபொழு தன்னமுத
லுண்ணலொடு தின்னு பொழுதும்
உம்மையல திம்மையுள தெம்முவையும் வெம்மையற
வும்மருவல் பம்மு பொழுதும்
தன்மையொடு மென்மையொடு பெண்மையொடு முண்மையழி
தன்மையொடு திண்மை கொளலால்
தன்மகிமை யின்மைபெற வன்மையற நின்மையொடு
தன்மைபுரி சொன்மை யருள்வீர்
விண்ணுலகு மண்ணுலகு மெண்ணவரு மண்ணல்நிறை
விழிகருணை யானோக் கியே
வேதா குணங்குடியி னாதா வருந்தவ
விேனாதா புரந்த ருள்கவே. 10

வண்டனைச் சண்டகை கொடியனைக் கடியனை
வாதாடு மொழிகே டனை
வஞ்சனைப் புஞ்சனைக் கோபியைப் பாபியை
மாபாத கத்தொ ழிலனை

மிண்டனைக் கண்டனைக் கதியனைக் கொதியனை
வீணான வீணா ளனை
வெஞ்சனைக் கொஞ்சனைக் கொலையனைப் புலையனை
வேகா வருங்கண் ணனை
அண்டனைக் கண்டனைத் தண்டனைத் தொண்டனை
யாகாத புன்செ யலனை
ஆதியி னிடத்திரந் தன்பினொடு மென்பிழை
யகன்றொழிய வருள்பு ரிகுவீர்
விண்டலமு மண்டலமு மெண்டிசையு மண்டுபுகழ்
விழிகருணை யானோக் கியே
வேதா குணங்குடியி னாதா வருந்தவ
வினோதா புரந்த ருள்கவே. 11

இதுவும் அப்புலவர் பாடிய

தோத்திரப்பா

ஆதியொரு வன்கருணை யக்கட லிடைப்படிந்
தாவியுட லின்செ யலெலா
மமையுமறை போனிறீஇ யெழுவகைத் தோற்றத்தி
னாடுமெழு பண்பி னியல்பே
நீதியொடு மொருமைப்ப டக்கண்டு முருவங்க
ணிலைபேறு தலைமா றிடா
நீடொளிவி னுதயநில னென்றுகொண் டும்பொருளை
நிச்சயித் தொன்று படவே
சோதியுள நினைவினா லைம்பூத வியல்பையுஞ்
சோரவிட் டும்பெறு குணந்
தோன்றலான் முழுமையு மாய்ந்துசுய வஸ்துவாய்த்
தூய்மைபெற நின்ற வொலியே
போதிய குணங்குடிக் குரிமைபூண் டுயர்சென்னை
புரமீ தமர்ந்து கொண்டீர்
போற்றுமெளி யோர்க்குதவி யாற்றமிறை யோன்றன்மை
புகழுமஸ் தான்சா கிபே. 1

குவியுமுய ரறிவினாற் பலவாக நினைவினைக்
கும்பித்து வாயு வுடனே
குறிபெற நிறுத்தியுள் ளெழுநாத விசையினிற்
கூர்ந்துடலி னியல்பொ ழித்துச்
செவியொலி யொதுக்கிவிழி தெரியா தடக்கிவரு
தேகபரி சந்த கைத்துத்
தேற்றாது வாசனைக ளோர்சுவையு மேற்றாது
சிந்தையா நந்த முறவே
கவனிரவு பகலற்று நிற்குநிலை நின்றுயிர்
கலந்திடத் தபசு செய்தீர்

காளையம் பருவத்தி னுலகந் துறந்தவெகு
காரணம் விளைத்த வொலியே
புவிபுகழு நற்குணங் குடிகொண்ட பின்சென்னை
புரமீ தமர்ந்து கொண்டீர்
போற்றுமெளி யோர்க்கதவி யாற்றமிறை யோன்றன்மை
புகழுமஸ் தான்சா கிபே. 2

கருதரிய வஸ்துவாய் நின்றவொரு வன்கருணை
கனிதர வெழுந்த கடலிற்
கதிர்பல விரித்தமுத் தாகிவரு நபிநாதர்
கதிபெற வளித்த நெறியிற்
பெரிதுதவு முறையெலாங் கண்டுகண் டுலகநனி
பிரசித்தி நிற்க வகையாய்ப்
பிரிவிலா தறிவொடு புகட்டுவித் திருமையது
பேற்றினை யெடுத்த ருள்செயு
மரியமன நிறையன்பு மாதரவு மோர்மையுமெய்
யணியுமுறு தித்த குதியு
மவரவர்க டஞ்சிந்தை தன்னிலே தோற்றவெளி
யாகுநடை கொண்ட முகிலே
பொருவரிய நற்குணங் குடிகொண் டருஞ்சென்னை
புரமீ தமர்ந்து கொண்டீர்
போற்றுமெளி யோர்க்குதவி யாற்றுமிறை யோன்றன்மை
புகழுமஸ் தான்சா கிபே. 3

வன்மைதரு மொழிவிட்டு மனவாஞ்சை மதிவிட்டும்
வார்மையொடு சீர்மை விட்டு
மருவுசுவை யினைவிட்டு நல்லுடைக டொடர்விட்டு
மணமோங்கு பொருள்கள் விட்டும்
பன்மைதரு தொழில்விட்டு நன்மைகொளு முறைவிட்டும்
படருரிமை பாசம் விட்டும்
பற்றுடைய வினைவிட்டும் வித்தைகொளு முறைவிட்டும்
பண்ணிசையி னினைவும் விட்டு
மின்மையடு குணம்விட்டு மன்னெறிகண் மதம்விட்டு
மிருதைதரு வகைகள் விட்டு
மேற்குமுட லினைவிட்டு நோக்குவன பலவிட்டு
மேகநிலை விட்டி டாமற்
புன்மையடர் நற்குணங் குடிவிட்டி டாச்சென்னை
புரமீ தமர்ந்து கொண்டீர்
போற்றுமெளி யோர்க்குதவி யாற்றுமிறை யோன்றன்மை
புகழுமஸ் தான்சா கிபே. 4

எங்கினு மிருந்துவரு வார்மனமு மேத்துத
லெடுத்துவரு வார்க டொழிலு
மிகலுள மதித்துவரு வார்குணமு நன்மையி
னியைந்துவரு வார்க ணெறியு
மங்கமணி கோலமிக வேய்ந்துவரு வார்நிலையு
மண்டிவரு வார்க ணடையு
மறிவின்முறை கொண்டுவரு வார்திறமு மற்றுலக
மகலவரு வார்கள் விதமு
மிங்கித முடன்றெரிந் தந்தந்த நிலைகளுக்
கிசைகின்ற துறைக ணோக்கி
யின்பத்தி னார்வமொடு கண்டித்து மேலேறி
யியல்போடு நிற்கு மறிவே
புங்கநிலை பொங்குநற் குடிகுணங் கொடுசென்னை
புரமீ தமர்ந்து கொண்டீர்
போற்றுமெளி யோர்க்குதவி யாற்றுமிறை யோன்றன்மை
புகழுமஸ் தான்சா கிபே. 5

சொல்லினா லறிவுமது பொருளினா னயமுமதி
தொடர்பினா லுயர்ஞா னமுந்
துதியினா லொருமையெழு நினைவினா லிறுதியுந்
துறவினா னனிவாழ்க் கையு
மல்லினாற் றனிமையும் பகலினாற் கவலலும்
மருளினா லிகப ரமுமே
யன்பினாற் பேறுமடு துன்பினாற் சுகமுமற்
றாவியால் யோக நிலையு
மல்லலினாற் கொண்டோங்கு மாதவர்க் கொருமா
மணிச்சுட ரெனத் திகழவே
மகிமையொடு செய்தவப் புஞ்சமே யஞ்சுமன
மருளற்ற தெளிவ ருளுவீர்
புல்லினாற் பெருகுசுக நற்குணங் குடிசென்னை
புரமீ தமர்ந்து கொண்டீர்
போற்றுமெளி யோர்க்குதவி யாற்றுமிசை யோன்றன்மை
புகழுமஸ் தான்சா கிபே. 6

கோவைதரு சொற்றொடரி னாற்கவிதை யுஞ்சீர்மை
கொண்டிடுமு னாஜாத் துநாட்
கொளுவார மோதிடுது வாவுமிறை யோனருள்
குலாவுதிக் றும்ப லபலத்
தேவுக ளொடுங்கிவந் தடிதொழச் செயுமறைத்
திருவாக்கி யத்தி சுமுமே

சேருமடி யார்க்காக வற்பினாற் செய்துமித்
தேசத்த ருந்த மிழினாற்
பாவகை யனந்தமு மியற்றிவளர் நல்வழி
பயிற்றிமுறையாலுல கெலாம்
படர்கீர்த்தி யறிவினொடு துறவுமா யொன்றுபோற்
பரிவுற் றெழுந்த வொலியே
பூவுலகி லுயர்குணங் குடிபெற்ற பின்சென்னை
புரமீ தமர்ந்து கொண்டீர்
போற்றுமெளி யோர்க்குதவி யாற்றமிறை யோன்றன்மை
புகழுமஸ் தான்சா கிபே. 7

எந்தெந்த திசைதோறு முறுஞான யோகிக
ளியைந்தபடி பணிந்து நெறியி
னியல்நடை யொழுகுமதன் வகையுமிக விவரமா
யெப்போது முற்ற றிந்து
சந்தந்த ருஞ்சிந்தை யானந்த வாரியிற்
றாழ்ந்துவந் தினிது போற்றுந்
தக்கவர் செறிந்தவனு மந்தக்கு டிக்குள்வளர்
தருசெய்கு சாகிப் பேரா
வந்தந்த சமயமுமற் றினுமுள்ள சூட்சிக
ளனைத்துமொரு மதிம திக்க
வறிவா ளொதுக்கிவிட் டொருசார மும்பற்றி
யடராது கண்டித்து மேற்
பொந்தென்று நற்குணங் குடிகொண்ட பின்சென்னை
புரமீ தமர்ந்து கொண்டீர்
போற்றுமெளி யோர்க்குதவி யாற்றுமுறை யோன்றன்மை
புகழுமஸ் தான்சா கிபே. 8

மகிழோங்க வுள்ளமறி வுகளோங்க நன்னிலையின்
வழியோங்க மொழியு மோங்க
மறையோங்க வுண்மையது துறையோங்க மாதவமெய்
வகையோங்க மிகையு மோங்க
இதழோங்கு தீவினையி னிகழோங்கு முலகநடை
யெதிரோங்கி டாம லுடலி
னியல்போங்கு மைம்பொறிக ளயர்போங்க விட்டுறுதி
யிகமோங்க மகமோங் குவீர்
அகமோங்கு பாவிமன முகிழோங்கு பன்னினைவி
னடலோங்க விடமா றினின்
றகமோங்க வெந்துயரி னகையோங்கி டக்குழறி
யழுதேங்கன் முறையா குமோ

புகழோங்கு நற்குணங் குடியோங்க வுஞ்சென்னை
புரமீ தமர்ந்து கொண்டீர்
போற்றுமெளி யோர்க்குதவி யாற்றுமிசை யோன்றன்மை
புகழுமஸ் தான்சா கிபே. 9

நலனார்ந்த முகிலினிறை கடலினுங் காட்டினுயிர்
நனிதுன்று கிரிக டமினும்
நாள்செய்கதிர் மதியினுந் தாரகை கணத்தினும்
நகுமணிகொள் பொற்ப தியினும்
வலனார்ந்த மற்றுள்ள செல்வத்தி னும்பேற்றின்
வகையினும் பலபே தமாய்
வழிகின்ற வோரொளியை வெளிகின்ற வறிவது
வரம்பினாற் றடைப டுத்திப்
பலனார்ந்த செய்குசுல்த் தானப்துல் காதிர்லெப்
பையாலீ மென்ற புகழைப்
பல்லோர்க ளும்பித்தன் மஸ்தா னெனப்புவி
பயிற்சிகொளு மாநா தரே
புலனார்ந்த நற்குணங் குடிகொண் டருஞ்சென்னை
புரமீ தமர்ந்து கொண்டீர்
போற்றுமெளி யோர்க்குதவி யாற்றுமிசை யோன்றன்மை
புகழுமஸ் தான்சா கிபே. 10

அப்புலவரே பாடிய

வாயுறை வாழ்த்து

நேரிசை யாசிரியப்பா

கார்நனி விசும்புங் கதிரு மதியு
நீர்நனி கடலு நிலனு மலையு
மைம்பெரும் பூதமு மவற்றா னோங்குந்
தம்பெருங் குணமுந் தழூஉஞ்சர மசரமுஞ்
சென்ற வாணையிற் சிதையா நிலையிலு
நின்ற முறையே நிகழ்தலி னாலு
மேறுமா றாகா வேறுவே றாக
மாறுகூ றாகா மன்னுரை யாலுஞ்
சாதியுந் தொழிலுந் தக்கன பண்பும்
பேதியா தியங்கும் பெறுமுறை யாலுங்
கோன்மையிற் பாகங் கொள்ளுங் கூட்டின்
பான்மையொன் றில்லா வல்லபத் தாலே
யொன்றே யனைத்தையு முடையவுண் மைப்பொரு
ளென்றே மறைவிலா தியங்கு கின்றதை

விடுபடு திரைகளால் விளங்கா தாய்ந்துங்
கதிபடு மனத்தாற் கலங்கு மக்கா
ணோர்வழி முயல்வா னிலைத்த சிந்தையி
னோர்வழி முயல்வா னுணரு மக்காள்
பதையா திருக்கும் பண்புடைச் சான்றீ
ரிதையா சனஞ்சீத் திலங்கிய சான்றீர்
நற்கருத் துடையீர் நனியறி வுடையீ
ரெற்கருத் தியம்புவ னினிதிற் கேண்மின்
பதியிற் சிறந்த பதியா மதுரைப்
பதியிற் பிரபல மநேகம் படைத்தவ
ரருங்கலைக் கடலை யகமெனுங் கலத்தா
லொருங்களந் தறியா வுயர்கரை கண்டவ
ராலயக் கபாடத் தலைதா டிறக்க
மேலவர் துதிதரப் பாடிய வென்றிய
ரலைவா யுளமருண் டரித்த வரியினை
யுலைவாய்ப் பெய்யா தொருபுறம் பெய்யுந்
தங்கையைக் கண்டு தகாதென யாழொடு
சங்கித முயற்சியைத் தகர்த்துவிட் டெறிந்தவ
ருயர்நபி நயினா ரோதிய வொசிய்யத்
தியறர வெவர்க்கு மியற்றமிழ் செய்தவர்
நுவலரு மின்னா நூறுத் தீனென்
றெவரு மேத்து மிருந்தவ மேலவர்
பயனார் மரபிற் பலன்கொள வந்த
நயினார் முகமது சாகிபு நாத
ரருளிய சுல்த்தான் அகுமது சாகிபு
தருசேய் செய்கு மீறான் சாகிபு
செய்யுந் தவமு நேர்மையுந் திரண்டு
வையம் விளங்க வருமொரு மாதவ
ரில்லறந் துறவற மிருகை யொழுங்கு
நல்லற மாக நடக்கு நடக்கையர்
மலையும் வனமு மறைபடு தலமும்
நிலையு முணர்வா னிட்டை யோகம்
வணக்கங் காட்சி வகைபல கொண்டு
முணக்கு முடலோ டொருமுகந் தொடர்ந்து
மிருபத் தைந்தாண் டிதுசஞ் சாரந்
தருபத் தியினாற் தந்நிலை விளங்குங்
காரண வொலியாய்க் கமல கொண்டானிற்
பூரண மடைந்த புண்ணிய மூர்த்தி
நன்றிசால் செய்கு நயினார் முகம்மது
வென்றிசா லரும்பயன் விளங்க வந்த
நற்குணங் குடிகொ ணயினார் முகம்மது

வாயுறை வாழ்த்து ❖ 55

இக்குணங் குடியி லிருந்தவக் குன்றாய்
நலம்பெற வுதித்த நன்மக வானோர்
தவம்பெறு முறைமையைச் சாற்றக் கேண்மின்
சிறுபரு வத்தே தெளிதரு வேதத்
துருபய னெல்லா மோதி யுணர்ந்து
மரபி னிலக்கணத் தாவன வெவையு
மறுவறத் தேறு மதியின ராகி
யொப்பில் குணத்தி னோங்கிய சுல்த்தான்
அப்துல் காதிரி லெப்பை யாலீம்
எனப்பெயர் விள்கக மெழுந்து வருகையில்
வனப்புறூஉம் வாலை வயதுபதி னேழிற்
றந்தைதா டொழுது தருங்கரம் பற்றி
முந்த வுபதேச மொழிநலம் பெற்றுத்
தன்னிலை திரியாத் தவத்திய லெடுத்து
மன்னிலை கொள்ளும் மனத்தி னானே
தவத்தின் தியல்புந் தாபத ரியல்பு
நலத்துறை யுணர்த்து நன்னூறு பலவுங்
கைதருங் கீழக் கரைதனில் வாழுஞ்
செய்கு அப்துல் காதிரி லெப்பை
யாலீ மிடத்தி லருளினோ டோதிச்
சாலவுந் தேறித் தாபத முறைகொண்
டருணபி கிசுறத் தாயிரத் திருநூற்
றிருபதோ டிருநான் காண்டினி லுலக
முற்றுந் துறந்து முறைபல கடிந்து
பற்றற் றெவையும் பயன்பட வொழுகித்
தேங்கமழ் சோலைத் திரிசிர புரத்தி
லோங்கிய வறிவா னுயர்ந்த ஆலீம்
தன்னிலை யுணருந் தன்மையுங் குணமு
முன்னிலை யியல்பு முழுதும் பதிந்து
பூமியி லெவர்க்கும் பொருளா மௌலவி
சாஅம் சாகிபு தம்மைத் தொடர்ந்து
மாட்சிமை தருநெறி வகைநலந் துலங்கத்
தீட்சை பெற்றுச் சிறந்தன பெற்றுத்
தனிநிலை யொருமையைத் தாங்கி யிருவினைத்
துனியினை யொருவி மும்மலந் தொலைத்து
நாற்குணந் தெரிவுற் றைம்புல னடக்கி
யேற்கு முட்பகை யாறையு மெறிந்து
பாதக மேழையும் பசையறப் பறிந்து
மேதகு தவத்துறுப் பெட்டையு மேவி
யிரத மொன்பதி னெடுப்பன வெடுத்து
விரதம் பத்தென விளங்கிய துறவே

பொருளாக் கொண்டு பொருந்தி வருகையில்
இருளாப் பகலா விதுவே நோக்கமாய்ப்
பகலெலா நோன்பு மிரவெலாந் தொழுகையு
மகலா நன்முறை யாகவுஞ் சிலநா
ணீர்நசையூணசை நீங்கியு மாக்கைக்
கோர்நசை யுங்கொடா தோர்ப்புந் தாங்கி
வாய்வா ளாமையா வருநாட் கிடையினிற்
போயொதுக் கொருங்கு புகுந்தொழிந் திருப்பச்
சிந்தையிற் றுணிந்து சிக்கந்த ரடங்கிய
மந்திர மருங்கின் மண்டல மொன்று
மறந்தாங்கி யூர்ப்புறத் தடுக்கல கத்துந்
திறந்தாங்கி யோரறு திங்களுந் தொண்டியின்
மாதுல ரடங்கிய வாழைத் தோப்பினு
மேதமொன் றணுகா தீரிரு திங்களு
மரைக்கா னாழியி னமிழ்தா னோன்பா
யுரைக்காது கல்வத்தி யோகத் திருந்தன
ருள்ளிருந் தொருங்கு காணுங் காட்சியும்
வெள்ளிடை விரிந்து பரந்த காட்சியும்
தள்ளா தேகமாத் தன்னை யமிழ்த்தலின்
விள்ளா துணர்வினா மெய்ம்மை வினோதமே
காணுங் கருத்தரா மௌனகண் டிதரா
நாணும் பித்தர்போல் நன்னடை கொண்டு
கிளர்ந்தெழு சதுர கிரியினும் புறாக்கி
வளர்ந்த மலையினு நாக மலையினும்
யானை மலையினு மிருங்குகை செறிந்த
வேலை மலையினு மிருளடை வனத்தும்
பல்விலங் காடிய பனைமரப் பொதும்பு
நல்விலங் காடிய பொழிநதிக் கரையினு
மறிமட மசுசூ பாகத் திரிந்துஞ்
செறிமட யோகியர் சேகர நீத்துஞ்
சருகுங் கிழங்குந் தழையுங் குழையுங்
கருகுங் கனியுங் காயும் புசித்து
மாசன விகற்பத் தாகிய யோகமும்
போசன மறியாப் பொழுதொடு நேமமு
மேலாங் காலுங் கீழாந் தலையும்
பாலா முடலுமாப் பல்பட வணங்கியு
மொருபக லன்றிப் பல்பகல் விரதமும்
பலவிர வன்றி யோரிரா வொழிபு
முடையா னுடையதோர் சம்மதத் துணர்வி
னடையா னன்றித் தன்னடை யின்றியு
மறையாக் கருத்துங் குறையா வறிவி

வாயுறை வாழ்த்து ❖ 57

னிறையான் மாய்ந்த காய நிலையைக்
குணங்குடி மஸ்தா னெக்குறி யிட்டும்
பிணங்கா திணங்கா தொருபெயர் தரித்து
மிப்பெய ராற்பல புதுமை யியற்றியு
மப்பெய ரான்மனத் தெருணிலை யமைத்து
மளவிலாக் காரண மவரவர் காணக்
களவிலா மெய்ந்நிலைப் பயனது கனிந்து
மிவ்வண மேழாண் டாகவித் திசைதிரிந்
தவ்வண நிலையான் வடதிசைக் கடைந்து
கண்டா ரெவருங் களிகூர்ந் துள்ளத்
தொண்டாய்த் தொழுதிடத் தோற்றமா தவராய்ப்
பன்னா டவரும் பலன்பெறத் தரிசனந்
தன்னா லுயர்தவந் தாங்குறு வினயராய்
மன்னுணர் வினுஞ்சில வதியுணர் வினுஞ்சில
தன்னுணர் வினுஞ்சில நடைபயில் கையராய்
நேர்மையி லுள்ள நேர்ந்தவ ரெவர்க்கு
மோர்மை புரியு முயர்தே சிகராய்ப்
பொன்னைமா நிதியைப் போற்றலிற் போற்றுஞ்
சென்னை மாநகரஞ் சிறப்பொடு புகுந்தார்
முன்னைய நினைவினும் புறவுணர் முளைத்துந்
தன்னைய முறைபோற் றடைபடா துலவியுஞ்
சிலபகல் வெளிப்படத் திரிந்து மறைபடச்
சிலபக லடங்கியு மௌனமாய்த் திரிந்துஞ்
சுட்டிக் காட்டியு மெண்ணிற் றொகுத்து
மெட்டிக் காட்டியு மெழுதிக் காட்டியு
மியல்பின் வேண்டுவ வெவையும் விளக்கியும்
பயிலுஞ் சிலநாள் பலன்பெற யாருமே
பாவா லெப்பை யெனும்பிர பலவான்
காவாந் தோட்டத்திற் கதிநலம் பெறுவான்
மக்க ளுவந்து மனப்பொருத் தங்கொண்
டெக்காலும் புகழ்பெற வினிதி னல்கிய
தலத்தினைத் தைக்கா வாகத் தகைத்து
நலத்தொடு கல்வத்து நாடிப் புகுந்தா
ரயண மொருமூன்று மதனுட் டனித்துப்
பயனுறு மியோகப் பண்பி னிருந்தா
ரரவ முதலா வூர்வன வடைபட்
டுரைக ளுணரா துணர்வினி னின்ற
நிலையே புதுமை நிரம்ப விளக்கக்
கலையே கலையாக் கண்ணொடு வெளிவந்
தூங்கு முரீதி னுயர்வழி யவரது
தாங்குங் காதி ரிய்யாத் தன்னை

யாக்கிய முகியித்தீ னாண்டவர் பேர்க்கொரு
தேக்கரும் பாத்திகாச் சிறப்பிற் செய்தார்
நாடின பேர்க்கரு ணயன நோட்டங்
கூடின பேர்க்குள கருணை நல்கியு
நினைத்த காரியம் நிறைவேறப் படுத்தியுந்
தனைத்தொடர் பவர்க்கா வனமுறை தொகுத்துஞ்
சிலபக லியாருந் தெரிய விருந்துஞ்
சிலபக லறிந்துந் தெரியா திருந்தும்
பின்னர் தம்மிடம் பிடித்தநோன் புடனே
நன்னர் பயப்ப நடந்தடைந் தனராற்
கண்டகண் டிதமாய் நாளினைக் கணித்துங்
கொண்டகண் டிதமெய் யோகங் கொண்டுந்
துண்டிடு கண்டுந் தூய்பாற் சிறிதுங்
கொண்ட பொழுதுங் கொள்ளாது மிகுதியு
மொருவர்க்குங் காணா வொதுக்கமும் பதுக்கமு
மிருவர்க்கே காணு மேகமு மாகத்
தூங்காது தூங்கிச் சுகத்தொடு தன்னிலை
நீங்கா திருந்த நிலைமையென் சொல்வேன்
பதையா திம்முறை பன்னிரண் டாண்டுஞ்
சிதையா திருந்த செய்கையென் சொல்வே
னரிதரி தம்ம வகமொரு நிலைபட
வரிதரி தம்ம வருமையென் சொல்வேன்
பேரின்ப வெள்ளப் பெருக்கி லழுந்தியு
மாரின்ப மீறிய தன்றென் றாதியிற்
றொடருயிர் காந்தத் தொடரய மென்னப்
படர்தரு மாசைப் பற்றங் கிழுப்பத்
தழல்படு கரிய தழலா யினும்பெயர்
கழல்பட லிலையாற் சுழன்றா லன்றி
யொன்றா காவென் றுரைக்கு முறைபோல
வென்றாள் கடத்தை விடுத்து நீங்கி
யிருவகை யிறப்பு மிறந்துப்பு மப்பு
மொருவகை சுடரு மொளியும் போலக்
காரண மெவையுங் கலவா தகன்ற
பூரணத் தொடுபரி பூரண மடைந்தா
ரேற்படு குறைமுடி வெய்த மாவயது
நாற்பது மேழு நிறைய நடந்ததே
யித்தகை தவத்தி னேறிய தாபதர்
பத்தியிற் பயின்று பல்பல முயற்சி
கொண்டு வருநாட் டன்னிற் குமிழி
மண்டுமா நந்த வெள்ள மல்கிப்
பொங்கி வழிந்து புறம்பொழி வதுபோ

லிங்கித நாவி னெழுந்தசில் கவிக
ணயம்பெறு மவற்றை நால்வரு முணர்ந்து
பயன்பெற வச்சிற் பதிப்பிக்க நாடி
கண்ணோட்ட மிட்டரு டருகெனக் கனிந்து
வெண்ணோட்ட நன்மையே யியைந்த கருத்தின
ரவர்களுக் குரிய வன்புறு பத்தரி
லெவர்களு மதிப்ப விளங்கு நேர்மைய
ரிருபோது மவர்பெய ரேத்தி யேத்தி
யொருபோது மறவா வுறுதிச் சிந்தையர்
மருவளர் பூவன மல்க மல்கிய
திருவளர் செழுந்தடச் சீய மங்கலப்
பதிவளர் செல்வப் பதியரு ணாசல
முதலியா ரினிய முயன்று கேட்ப
வுலக முற்றுந் துறந்த வுள்ளமு
முலக மணுவுந் துறவா வுள்ளமு
மொருவகை யானு மொன்றா ததுபோ
லிருவகைப் பட்ட விதய னாயினும்
வரத்தின ரருணலம் வருவழி யென்றே
திரத்தினி னோர்ந்து ளுவந்து துணிந்தனன்
சொல்லு மதுவே பொருளு மதுவே
புல்லுந் தொகையும் புணர்ப்பு மதுவே
யன்றி யொன்று மமைத்தே னல்ல
னன்றி யொன்று நடைகொ ளடியி
னின்ற திடரினைப் பெயர்த்தலும் நிரைபடச்
சென்ற வெழுத்தினைச் சேர்த்தலும் வழுவா
வழிபோன் மாறி நிறுத்தலும் வழக்க
மொழிபோற் பதித்தலு முற்றப் படுத்தலுங்
குறிப்பிற் றுறையுங் கோத்த வதிகாரமும்
பெறப்படச் செய்தலும் பின்முன் கவிகளை
மாலை புணர்க்க மாட்டலுங் குறைந்த
காலை நிலைக்கக் கட்டலும் வெறாத
பாலும் பழமுந் தேனும் பருகுதல்
போலுஞ் சேரப் பொருத்தலுந் திருத்தலும்
பார்ப்போர் பார்க்கப் பயன்படு முறையுஞ்
சேர்ப்போ ருள்ளஞ் சிறக்க முறையுங்
கொண்டொழு கினனாற் களிகூர்ந் துயர்ந்தோர்
கண்டொழு குவதே கடனா மன்னே
குணங்குடி யார்சொற் குணங்குடித் திடுமுன்
மணங்குடி திருமனை வாழிவாழ்ந் திடுக
வறந்தாங்கி யார்சொ லறந்தாங் கிடுமின்

சிறந்தாங் குயர்பதம் வாழிசேர்ந் திடுக
வொருமைப் படுத்த லுண்டா முண்டா
மிருமைப் படுத்த லின்றா மின்றாம்
பொய்மைத் தொடர்வினை போகும் போகு
மெய்மைத் தொடர்வினை மேவும் மேவும்
புறத்து வையாளி போடும் போடு
மறத்திரை யுள்ளு மாடும் மாடும்
விண்ணு மண்ணும் விரியும் விரியுஞ்
செண்ணந் திண்ணந் திரியுந் திரியுந்
துவித மலவத் துவித மென்றே
யெவிதத் தானு மிதயந் தெளியுமே
தொட்டுந் தொடாதுஞ் சொற்றவை யுணர்ந்தாற்
கிட்டு மொருமை கிருபையி னறிக
வென்னிய லுணர்வா னிதய முளதே
லந்நிலை யுரைப்ப னருளீர் கேண்மி
னரும்பதி காய லறிவா ளரினுயர்
பெரும்பதி மானாப் பிள்ளையி லப்பை
யாலீ முதலிய வருண்மணி பலகலை
நூலி னணிமுறை நோற்றனுப வித்த
வேதாந் தக்கடன் மெய்ஞ்ஞா னப்பொரு
ணாதாந் தச்சுடர் நலம்மிகப் பொதிந்த
சித்த ராகு மன்றியுஞ் சீவன்
முத்தர் கபீபு முகம்மதி லப்பை
செய்தவத் துதித்த செல்வன் குணங்குடி
மெய்தவத் தினர்க்கு வித்தையிற் றோழன்
பயன்பெறு புராணமும் பலபிர பந்தமு
நயன்பெறப் புனையு நாவல னெவர்க்கு
முண்மைப் பொருள்வழி யோம்புந் தேசிகன்
வண்மைக் கரத்துடை வள்ள லிறசூல்
செப்பிய வழிபுனை செய்கு
அப்துல் காதிரி லெப்பையா லீமே.

நேரிசை வெண்பா

பெரியோர் கருத்தைப் பெயர்த்தறிய லாக
உரியோர் எவைக்கும் உரியோர் - பெரியோர்க்குச்
சொல்லும் பொருளுந் தொடராது இரண்டாகும்
புல்லும் பொழுதிற் பொருள்.

குணங்குடி மஸ்தான் சாகிபு பாடல்கள்

பிஸ்மில்லா ஹிர்ரஹ்மானிர் ரஹீம்

ஆநந்தப் பத்து

பிசுமில்லாகி அலாநியத்த சுல்த்தான்
அப்துல்காதிர் முகியித்தீன்

குருவணக்கம்

எழுசீர்க் கழிநெடிலடி யாசிரிய விருத்தம்

இணங்குமெய்ஞ் ஞானப் பேரின்பக் கடலின்
    இன்னமு தெடுத்தெமக் களிப்போன்
பிணங்கிய கோச பாசமா மாயைப்
    பின்னலைப் போர்த்தெறிந் திடுவோன்
வணங்கிய தவத்தி னோர்க்கருள் புரிய
    வள்ளலாய் வந்தமா தவத்தோன்
குணங்குடி வாழு முகியித்தீ னாமென்
    குருபதஞ் சிரத்தின்மேற் கொள்வாம்.

வஸ்துதயத்தினாநந்தம்

ஆசிரிய விருத்தம்

மகுலியத் தானதாத் துல்கிபுரி யாவில்
    மறைந்தகன் சுல்ம குபியாம்
மஸ்கூத்து அன்குல்க தீமுல் அமாவான
    மவுஜூ தெனுஞ்சி ருபுலே

கோச பாசம்-தன்னைப் பரம்பொருளின் வேறாக உணரும் ‘அனிய்யத்’ என்னும் மயக்க அறிவு.

1. வஸ்து உதயத்தின் ஆநந்தம்-பரம் பொருள் அவதரித்து (தனஸ்ஸுலாத்) படைப்புகளாக வெளிப்பட்டதை ‘வஜ்த்’ எனும் பேரின்ப நிலையில் பாடியது.

மகுலியத்து (அ)-தூய்மை; தாத் (அ)-சத்து, துரியாதீத தத் சொரூபம், நிர்க்குணப் பிரமம்; கிபுரியா (அ)- மகத்துவம்; கன்சுல் மகுபி (அ)-மறை பொருளான புதையல்; மஸ்கூத்து (அ)- கூற இயலாத; அன்கு (அ)- அதைப் பற்றி, கதீம் (அ)- பூர்விகம், அனாதி; அமா (அ)-மூட்டம், மறைவான; மவுஜூது (அ)- உள்ளமை; சிருபு (அ)- கலப்பற்ற தூய்மை; அகதிய்த்து (அ)- ஒருமை நிலை, பரம்பொருளின் நிர்க்குண துரியாதீதத் தன்மை; பரம்பொருள் படைப்பாக வெளிப்படுமுன் குணங்குறியற்ற தூய சத்தாய், எவ்வகையினும் விளக்கிக் கூற இயலாத அனாதியாய் மறைபொருளாய் ஒருமை நிலையில் இருந்தது. உகது(அ)-சத்தையும், பண்புகளையும் (சிபத்) வகுக்காமல் தொகுப்பாக அறிந்த நிலை; வாகிதிய்யத்து (அ)- சத்தையும், பண்புகளையும் அனைத்துப் படைப்புக்களையும் வகுத்து விவரமாக அறிந்திருக்கும் நிலை; சகுணப் பிரமம்; ஆலம் அறுவாகு (அ) - உயிருலகு; ஆலம் மிசால் (அ) - மூலமாதிரியுலகு,

அகதியத் துகதாதி வாகிதிய் யத்தான
ஆலம்அறு வாகா னதில்
ஆலம்மி சாலாகி ஆலம்அசி சாமான
ஆலம்இன் சானா னபின்
பகுதியத் தில்லா ஜலாலொடு ஜமாலும்
பதீகுல்க மாலு மாகி
பகுதுகபுல் அற்றலா கூத்துஜப றூத்தில்
பகாவான குவியத் தினால்
நகுசியத் தற்றுமுன் தாள்நிழல் பெற்றடிமை
நானினைவு மற்றுய் வனோ
நற்குணங் குடிகொண்ட பாத்துஷா வானகுரு
நாதன் முகியித் தீனே. 1

வஸ்துதய நிலத்தினாநந்தம்

பறுதானி யத்திலோ சுபுகானி யத்தெனப்
பகர்பரா பரம தனிலோ
பற்பல விதங்கொண்ட அஇயானி யத்திலோ
பரிபூர ணந்தன் னிலோ

சூக்குமவுலகு; ஆலம் அசிசாம் (அ) - சடவுலகு; ஆலம் இன்சான் (அ) - மானுடவுலகு; பகுதியத்து (அ) மரணம், அழிவு; ஜலால் (அ) - மாட்சிமை; ஜமால் (அ) - வனப்பு; பதீகு; (அ) - வியப்புக்குரிய; கமால் (அ) பரிபூரணம்; பகுது (அ) - பின்; கபுல் (அ) - முன்; லாகூத்து (அ) - சத்துப் பொருள் உயிர் அறிவு, ஆற்றல், நோக்கம், கேட்டல், காணல், பேசல் எனும் இன்றியமையாப் பண்புகளை அடையும் தெய்வீகநிலை; ஜபறூத்து (அ) படைத்தல், காத்தல், அழித்தலாகிய செயற்பண்புகள் அடையும் சக்தி நிலை; பகா (அ) - நிலைத்த இருப்பு; குவியத்து (அ) - 'அவன்' மை, பரம்பொருள் உள்முகமாகச் சுய தியானம் கொண்டநிலை; நகுசியத்து (அ) - இடுக்கண், இழப்பு; பாத்துஷா (அ) - அரசர், தலைவர்.

2. பறுதானியத்து (அ) - ஒருமை நலை; சுபுகானியத்து (அ) - மேன்மை நிலை, புகழுக்குரிய நிலை; பராபரம் - மேல் கீழ், முன் பின் ஆன நிலை; அயானியத்து (அ) - படைப்புக்களின் மூல வடிவங்களை அறிவில் உணர்ந்திருக்கும் தெய்வீக நிலை; அலிபு (அ) - அகரம், முதன்மை நிலை; நுக்தா (அ) - புள்ளி; மூலதார மையம்; அகுலல் உலா (அ) மேன்மையான; ஆலம் மலக்கூத்து (அ) - ஜபறூத்தென்னும் சக்தியின் பண்புகள் வெளிப்படுங்கால் உருவாகும் ஆன்ம, வானவர் உலகு; ஆலம் அசுபல் (அ) - கீழ் உலகு; அதீதம் - கடந்தது; அட்டாங்க யோகம் - இயமம், நியமம், ஆதநம், பிராணாயாமம், பிரத்தியாகாரம், தாரணை, தியாநம், சமாதி என்ற எட்டுறுப்புக்கள் அடங்கிய யோகம்; திக்று; சிவராச யோகம்-யோக வகை நான்கனுள் ஒன்று; நலை-கடல்.

அரிதான தாத்திலோ அலிபெனுஞ் சுகவாரி
யாகும்நுக் தாவ தனிலோ
அகுலல் உலாவான ஆலமலக் கூத்திலோ
ஆலம்அசு பல்தன் னிலோ
குறுகுணா தீதஅட் டாங்கயோ கத்திலோ
கோடானு கோடி மறையால்
கூறரிய சிவராச யோகத்தி லோவருட்
குறையாப் பெருங்க டலிலோ
நரலைநிக ரருளான னேநீ யிருப்பதிந்
நாயினேற் கருள்செய் குவாய்
நற்குணங் குடிகொண்ட பாத்துஷா வானகுரு
நாதன் முகியித் தீனே. 2

விளையாட்டினாநந்தம்

அண்டகோ டிகளுமோர் பந்தெனக் கைக்குள்
அடக்கிவிளை யாட வல்லீர்
அகிலமோ ரேழினையும் ஆடுங் கறங்குபோல்
ஆட்டிவிளை யாட வல்லீர்
மண்டலத் தண்டரை யழைத்தரு கிருத்தியே
வைத்துவிளை டாட வல்லீர்
மண்ணகமும் விண்ணகமும் அணுவைத் தொளைத்ததின்
மாட்டிவிளை யாட வல்லீர்
கண்டித்த கடுகிலெழு கடலைப் புகட்டிக்
கலக்கிவிளை யாட வல்லீர்
கருதரிய சித்தெலாம் வல்லநீ ரடிமையென்
கண்முன்வரு சித்தில் லையோ
நண்டளந் திடுநாழி யாவனோ தேவரீர்
நல்லடிக் காளா கியும்
நற்குணங் குடிகொண்ட பாத்துஷா வானகுரு
நாதன் முகியித் தீனே. 3

தன்னியலினாநந்தம்

ஐயோ எனைப்போலு மாப்பெரும் பாவியிவ்
அகிலத்தி லெங்கு மிலையே
அநியாய மநியாய மென்பெரும் பாதகமது
ஆர்பா லெடுத்தோ துவேன்

3. கறங்கு - காற்றாடி; அண்டர்-வானவர்; கண்டித்த-தறித்த.

மையான கண்ணியர் வலைக்குள் ளகப்பட்ட
மாபாவி தீபா வியான்
மகுபூபு சுபுகானி யானவுமை நாடாத
மடமைகுடி கொண்ட பாவி
பொய்யான வாழ்வுதனை மெய்யாக நம்பியும்
பொன்னடி மறந்த பாவி
பொல்லார்கள் நேசமே யல்லாது நல்லோர்
புறக்கணித் திட்ட பாவி
நையுமோர் பொய்யுலக னாகியே யுமதடிமை
நாயினுங் கடையா வனோ
நற்குணங் குடிகொண்ட பாத்துஷா வானகுரு
நாதன் முகியித் தீனே. 4

மகிமையினாநந்தம்

மாதவர்க் கரசான மன்னர்க்கு மன்னாக
வந்தமக ராஜ னீயே
மண்டிசையும் விண்டிசையும் எண்டிசையு நின்றசையும்
வாசனாம் போஜ னீயே
ஆதிநீ மகுசூக்கு றகுமானு நீயெனக்கு
ஆனமகு பூபு நீயே
அக்கா னியத்திலே சொக்கும்இறு சாதுதந்து
அருள்செய்ய வந்த நீயே
வேதநீ வேதவே தாந்தநீ யெனையாளும்
வித்தகன் தானு நீயே
மெய்ஞ்ஞான வீடுநீ வீட்டின் விளக்குநீ
விரிகதிர்ச் சுடரு நீயே
நாதனீ நவநாத சித்தனீ முத்தனீ
நாதாந்த மூர்த்தி நீயே
நற்குணங் குடிகொண்ட பாத்துஷா வானகுரு
நாதன் முகியித் தீனே. 5

---

4. மகுபூபு சுபுகானி (அ)- மேலான அன்பர், முகியித்தீன்.

5. மன் - மன்னன்: போஜன் - செல்வன்; மகுசூக்கு - (அ) அன்பன்; றகுமான் - (அ) பேரருளாளன்; மகுபூபு - (அ) அன்பன்; காதலன்; அக்கானியத்து - (அ) சத்தியம்; இறுசாது - (அ) நேர்வழி காட்டல்: நவநாத சித்தன் - சத்திய நாதர், சகோதர நாதர் ஆதிநாதர், அநாதி நாதர், வகுளி நாதர், மதங்க நாதர், மச்சேந்திர நாதர், கடேந்திர நாதர், கோரக்க நாதர் என்னும் ஒன்பது சித்தர்களும் ஒன்றாகி வந்தவர்; நாதாந்தம் - நாதகலைக்கு மேல் பிரமரந்திரம் மட்டாக மூன்றங்குலம் வியாபித்து நிற்கும் கலை.

வலிமையினாநந்தம்

மன்னிய தவத்தினர்க்கு அருள்தந்த குருவுநீ
மாதா பிதாவு நீயே
மட்டறு பவக்கடல் தொலைக்குமொரு கவிழா
மரக்கலமு நீயல் லவோ
அந்நியம தானபிர பங்சமாம் பெருநெருப்பு
அடக்கும் பெரும்பா லமாய்
அன்புட னெனைப்பெற்ற ஒப்பனே அருள்தந்த
ஆண்டவனு நீயல் லவோ
என்னையுனை யன்றியினி யாள்வரெவ ரையனே
யெந்தையே யெம்பி ரானே
இகபர மிரண்டினுஞ் சுகதுக்க மற்றியான்
ஈடேற வருள்பு ரியவே
நன்னிலைய மாகவென் முன்னிலையில் வந்துமெந்
நாளும்ரட் சித்தருள் வையே
நற்குணங் குடிகொண்ட பாத்துஷா வானகுரு
நாதன் முகியித் தீனே. 6

இரக்கத்தினாநந்தம்

கல்லு மொருபோதிற் கரைந்துருகு மென்மனக்
கல்கரைவ திலையை யனே
கவலைகளை யிவளவென் றென்னாணை யென்னாற்
கணித்துமுடி கூடு திலையே
அல்லுபக லாகவென் னவகீர்த்தி யவகீர்த்தி
யம்மம்ம என்சொல் லுகேன்
ஆனாலும் ஆர்க்காக அடிமைகொண் டாயிந்த
அடியனே னுய்யும் வண்ணஞ்
சொல்லுமெய்ஞ் ஞானச் சுகக்கடலை யுண்டியான்
சும்மா விருக்க வருள்வாய்
சுத்தபரி பூரணச் சுகவாரி தன்னிலோர்
சொட்டா கினுந்தொட் டபோ்
நல்லவர்கள் நல்லவர்கள் நல்லவர்க ளென்றைக்கு
நானுநல் லவனா வனோ
நற்குணங் குடிகொண்ட பாத்துஷா வானகுரு
நாதன் முகியித் தீனே. 7

6. பவம் - பாவம், பிறப்பு: இகபரம் - இம்மை, மறுமை

7. சும்மா - மௌனம்; வாரி - கடல்.

பெருமையினாநந்தம்

சொல்லான் முழக்கமிட் டோலமிடு வேதமுஞ்
சொன்னதுட னின்ன மின்னஞ்
சுருதிமுத லாகம புராணகலை யோதிய
சுலோகங்க ளென்சொல் லுகேன்
பல்லா யிரங்கோடி யண்டபகி ரண்டமுன்
பாதபங் கயமல் லவோ
பரிபூர ணானந்த மேயுனது முடியெனப்
பகர்வதும் பொய்யா குமோ
வல்லா னெனும்பெய ருனக்குள்ள தல்லாது
மற்றவர் தமக்கு முளதோ
வானவர் தினந்தினம் வந்துன் பதம்பணியும்
மகிமைசொல வாயு முண்டோ
நல்லோர் தமக்கலா தெல்லார் தமக்குமுனை
நவிலுதற் கெளிதா குமோ
நற்குணங் குடிகொண்ட பாத்துஷா வானகுரு
நாதன் முகியித் தீனே. 8

தன்னிலையினாநந்தம்

நித்திரை தனிற்செத்த பொய்யான மெய்யுடலை
நிலையமென் றிடுவ தல்லால்
நிலையாத காயமென் றெண்ணவோர் கனவினும்
நிசமாக யான றிகிலேன்
எத்தனை விதங்கள்தான் கற்கினுங் கேட்கினும்
என்மன திணங்கு திலையே
ஏதென் றெடுத்துரைப் பேனெமக் கிறைவனே
யெங்கோ னெனும் பிரானே
மற்றவர்க ளெத்தனை யிருக்கினும் என்கொடிய
வல்வினை யகற்ற வசமோ
மலையிலக் கெனநம்பி னேனம்பி னேனென்று
வந்தெனுட் குடிகொள் வையே
நற்றவமு முத்தியுஞ் சித்தம்வைத் தருள்செய்
நாட்செல்லு மோவ றிகிலேன்
நற்குணங் குடிகொண்ட பாத்துஷா வானகுரு
நாதன் முகியித் தீனே. 9

---

8. சுருதி - மந்திரம்; கலை - சாத்திரம்; பங்கயம்-தாமரை; பதம்-அடி.

9. நிலையம் - நிலையானது: இலக்கு - குறிப்பொருள்; சித்தம் - மனம்.

காரணத்தினாநந்தம்

கடலிற் கவிழ்ந்ததோர் கப்பல்ஆ லாத்துடன்
கடுகிவர வேய ழைத்தீர்
கம்பமுட னோடியே வந்ததோர் கப்பலைக்
கடிபூனை யாக்கி வைத்தீர்
குடிகொண்டு கர்ப்பவறை யுள்ளிருக் கையிலுமைக்
கொலைசெய்ய வந்த முனியைக்
குதிகொண்டு வெளிசென்று இருதுண்டு கண்டுபின்
கூர்கர்ப்ப வறைபு குந்தீர்
பிடியிற் பிடித்துண்ட பிள்ளைசந் நியாசிகுடர்
பீறிவர வேய ழைத்தீர்
பிரியம்வைத் தெனையாள என்னிடத் திந்தவிரு
பேரையுந் தூது விட்டீர்
நடனமிடு பாதார விந்தமென் சென்னியுற
நாட்செல்லு மோசெல் லுமோ
நற்குணங் குடிகொண்ட பாத்துஷா வானகுரு
நாதன் முகியித் தீனே. 10

(ஆனந்தமாகிய பேரின்ப அனுபோக நிலையாற் கூறிய இப்பத்துக் கவியுங் குருபரனை ஒருபரனாகக் கொண்டாடித் தோத்திரஞ் செய்தது)

மொத்தம் பாடல் 11

முகியித்தீன் சதகம்

ஏகவறிவாகிய வள்ளல்இறசூலைத் தொடர்ந்து அவரருட்பெறுவான் பொருட்டாக முன்னிலைக் குருவாகிய முகியித்தீன் ஆண்டகையைத் தோத்திரஞ்செய்து சூறையிரந்து வந்து பாடிய சதகம்.

குரு வணக்கம்

எழுசீர்க் கழிநெடிலடி யாசிரிய விருத்தம்

உணர்ந்துதற் பரமா யுரைக்குஅகோ சரமா
யுயிர்க்குயி ரானசா கரமாய்
இணங்குசிற் பரமா யணுக்கள்தா வரமாய்
ஏகமா கியபரா பரமாய்

---

10. ஆலாத்து - கப்பற் கயிறு; முனி - தீய ஆவி; பீறி - கிழித்து; பாதாரவிந்தம் - அடித்தாமரை; சென்னி - தலை.

சதகம் - நூறு பாடல்களால் ஆன பிரபந்தம்

1. தற்பரம் - தானே பரமாய் உள்ளோன்: அகோசரம் - அறியப்படாதது; சாகரம் - கடல்; சிற்பரம் - ஞானமாகிய பரம்பொருள்; தாபரம் - இடம். நிலை;

வணங்குஇக பரமாய்க் கிளைத்தநூ றுமுகம்
மதுகுளை விளக்கொளி கொழிக்குங்
குணங்குடி வாழு முகியித்தீ னாமென்
குருபதஞ் சிரத்தின்மேற் கொள்வாம். 1

வணங்குவார்க் கிணங்கு பெரிய பேரின்ப
வாரியிற் படிந்துவாய் மடுத்தே
உணர்ந்துணும் பொருட்டாய் வலியவந் தெனையாண்டு
உவந்துளங் களித்தக மகிழ்ந்தே
அணைந்தணைந் தெடுக்குங் கருணைகொப் புளிக்கும்
அலகிலா அருளடை கிடக்குங்
குணங்குடி வாழு முகியித் தீனாமென்
குருபதஞ் சிரத்தின்மேற் கொள்வாம். 2

அணைந்துயிர்க் குயிரா யலர்மட லவிழ்ந்த
அகண்டிதா காரமா மலரின்
மணங்கமழ் நயினார் முகம்மத ரென்னு
மௌனதே சிகருட னெனையுந்
துணிந்துமா மாயைத் துணியெலாங் கிழித்துத்
துறவறந் தாங்கியா ராக்குங்
குணங்குடி வாழு முகியித்தீ னாமென்
குருபதஞ் சிரத்தின்மேற் கொள்வாம். 3

நரன்முகம்

மாயா வினோதம் எல்லாம் மறைத்துத்
தூயாதி யுண்மைச் சுயம்பிர காசிக்கக்
காரணக் குருவின் கருணையந் தொடர்பால்
ஆரணக் குருவே யருள்கவென் றிரத்தல்.

ஆசிரியவிருத்தம்

ஆதிமுன் னிற்கவே யகதுஉகது வாகிதிய்
யத்தெனது முன்னிற்கவே

பராபரம்-அருவுரு; முன்பின், மேல் கீழ்: நூறு- (அ) ஒளி: முகமது - (அ) புகழாளர்; கொழிக்கும்-பொங்கும்.

2. அலகு இலா - அளவில்லாத; அடைகிடக்கும்-அடைகாக்கும்

3. அலர் மடல் - மலர்கின்ற இதழ்; அகண்டிதாகாரம்-அளவு படாத வடிவம், பெருவெளி: நயினார் -தலைவர்; தேசிகர்-குரு: துணிந்து-உறுதி செய்து.

தூயாதி-தூய்மை முதலிய; சுயம்-இயற்கை; சுயத்தின் தன்மை-'ஃகுதி: காரணக்குரு-ஞானகுரு; ஆரணம்-வேதம், குர்ஆன்.

அத்துவித வத்துமுன் னிற்கவே யறிவகண்
டாகார முன்னிற் கவே
போதமுன் னிற்கவே போதமணு காதபரி
பூரணம் முன்னிற் கவே
பொங்குசிவ ஞானமுன் னிற்கவே வானாதி
பூதலய முன்னிற் கவே
நாதமுன் னிற்கவே நாதனொளி பெற்றநபி
நாயகம் முன்னிற் கவே
நானுமுன் னிற்கஅடி யேனுமுமை நம்பினேன்
நன்மைதந் தாளு தற்கே
மாதா வினுங்கருணை யுள்ளநீர் பின்தொடர
வள்ளல்இற சூல்வ ருகவே
வளருமருள் நிறைகுணங் குடிவாழும் என்னிருகண்
மணியே முகியித் தீனே. 1

நீக்கமற எங்கெங்கும் நின்றுநிறை கின்றபொருள்
நேரிலென் முன்னிற் கவே
நிர்விஷய சுத்தமா சற்றபர வெளியான
நிர்க்குணமென் முன்னிற் கவே
தாக்கிமா கோடிமறை வாக்கியும் பறையுமா
தத்துவமென் முன்னிற் கவே
தத்துவாதிகளற்ற முத்திக்கு வித்தான
சற்குருவென் முன்னிற் கவே
போக்குவர வற்றபரி பூரணா னந்தமெப்
போதுமென் முன்னிற் கவே
புன்மைகுடி யானஅடி யேனுமுமை நம்பினேன்
பொய்மைதீர்த் தாளு தற்கே
வாக்குமா றாதநாக் குள்ளநீர் பின்தொடர
வள்ளல்இற சூல்வ ருகவே
வளருமருள் நிறைகுணங் குடிவாழும் என்னிருகண்
மணியே முகியித் தீனே. 2

---

1. அகது உகது வாகிதிய்யத்து-ஒருமையின் மும்மை நிலை; அத்துவிதம்-இரண்டற்றது; வத்து-வஸ்து; அகண்டாகாரம் -அளவுபடாத வடிவம்; போதம்-ஞானம்; சிவஞானம்-ஊயர்ந்த ஞானம், பதி ஞானம்; பூதலயம் - ஐம்பூதங்கள் ஒடுங்கும் இடம்; நாதம் - மாயைக்கு மேற்பட்ட ஓர் தத்துவம்; இறசூல்- (அ) இறைத்தூதர், பெருமானார் முகம்மது (சல்).

2. நிர்க்குணம்-குணமற்றது; தத்துவாதிகள்-பூதம் முதலிய 96 தத்துவங்கள்; போக்கு வரவு-இறப்பு, பிறப்பு.

இகபர மிரண்டொன்று வகையுண்டு வெளிகண்ட
ஈசனென் முன்னிற் கவே
ஏகமா கியபரா பரமெனது முன்னிற்க
எப்பொருளு முன்னிற் கவே
வகைதொகுத் தோலமிடு மறைகள்முர சறைகின்ற
வள்ளலென் முன்னிற் கவே
வானாதி பூதமுந் தானாகி நின்றபெரு
மானெனது முன்னிற் கவே
அகமகிழ வந்துகுடி கொண்டகுரு நாதனடி
யாருமென் முன்னிற் கவே
அன்றுமின் றென்றுமடி யேனுமுமை நம்பினேன்
அண்டிவந் தாளு தற்கே
மகிழ்துன்னு புன்னகைப் புள்ளநீர் பின்தொடர
வள்ளல்இற சூல்வ ருகவே
வளருமருள் நிறைகுணங் குடிவாழும் என்னிருகண்
மணியே முகியித் தீனே. 3

நோக்குநோக் கொண்ணாத நோக்குநோக் காநின்ற
நோக்கெனது முன்னிற் கவே
நோக்கிப் புராதனப் பொருளான நுண்ணறிவின்
நுட்பமென் முன்னிற் கவே
நீக்கமற அங்கிங் கெனாதுஎங் கெங்குமொரு
நிறைவெனது முன்னிற் கவே
நேசித்த நெஞ்சமே குடிகொண்ட வான்கருணை
நேயமென் முன்னிற் கவே
போக்கொடு வரத்தொடு விகாரமில தாய்நின்ற
புநிதமென் முன்னிற் கவே
புல்லறிஞ னானஅடி யேனுமுமை நம்பினேன்
போதுகென ஆளு தற்கே
வாக்குமனம் ஒத்தமர புள்ளநீர் பின்தொடர
வள்ளல் இறசூல்வ ருகவே
வளருமருள் நிறைகுணங் குடிவாழும் என்னிருகண்
மணியே முகியித் தீனே. 4

3. வெளிகண்ட - வெளியான, தோற்றுவித்த: துன்னு - பொருந்திய.

4. நோக்கு நோக்கு ஒண்ணாத - கண் காண முடியாத; நோக்கு நோக்கா நின்ற நோக்கு - கண்ணுக்குப் பார்வையாக இருக்கும் அறிவு; புராதனம் - பழமை; வான் - பெரிய; விகாரம் - வேறுபாடு; போதுக -வருக.

எற்றாத மாயைதனை யெற்றுபே ரெற்றுபேர்
இன்பமென் முன்னிற் கவே
ஏகமா யொருகாலம் அழியாத ஒளியான
எம்பிரான் முன்னிற் கவே
புத்திக்கும் எட்டாத அட்டாங்க யோகமழை
பொழிவதென் முன்னிற் கவே
பூதமுதல் நாதமுடன் ஏதுமது வானவான்
பொருளெனது முன்னிற் கவே
குற்றமில் நற்குணங் குடியா னெனுங்குணக்
குன்றெனது முன்னிற் கவே
கொடுமைகுடி கொண்டஅடி யேனுமுமை நம்பினேன்
குறைவுதீர்த் தாளு தற்கே
வற்றா அருட்செல்வ முள்ளநீர் பின்தொடர
வள்ளல்இற சூல்வரு கவே
வளருமருள் நிறைகுணங்குடிவாழும் என்னிருகண்
மணியே முகியித் தீனே. 5

ஊரற்று நாமரூ பத்துடன் பற்றற்று
உயர்ந்ததென் முன்னிற் கவே
ஒன்றற் றிரண்டற்று வாக்கற்று மனமற்று
உதித்ததென் முன்னிற் கவே
கூறுகுண மற்றுமொளி யுற்றும்வெளி தத்திக்
குதித்ததென் முன்னிற் கவே
குறியற்றும் அறிவற்று நிறைவுகுறை வற்றுங்
குலாவியதென் முன்னிற் கவே
ஈறுமுத லற்றும்இன் றற்றுநா ளையுமற்று
இருப்பதென் முன்னிற் கவே
ஏதுமுன் னிற்கஅடி யேனுமுமை நம்பினேன்
இன்பமுற் றாளு தற்கே
மாறிலா நற்கருணை யுள்ளநீர் பின்தொடர
வள்ளல்இற சூல்வ ருகவே
வளருமருள் நிறைகுணங் குடிவாழும் என்னிருகண்
மணியே முகியித் தீனே. 6

5. எற்றாத - அழிக்க முடியாத; எற்றுபேர் - அழிக்கின்றவர்: எற்று - எழுப்பும்.

6. நாமரூபம் - பெயர் வடிவம்; அறிவற்று - செயற்கை அறிவு இல்லாமல், அறிவால் அறியமுடியாமல்; ஈறு - இறுதி.

தேடியே வந்தருள் தந்தடிமை கொண்டவென்
    தேசிகன் முன்னிற் கவே
சிற்பர வெளிக்கொழி கொழிக்குமா கர்ப்பூர
    தீபமென் முன்னிற் கவே
நாடரிய செஞ்சுடர் பரப்புகுரு நாதனெந்
    நாளுமென் முன்னிற் கவே
நானா விதங்கொண்ட வாசாம கோசரா
    நந்தமென் முன்னிற் கவே
ஈடுசோ டற்றசிற் சத்தியா மெம்பிரான்
    என்னெதிரின் முன்னிற் கவே
ஏற்கைமுன் னிற்கஅடி யேனுமுமை நம்பினேன்
    இங்குவந் தாளு தற்கே
வாடாத சமநிலைய முள்ளநீர் பின்றொடர
    வள்ளல்இற சூல்வ ருகவே
வளருமருள் நிறைகுணங் குடிவாழும் என்னிருகண்
    மணியே முகியித் தீனே. 7

அருளகண் டாகார ஆனந்த பூர்த்தியெனும்
    ஆதார முன்னிற் கவே
அதிசொற்ப்ர காசஅருள் தேசோம யந்தந்த
    ஆதிக்க முன்னிற் கவே
குருநாத னாகமெய்ப் பிரணவ சொரூபக்
    கொழுந்தெனது முன்னிற் கவே
கூறரிய சாலம்ப ரகிதமா கியதிவ்ய
    குணசாந்த முன்னிற் கவே
நிருவிகா ரத்துடன் தளதளென நின்றொளிர்
    நிராமயம் முன்னிற் கவே
நிலையமுன் னிற்கஅடி யேனுமுமை நம்பினேன்
    நேயம்வைத் தாளு தற்கே
மருமலர் மணக்கோல முள்ளநீர் பின்தொடர
    வள்ளல்இற சூல்வ ருகவே
வளருமருள் நிறைகுணங் குடிவாழும் என்னிருகண்
    மணியே முகியித் தீனே. 8

---

7. சிற்பர வெளி - ஞானவெளி; வாசாம கோசரம் - வாக்குக்கு எட்டாமை; சிற்சக்தி - ஞான சக்தி, ஜபறூத்து; ஏற்கை - பொருத்தம், அங்கீகாரம்; சமநிலையம் - நடுநிலை.

8. தேசோமயம் - ஒளிமயம்; பிரணவ சொரூபம் - இறைவன்; சாலம்பரகிதம் - பற்றுக் கோடற்றது; நிருவிகாரம் - வேறுபாடற்றது; நிராமயம் - நோயின்மை; நிலையம் - நிலைத்தது; மரு-மணம்.

பலவுமா யொன்றுமா யென்றுமாய் நின்றதற்
பரமெனது முன்னிற் கவே
பரமான தெப்பொருளும் அதுவாய் முளைத்துவிளை
பயிரெனது முன்னிற் கவே
நிலைசரமொ டிகபரமு முயிரினுக் குயிராகி
நின்றதென் முன்னிற் கவே
நேரிட்ட ஞானசூ ரியனா யுதித்தநன்
னெறியெனது முன்னிற் கவே
அலையுலகு கானலின் நீரெனத் தோன்றுமெய்
யறிவெனது முன்னிற் கவே
அய்யனே யஞ்சியடி யேனுமுமை நம்பினேன்
ஆதரித் தாளு தற்கே
மலையிலக் கானகுறி யுள்ளநீர் பின்தொடர
வள்ளல்இற சூல்வ ருகவே
வளருமருள் நிறைகுணங் குடிவாழும் என்னிருகண்
மணியே முகியித்தீனே. 9

உடல்பொருளொ டாவியுங் கைப்பற்றி யெனையாளும்
உத்தமன் முன்னிற் கவே
ஊனாகி யுயிராகி யூனுயிர்க் குயிரான
வுண்மையென் முன்னிற் கவே
திடமாயை தொடரா தடர்ந்தேறு மெய்ஞ்ஞான
தீரமென் முன்னிற் கவே
திவ்யகரு ணாகர முகம்மத ரெனும்மருட்
செல்வமென் முன்னிற் கவே
கொடியோடு கொழுகொம்ப தாகநீர் வந்துகுதி
கொண்டெனது முன்னிற் கவே
கொத்தடிமை யானஅடி யேனுமுமை நம்பினேன்
கொண்டனைத் தாளு தற்கே
வடிவிலகு நடனவடி வுள்ளநீர் பின்தொடர
வள்ளல்இற சூல்வ ருகவே
வளருமருள் நிறைகுணங் குடிவாழு மென்னிருகண்
மணியே முகியித் தீனே. 10

9. பரம் - மேலானது; சரம்-இயங்கியற் பொருள்; நேரிட்ட-பொருந்திய.

10. அடர்ந்து - கெடுத்து; கருணாகர-கருணையை ஆதாரமாகவுடைய: வடிவு இலகு-அழகு விளங்கும்.

அப்பொருள் தானே எப்பொருட் குணமும்
ஒப்பியு மொப்பா தாகிய வுண்மையைப்
பிரியாது தெரிசிக்கப் பிரியமா யெனக்கும்
கருணைகூர்ந் தருள்கெனக் கனிந்துநின் றிரத்தல்

ஆசிரிய விருத்தம்

நித்தமாய் நன்னிருவி கற்பநிட் டாபரர்கள்
நெற்றியினே ரிட்ட பொருளை
நிச்சய அகோசரத் தாதார பேதநிலை
நின்றுநிறை கின்ற பொருளை
முத்திக்கு வித்தாய் முளைத்துவிளை பொருளையருள்
மொய்த்தசுட ருற்ற பொருளை
மும்மண்ட லங்களுங் கொண்டமூ லாதார
மோனவடி வான பொருளை
புத்திக்கு மெட்டாது புத்திக்குள் நின்றிலகு
போக்குவர வற்ற பொருளை
போதவருள் புரியவடி யேனுமுமை நம்பினேன்
புனிதமுட னாளு தற்கே
மத்தமத யானைநிக ருள்ளநீர் பின்தொடர
வள்ளல்இற சூல்வ ருகவே
வளருமருள் நிறைகுணங் குடிவாழும் என்னிருகண்
மணியே முகியித் தீனே. 11

பெந்தமொடு முத்தியு மகிழ்ச்சியு மிகழ்ச்சியும்
பின்னுமுன் னுங்கெட் டதைப்
பெரிதுசிறி தருவுருவொ டதுவிதென் பதுவும்
பிறப்பிறப் புங்கெட் டதை
நிந்தித்த லோடுவந் தித்தலும் பொய்ம்மையொடு
நிசமென்ப துங்கெட் டதை

அப்பொருள்... இரத்தல்-எல்லாப் பொருளும் பரம்பொருளின் வெளிப்பாடே எனும் உண்மையைத் தரிசிக்க (ஷுஹூது) அருள்புரிய வேண்டல்.

11. நித்தம் - அழியாமை; நிருவிகற்பம் - வேறுபாடு இன்மை; நிட்டாபரர் - நிட்டை புரிவோர்; நெற்றி - புருவ நடு எனும் இலாடத் தானம்; நேரிட்ட - எதிர்ப்பட்ட; அகோசரம் - அறியப்படாமை; மும்மண்டலம் - ஆலம் மலக்கூத் எனப்படும் வானவருலகு, ஆலம் மிசால் எனப்படும் மாதிரியுலகு, ஆலம் நாசூத் எனப்படும் தூலவுலகு; சந்திர, சூரிய, அக்கினி மண்டலமுமாம்.

நீநானெ னலுமொன் றிரண்டெனலு நீதமொட
நீதமென லுங்கெட் டதை
அந்திபகல் போக்குடன் வரவுமன வாக்கொடிங்கு
அங்கென்ப துங்கெட் டதை
அறியாம லறியவடி யேனுமுமை நம்பினே
னறிவுதந் தாளுதற்கே
வந்தடிமை கொள்ளமன முள்ளநீர் பின்தொடர
வள்ளல்இற சூல்வ ருகவே
வளருமருள் நிறைகுணங் குடிவாழு மென்னிருகண்
மணியே முகியித் தீனே. 12

முத்தைநவ மணியையொளி பத்திபா யும்மணியை
மோனமணி ஞான மணியை
மொய்த்தகதிர் மாசிலா மணியைவா னாதியாம்
மூவுலகு மான மணியைச்
சித்திமணி யைச்சித்தி தருமுத்தி மணியையென்
சிந்தைகுடி கொண்ட மணியைத்
திவ்யகுரு மணியா லிழைத்தசிங் காசனச்
சிகரத்தி னுச்சி மணியைப்
பத்தர்கட் கெய்துசூ டாமணியை நிறைபார்த்த
பரமார்த்த மான மணியைப்
பணிபூண்டு பார்க்கவடி யேனுமுமை நம்பினேன்
பணிபூட்டி யாளு தற்கே
வைத்ததீ பத்தினிக ருள்ளநீர் பின்தொடர
வள்ளல்இற சூல்வ ருகவே
வளருமருள் நிறைகுணங் குடிவாழு மென்னிருகண்
மணியே முகியித் தீனே. 13

காரா றெனப்பே ரருட்கடலி னீருண்டு
கவிகின்ற கருணை முகிலைக்
ககனவட் டப்பெரு வெளிக்குமப் பால்நின்று
காலூன்று கின்ற முகிலைத்
தாராத அருள்தந்த குருமௌன முகிலையென்
தாயிறற் சிறந்த முகிலைச்

---

12. பெந்தம் - பந்தம்: கெட்டது - அற்றது: நீதம் - நீதி: அறியாமல் - அறிய - சாதாரண அறிவால் அறியாது ஞான யோகத்தால் அறிய.

13. பத்திபாயும் - பிரதிபலிக்கும்: சித்தி - வெற்றி: குரு-நிறம்: பரமார்த்தம் - மேலான பொருள்: பணிபூண்டு - நகையாக அணிந்து, தொண்டு பூண்டு.

சண்டமா ருதமென்ன அருள்பொழி யுமுகிலைச்
சராசரங் கொண்ட முகிலைப்
பாராதி பஞ்சவன் னப்பகுதி யாகப்
பரந்துவரு டித்த முகிலைப்
பரவிவரு டிக்கஅடி யேனுமுமை நம்பினேன்
பருவம்வந் தாளு தற்கே
வாரா நெறிக்கருணை யுள்ளநீர் பின்தொடர
வள்ளல்இற சூல்வ ருகவே
வளருமருள் நிறைகுணங் குடிவாழு மென்னிருகண்
மணியே முகியித் தீனே. 14

தத்தியே கங்கறப் பெருகிவரு மானந்த
சமரசப் பெருவா ரியைச்
சார்ந்தன்ப ரிதயங் களிக்கவே பொங்கிவர
சந்ததச் சுகவா ரியைச்
சுற்றிக் கவிந்துகொண் டெங்குமொரு மிக்கவே
சூழ்கருணை நிறைவா ரியைச்
சொற்பிர காசந்தரு சுயஞ்சோதி யாய்நின்ற
சோமசுந் தரவா ரியை
எத்தனை விதங்கொண்டு சொல்லினுஞ் சொல்லொணா
இனியபூ ரணவா ரியை
ஏப்பமிட வூட்டவடி யேனுமுமை நம்பினேன்
எட்டிவந் தாளு தற்கே
மத்திபத் தீபநடு வுள்ளநீர் பின்தொடர
வள்ளல்இற சூல்வ ருகவே
வளருமருள் நிறைகுணங் குடிவாழு மென்னிருகண்
மணியே முகியித் தீனே. 15

அன்புப் பெருக்கைநல் லறிவுப் பெருக்கைமெய்ஞ்
ஞானாமிர் தப்பெ ருக்கை
அணையற்ற பேராசை வெள்ளப் பெருக்கையறிவு
ஆகார வான்பெ ருக்கை

---

14. பெருவெளிக்கும் அப்பால் - சிதாகாயம்: வருடித்த - பெய்த; பரவி - போற்றி: பருவம் - பக்குவம்.

15. கங்கு - கரை: வாரி - கடல்: சந்ததம் - நிரந்தரம்: சோம சுந்தர வாரி - சுழுமுனையிலிருந்து ஒழுகும் சந்திர அமிர்தம்: எட்டி - நெருங்கி: மத்திபத் தீபம் - பரம்பொருளுக்கும் ஆன்மாவுக்கும் இடைநின்று விளக்கும் ஞான தீபம்.

இன்பப் பெருக்கையருள் பொங்கும்பெ ருக்கைவெளி
யெங்கெங்கு மொளிப்பெ ருக்கை
ஏகப் பெருக்கையனு போகப் பெருக்கைநல்
இனியசெந் தேன்பெ ருக்கைத்
தென்புப் பெருக்கைவெகு டம்பப் பெருக்கைமா
திவ்யமது ரப்பெ ருக்கைச்
சேரப் புகட்டஅடி யேனுமுமை நம்பினேன்
சித்தம்வைத் தாளு தற்கே
வன்புப் பெருக்கைஅடி வுள்ளநீர் பின்தொடர
வள்ளல்இற சூல்வ ருகவே
வளருமருள் நிறைகுணங் குடிவாழு மென்னிருகண்
மணியே முகியித் தீனே. 16

கண்டபொரு ளத்தனையு மாகிநின் றவைகளுங்
காணாத கார ணத்தைக்
கருதரிய சித்தாய் விசித்திரமாய் நின்றிலங்
காநின்ற கார ணத்தை
அண்டகோ டிகளையுந் தன்னுள்வைத் தணுவினுக்
கணுவான கார ணத்தை
அறியாம லென்றெய்வ முன்றெய்வ மென்பார்க்கும்
அவ்வகைக் கார ணத்தை
எண்டிசை விளைக்கின்ற வித்தா யிருந்துமோர்
இடமற்ற கார ணத்தை
எய்திக் களிக்கஅடி யேனுமுமை நம்பினேன்
எதிர்காட்டி யாளு தற்கே
மண்டலமும் விண்டலமு முள்ளநீர் பின்தொடர
வள்ளல்இற சூல்வ ருகவே
வளருமருள் நிறைகுணங் குடிவாழு மென்னிருகண்
மணியே முகியித் தீனே. 17

நிலையமுட னெங்கணுங் கோத்தநிலை குலையாது
நின்றதே சோம யத்தை
நெற்றிவிழி யூடுநிலை நின்றோ ருளந்தனில்
நெளிந்ததே சோம யத்தைத்
தொலையா திலங்குதுரி யாதீத மானஅத்
துவிததே சோம யத்தைத்

16. அறிவு ஆகார - அறிவு உருவாகிய: அனுபோகம் - இன்ப நுகர்ச்சி: டம்பம் - பெருமை: வன்பு-வன்மை.

17. காரணம்-ஏது, மூலம்

தொந்தங் கடிந்தவர்க ளுந்திக்குள் வண்டாய்த்
துவண்டதே சோம யத்தைச்
சலியாத வயிராக்ய தீரனை யலுப்பறச்
சார்ந்ததே சோம யத்தைச்
சாமுனெற் கருளஅடி யேனுமுமை நம்பினேன்
சலுதிவந் தாளு தற்கே
மலிகருணை மிக்கவலு வுள்ளநீர் பின்தொடர
வள்ளல்இற சூல்வ ருகவே
வளருமருள் நிறைகுணங் குடிவாழு மென்னிருகண்
மணியே முகியித் தீனே. 18

எல்லைநிலை சொல்லரிய வல்லமையோ டெங்கணும்
இருந்தஞா னோத யத்தை
எப்பொருளு மெப்பொழுது மெவ்விடமு மவ்வடிவு
இலங்குஞா னோத யத்தை
அல்லினும் பகலினும் அன்பர்மன இல்லினில்
அடைந்தஞா னோத யத்தை
அழியாப் பதிக்குவந் தாள்குணங் குடியார்
அணைந்தஞா னோத யத்தைத்
தொல்லையறு நல்லறிஞர் சொல்லும்வழி செல்லின்வெளி
தோற்றுஞா னோத யத்தைத்
தொழுதெழாப் பாவியடி யேனுமுமை நம்பினேன்
தொண்டுகொண் டாளு தற்கே
வல்லபஞ் சொல்லவந் துள்ளநீர் பின்தொடர
வள்ளல்இற சூல்வ ருகவே
வளருமருள் நிறைகுணங் குடிவாழு மென்னிருகண்
மணியே முகியித் தீனே. 19

---

18. தேசோமயம்-ஒளிமயம்: துரியாதீதம் -ஆன்மாவின் ஐந்து நிலைகளுள் அது மிகத் தூய்மையுற்றுப் புருடதத்துவத்தோடு மூலாதாரத்தில் நிற்கும் நிலை: சூஃபி ஞானி தன் ஆன்மாவின் பயணத்தில் முழு நிறைவு பெற்றுப் பரம்பொருளை நேருக்கு நேராகக் கண்டுணரும் 'வஸ்ல்' எனும் ஏழாம் நிலை. அத்துவிதம் - இரண்டற்றது, வஹ்தத்துல்வுஜூது: தொந்தம்-பந்தம்: கடிந்தவர்-ஒழித்தவர்: உந்திக்குள் வண்டாய் - மூலாதாரமாகிய பூவில் வண்டுபோல்: சலுதி (உ) - விரைந்து.

19. அழியாப் பதி - அழியாத இடம், தூய்மையுற்ற ஆன்மா இறுதியில் அடையும் 'பகா' எனும் நிலை: குணங்குடியார் - 'சிபத்' என்னும் இறைப் பண்புகளை அடையப் பெற்றோர்.

தொலையாத வான்கருணை குடிகொண் டிருந்ததே
சோமயா நந்த குருவைச்
சொந்தமுட னென்றனையும் வந்தடிமை கொண்டே
சுகந்தந்த மௌன குருவை
நிலையாத மாயைநிலை குலையநிலை குலையாத
நெறிதந்த ஞான குருவை
நித்தியா நந்தசுக முற்றுமகு மூதென்ற
நிட்டைநே ரிட்ட குருவைச்
சலியா தணைத்துமுத் தந்தர வெனைப்பெற்ற
தந்தையாய் வந்த குருவைத்
தழுவவறி யாதஅடி யேனுமுமை நம்பினேன்
தயைபுரிந் தாளு தற்கே
மலைகள்பொடி படுநடையு முள்ளநீர் பின்தொடர
வள்ளல்இற சூல்வ ருகவே
வளருமருள் நிறைகுணங் குடிவாழு மென்னிருகண்
மணியே முகியித் தீனே. 20

★ ★ ★

பன்மையாய் விரிந்த பல்பொருள் எலாம்அதன்
தன்மையா யிருந்த தகுதியை விளக்கும்
அருளொளி விளக்கினை யருள்கவென் றாசான்
தெருளொளி பதமலர் சிந்தைசெய் திரத்தல்.

ஆசிரிய விருத்தம்

எங்கும்அருள் விரிவாகி யங்கிங் கெனாதாகி
என்றன்பி ரானு மாகி
எண்ணரிய அண்டபகி ரண்டங்க ளாகிநின்று
இகபர மிரண்டு மாகிப்
பொங்கிவழி கொண்டுபல் கடமெலாம் பெருகுபரி
பூரணா னந்த மாகிப்
புனிதமெய்ஞ் ஞானவா னந்தமழை மாரியைப்
பொழிகருணை முகிலு மாகிக்
கங்குல்பக லில்லிரவி மதியாகி யெங்குமொரு
கங்கற்ற கங்கை யாகிக்

---

20. தொலையாத - நீங்காத: மகுமூது (அ) - நாசிமுனையில் பார்வையை ஒருமுகப்படுத்திப் புரியும் நிட்டை.
பன்மையாய்:
அதன் -பரம்பொருளின்: தெருள்-தெளிவு.

கவியுமொளி புரியஅடி யெனுமுமை நம்பினேன்
கருணைவைத் தாளு தற்கே
மங்காத திங்களொளி யுள்ளநீர் பின்தொடர
வள்ளல்இற சூல்வ ருகவே
வளருமருள் நிறைகுணங் குடிவாழு மென்னிருகண்
மணியே முகியித் தீனே. 21

ஊனாகி ஊனிலுயி ராகியெவ் வுலகுமாய்
ஒன்றா யிரண்டு மாகி
உள்ளாகி வெளியாகி யொளியாகி யிருளாகி
ஊருடன் பேரு மாகிக்
கானாகி மலையாகி வளைகடலு மாகிமலை
கானக விலங்கு மாகிக்
கங்குல்பக லாகிமதி யாகிரவி யாகிவெளி
கண்டபொரு ளெவையு மாகி
நானாகி நீயாகி அவனாகி அவளாகி
நாதமொடு பூத மாகி
நாடுமொளி புரியஅடி யேனுமுமை நம்பினேன்
நன்மைசெய் தாளு தற்கே
வானோரும் அடிபணித லுள்ளநீர் பின்தொடர
வள்ளல்இற சூல்வ ருகவே
வளருமருள் நிறைகுணங் குடிவாழு மென்னிருகண்
மணியே முகியித் தீனே. 22

அந்தமுதல் முன்பின்னொடு பக்கநடு வாகிநின்று
அவைக ளற்றது வுமாகி
அருவாகி யுருவாகி யருவுருவ மற்றவறி
வாகார மோன மாகித்
தந்தைதா யாகியருள் தந்தகுரு வாகியென்
தன்னுயிர்க் குயிரு மாகித்
தாயிற் சிறந்தவந் நேயச் சிறப்பாய்ச்
சதானந்த ஞான மாகிச்
சிந்தைசெய வந்ததிற மாகியெனை யாட்கொண்ட
தேசிகன் றானு மாகித்

---

21. கடம் - உடல்.

22. ஊன்-உடல்.

23. அந்தம்-முடிவு: அறிவு ஆகாரம்-அறிவு வடிவம்: சதானந்தம்-எப்போதும் ஆனந்தம்.

தெளியுமொளி புரியஅடி யேனுமுமை நம்பினேன்
சித்திதந் தாளு தற்கே
வந்திருந் தருளுதயை யுள்ளநீர் பின்தொடர
வள்ளல்இற சூல்வ ருகவே
வளருமருள் நிறைகுணங் குடிவாழு மென்னிருகண்
மணியே முகியித் தீனே. 23

பாராகி யெப்பொருளு மாகியப் பார்தனிற்
பஞ்சவன் னங்க ளாகிப்
பற்பல விதங்கொண்ட விந்துநா தத்துட்
பதிந்துமுளை பருவ மாகி
வேரோடி யோக பூமிக்குள் வளர்ந்தருள்
விளைந்தொழுகு தருவு மாகி
விண்ணாகி மண்ணாகி யெண்ணாகி வெகுவாகி
விரிவாகி மறைவு மாகி
தூராதி தூரத்தி னுந்தூர மாகிஅதி
சூழ்ச்சிச் சமீப மாகித்
தோற்றுமொளி புரியஅடி யேனுமுமை நம்பினேன்
துரிதமுட னாளு தற்கே
வாராரும் அருள்மாரி யுள்ளநீர் பின்தொடர
வள்ளல்இற சூல்வ ருகவே
வளருமருள் நிறைகுணங் குடிவாழு மென்னிருகண்
மணியே முகியித் தீனே. 24

பார்த்ததிக் கெங்குமொரு வெளியாகி யென்பரா
பரப்பிரம வெளியு மாகிப்
பற்றுமன வெளியாகி மனவெளி கடந்தமுப்
பாழான வெளியு மாகிக்
கூர்த்தவறி வத்தனையு மேற்றபடி கொள்ளையே
கொண்டகடு வெளியு மாகிக்
கோடானு கோடிபல வண்டபகி ரண்டமுங்
கொண்டபெரு வெளியு மாகிச்

---

24. வன்னம்-நிறம், பண்பு: விந்து-லாஹூத் எனப்படும் பரம்பொருளின் படைப்பு நிலையடைந்த தன்மை: நாதம்-'குன்' ஆகுக எனும் ஒலி: யோகம்-'தரீகத்து எனும் யோக நெறி: தரு- 'துபா' எனும் ஞானமரம்: எண்-எண்ணம்: வார்-ஒழுகுதல்.

25. முப்பாழ் - அகது, உகது, வாகிதிய்யத்து என்னும் பரம்பொருள் நிலைகள்: கடுவெளி - பரவெளி: சிற்சக்தி - ஜபறூத்து

சேர்த்தநிலை குலையுண்டு போகாது நிலையுண்ட
சிற்சத்தி வெளியு மாகிச்
செறியுமொளி புரியஅடி யேனுமுமை நம்பினேன்
தெளிவுதந் தாளு தற்கே
வார்த்தைதப் பாதநா வுள்ளநீர் பின்தொடர
வள்ளல்இற சூல்வ ருகவே
வளருமருள் நிறைகுணங் குடிவாழு மென்னிருகண்
மணியே முகியித் தீனே. 25

நடையுடன் கிடையாகி நண்ணுமிரு வினையாகி
நடைபடிகள் தாமு மாகி
நடுவே முளைத்தநீ நானெனலு மாகிவரு
நாட்டங்கள் தாமு மாகித்
தடையாகி வைத்ததடை யற்றவிடை யாகிநல்
தாரணைகள் தாமு மாகித்
தலைமையொடு நிலைமையும் வலுமைகளு மாகியெச்
சங்கதிகள் தாமு மாகி
இடையாகி நடுவாகி நன்மைதீ மையுமாகி
ஏமுத லெவையு மாகி
இலகுமொளி புரியஅடி யேனுமுமை நம்பினேன்
இதமுரைத் தாளு தற்கே
மடமடென அடிநடன முள்ளநீர் பின்தொடர
வள்ளல்இற சூல்வ ருகவே
வளருமருள் நிறைகுணங் குடிவாழு மென்னிருகண்
மணியே முகியித் தீனே. 26

மாயைமுத லாகியுயி ராகியற் புதமான
மன்னுயிர்க் குயிரு மாகி
வாருமிரு வினையாகி வினைதனக் கீடாகி
வாழ்பா முடம்பு மாகித்
தூயறிவு கலையாகி நிலையாகி நிலையாத
தொந்தங்கள் தாமு மாகித்

---

26. கிடை - கிடத்தல்: இருவினை - நல்வினை, தீவினை; நடை படிகள்- ஒழுக்கம்: தடை - வினா: தாரணை - அஷ்டாங்க யோகத்துள் ஒன்று, தரித்தல்.

27. மாயை-பரம்பொருளின் 'சிபத்' என்னும் பண்புகளின் நிருமிப்பும், கற்பனையும், ஷூன்: மன் உயிர் - நிலையான உயிர்; வாரும்-பெருகும்: தொந்தம் - தொடர்பு: கூத்து - பரம்பொருளின் இடையறாத படைப்பியக்கம்.

துறவாகி மூவாசை யுறவாகி மறைவாகிச்
சோதிப்பிர காச மாகி
ஆயுமறை முடிவாகி யடியாகி நடுவாகி
ஆச்சரியக் கூத்து மாகி
ஆடுமொளி புரியஅடி யேனுமுமை நம்பினேன்
அன்பு கூர்ந்தாளு தற்கே
வாயூறு தேனின்மொழி யுள்ளநீர் பின்தொடர
வள்ளல்இற சூல்வ ருகவே
வளருமருள் நிறைகுணங் குடிவாழு மென்னிருகண்
மணியே முகியித் தீனே. 27

கண்ணான கண்ணேயென் அன்னமே யென்றழுவர்
கண்டகண் காட்சி யாகிக்
கவலைகுடி கொண்டுதட் டழியார்கள் நன்மனக்
கண்ணாட்டி தானு மாகி
மண்ணான வஞ்சநெஞ் சத்தினர்க் கேறாது
மறைவுதரு புதைய லாகி
மதபேத மோதிமதி கெட்டவர்க் கெட்டாத
வான்கருணை வெள்ள மாகி
எண்ணாத எண்ணமெண் ணாரெடுத் துண்ணுபேர்
இன்பப் பெருக்கு மாகி
எய்துமொளி புரியஅடி யேனுமுமை நம்பினேன்
இன்புதந் தாளு தற்கே
வண்ணத் திருக்கருணை யுள்ளநீர் பின்தொடர
வள்ளல்இற சூல்வ ருகவே
வளருமருள் நிறைகுணங் குடிவாழு மென்னிருகண்
மணியே முகியித் தீனே. 28

வேதவே தாந்தமேல் வீடாகி நட்டநடு
வீட்டின் விளக்கு மாகி
வித்தக னிருக்குநவ மணிமாட மாகியொளி
விரிகதிர்ச் சுடரு மாகி

---

28. கண்ணாட்டி - நாயகி, ஏறாது - தெரியாது: எண்ணாத எண்ணம் - தீயஎண்ணம்.

29. வேதாந்தம் - வேதத்தின் முடிவு: மேல் வீடு - ஆன்மா எல்லாக் கட்டுக்களினின்றும் விடுபட்டு நிற்கும் 'பனா' எனும் நிலை: நாதாந்தம் - நாத கலைக்குமேல் பிரமரந்திரம் மட்டாக மூன்றங்குலம் வியாபித்து நிற்கும் கலை: அவிரும் - ஒளிரும்.

நாதகீ தம்பல முழக்கமிட் டோலமிடு
நாதநா தாந்த மாகி
நற்குணங் குடியா னெனப்பே ரெனக்கருளும்
ஞானதிரு நாம மாகி
ஆதிமுத லந்தமுந் தானாகி விரிவா
யகண்டிதா கார மாகி
அவிருமொளி புரியஅடி யேனுமுமை நம்பினேன்
அறிவுதந் தாளு தற்கே
மாதூய பாதமல ருள்ளநீர் பின்தொடர
வள்ளல்இற சூல்வ ருகவே
வளருமருள் நிறைகுணங் குடிவாழு மென்னிருகண்
மணியே முகியித் தீனே. 29

கங்குல்பக லற்றவருள் தங்குமெங் கெங்குநிறை
காரணக் கடவு ளாகிக்
கங்கறப் பொங்குகரு ணைக்கடலு மாகியென்
கரதலா மலக மாகி
சிங்கத்தை யொத்துவினை தன்னைச் செயங்கொண்ட
தேசிகன் றானு மாகித்
தேறுதீ ரக்குணங் குடிவாழ்க்கை யெற்குதவு
திவ்யகுண மேரு வாகி
எங்கே யிருக்கினு மங்குவந் துதவிதரும்
எங்கள்மகு மூது மாகி
இயைபுமொளி புரியஅடி யேனுமுமை நம்பினேன்
எளிதில்வந் தாளு தற்கே
மங்கள சவுந்தரிய முள்ளநீர் பின்தொடர
வள்ளல்இற சூல்வ ருகவே
வளருமருள் நிறைகுணங் குடிவாழு மென்னிருகண்
மணியே முகியித் தீனே. 30

★★★

அருள்கூர்ந்த காட்சி யாகிய வுண்மையும்
பொருள்கூர்ந்து காண்போன் வேறெனப் பொருந்தாது
ஒன்றா முறைமை யோதுக இவ்விடை
யின்றாக வருள்கவென் றிரங்கி யிரத்தல்.

---

30. கரதலாமலகம்: உள்ளங்கை நெல்லிக் கனி: எற்கு - எனக்கு.

அருள் கூர்ந்த... இரத்தல்-விஜ்தான் எனும் காட்சிப் பொருளும், காண்போனும் வேறுபாடெழிந்து ஒன்றாகும் முறையைப் போதித்த அவ்வேறுபாடு ஒழிக்க வேண்டுதல்.

ஆசிரிய விருத்தம்

பாரிரோ வென்னையென் அன்னையே யென்முகம்
பார்த்தருள் பழுத்தி டீரோ
பாவிகல் நெஞ்சவஞ் சஞ்சிந்த வந்துமது
பாதத் திழுத்தி டீரோ
வாரிரோ என்னெதிரில் வந்தெனக் கொருமுத்தம்
வாய்கொண் டளித்தி டீரோ
மகிழிரோ புகழிரோ கருணைகூர்ந் தெனையாள
வாவென் றழைத்தி டீரோ
சேரிரோ என்னையுஞ் சேர்ந்தோர்க்கு முமதருள்
தேறல் தெளித்தி டீரோ
சிந்தைநொந் திடையுமடி யேனுமுமை நம்பினேன்
சித்தம்வைத் தாளு தற்கே
வாரோ மெனச்சொன்ன துள்ளநீர் பின்தொடர
வள்ளல்இற சூல்வ ருகவே
வளருமருள் நிறைகுணங் குடிவாழு மென்னிருகண்
மணியே முகியித் தீனே. 31

எங்கட் குடிக்கரச ரேயுமது பாதமெற்கு
எய்தாத தென்ன குறையோ
என்தெய்வம் உன்தெய்வ மென்றகுறை யோவல்லது
இடிசாப மான குறையோ
பங்குகூ றிட்டகுறை யோபாவி வாழ்மனது
பக்தியில் லாத குறையோ
பகலையிரு ளென்றகுறை யோவிண் படர்ந்தறப்
படுநீல னான குறையோ
அங்குமிங் குங்கெட் டலைந்தகுறை யோதேடி
யலையா திருந்த குறையோ
அறியாம லிடையுமடி யேனுமுமை நம்பினேன்
அணைவுதந் தாளு தற்கே
வங்கமா யன்பாழி யுள்ளநீர் பின்தொடர
வள்ளல்இற சூல்வ ருகவே
வளருமருள் நிறைகுணங் குடிவாழு மென்னிருகண்
மணியே முகியித் தீனே. 32

---

31. சிந்த-ஒழிக்க: தேறல்-தேன்: இடையும்-வருந்தும்: வாரோம்-வருகிறோம்.

32. பங்கு கூறிட்ட குறை-ஒன்றை இரண்டு மூன்றென்று பிரித்த குற்றம்: படர்ந்து - நினைத்து, துதித்து: அற-முழுதும்: படுநீலன்-கொடியவன்: வங்கம்-மரக்கலம்.

கல்லிலோ மண்ணிலோ விண்ணிலே அடிமையிரு
கண்ணிலோ கண்ணீரிலோ
கரையிலோ கடலிலோ வுடலிலோ வுயிரிலோ
கதியான பூமி தனிலோ
அல்லிலோ பகலிலோ நல்லபத இல்லிலோ
அறிவிலோ வுருமீ திலோ
அறிவிலோ அறியொணா மறையிலோ மறைகள்முதல்
ஆகம புராணத் திலோ
செல்வமிகு துரைராச ரேதேவ ரீக்குநிலை,
திவ்விய குணங்கு டியிலோ
தெரியாம லிடையுமடி யேனுமுமை நம்பினேன்
சேர்ந்தணைந் தாளு தற்கே
மல்லிகை மலர்க்கந்த முள்ளநீர் பின்தொடர
வள்ளல்இற சூல்வ ருகவே
வளருமருள் நிறைகுணங் குடிவாழு மென்னிருகண்
மணியே முகியித் தீனே. 33

ஓயாதோ என்கவலை யுள்ளுருகி யானந்தம்
உள்ளுளே பாய்ந்தி டாதோ
ஒழியாதோ இழிமாயை யழியாதோ பாழாசை
ஊழ்வினைக ளோய்ந்தி டாதோ
தீயாதோ வன்கருவி காயாதே கரணங்கள்
தீவினைகள் தீர்ந்தி டாதோ
தேறாதோ பாழ்மனது சாராதோ பேரறிவு
திவ்யகுணம் வாய்ந்தி டாதோ
பேயாதோ அருள்மாரி வாயாதோ வான்கருணை
பேரின்பம் நேர்ந்தி டாதோ
பெருகநின் றிடையுமடி யேனுமுமை நம்பினேன்
பிரியமுட னாளு தற்கே
வாயிற் சிறந்தமொழி யுள்ளநீர் பின்தொடர
வள்ளல்இற சூல்வ ருகவே
வளருமருள் நிறைகுணங் குடிவாழு மென்னிருகண்
மணியே முகியித் தீனே. 34

---

33. பத இல் - வீடு: *ஆகமம் -தரும, ஞான நூல்கள்; நிலை* - இருப்பிடம்: *கந்தம் - மணம்.*

34. விழிமாயை - கண்ணில் மயக்கும் பொய்த்தோற்றம்: கருவி - ஐம்பொறி: கரணங்கள் - மனம், புத்தி, சித்தம், அகங்காரம் என்னும் அந்தக் கரணங்கள்; வாயாதோ - வாய்க்காதோ.

நாடுமோ முத்திவழி கூடுமோ நெற்றிவிழி
நல்லறிவு வந்தா டுமோ
நற்குணங் குடிமீது வீடுதர என்றன்ஜய
நாதனரு ளுந்தே டுமோ
ஆடுமோ அட்டமா சித்தியும் புத்தியும்
அந்தவழி யைச்சா டுமோ
ஆரவா ரத்தையும் போடுமோ சித்தம்ஆ
நந்தநட னம்ஆ டுமோ
மாடகூ டங்களெனு மனையாட்டி தரும்ஆசை
மாட்டனென விட்டோ டுமோ
மனமுறிந் திடையுமடி யேனுமுமை நம்பினேன்
வந்தணைந் தாளு தற்கே
வாடா மலர்க்குநிக ருள்ளநீர் பின்தொடர
வள்ளல்இற சூல்வ ருகவே
வளருமருள் நிறைகுணங் குடிவாழு மென்னிருகண்
மணியே முகியித் தீனே. 35

ஆசாப சாசவலை யுள்ளகப் படுவனோ
அல்லது வெளிப்ப டுவனோ
அகிலவாழ் வென்றிடும் ஆற்றில்வீழ்ந் திடுவனோ
அப்புறம் நடந்தி டுவனோ
காசாசை கொண்டுகதி கெட்டுநின் றிடுவனோ
கதியாசை கொண்டி டுவனோ
கரையற்ற கப்பலென் னக்கலங் கிடுவனோ
கரையேறி நின்றி டுவனோ
ஈசனடி செல்லா திருந்துசென் றிடுவனோ
ஈசனடி சென்றி டுவனோ
ஏங்கிமிக இடையுமடி யேனுமுமை நம்பினேன்
ஏக்கமற வாழு தற்கே
மாசிலா மணிமாலை யுள்ளநீர் பின்தொடர
வள்ளல்இற சூல்வ ருகவே
வளருமருள் நிறைகுணங் குடிவாழு மென்னிருகண்
மணியே முகியித் தீனே. 36

35. நெற்றி விழி - ஞானக்கண்: ஜய-வியக்கத்தக்க: அட்டமா சித்தி - அணிமா, மகிமா, கரிமா, லகிமா, பிராப்தி, பிராகாமியம், ஈசத்துவம், வசித்துவம்: அந்த வழி -சித்திபெறும் வழி: சாடுமோ-சாயுமோ.

36. பசாசம் - பேய்: கதி- பரமகதி: மணிமாலை - ஜெபமாலை, ஆன்மிகப் பரம்பரை.

புதல்வரெனு முதலைகள் பிடித்துக் கடித்துப்
புசிக்கக் கொடுத்து ழல்வனோ
பொல்லாத காமக் கடற்புலா லென்னுமோர்
பூவைகைப் பட்டு ழல்வனோ
கதகதென் றெரியும் பணத்தீ மிதித்தெனது
கால்கொப்பு ளித்து ழல்வனோ
கட்டுபட் டாடைகள் எனும்நமன் கைவலைக்
கட்டுண்டு நின்று ழல்வனோ
சதசதென் றழுகுதுர்க் கந்தசாக் கடையான
சமுசார மதிலு ழல்வனோ
தத்தளித் திடையுமடி யேனுமுமை நம்பினேன்
சற்றுவந் தாளு தற்கே
மதலைபோற் கொஞ்சுகுண முள்ளநீர் பின்தொடர
வள்ளல்இற சூல்வ ருகவே
வளருமருள் நிறைகுணங் குடிவாழு மென்னிருகண்
மணியே முகியித் தீனே. 37

வண்டாய்ப் பறந்தெழுந் திடுவனோ சிற்றின்ப
வாரியில் விழுந்திடு வனோ
மண்ணான காமக் குரோதமுண் டிடுவனோ
மாயைதனை வென்றி டுவனோ
பெண்டாசை யென்றபேய் கொண்டுசெத் திடுவனோ
பேரின்ப முற்றிடு வனோ
பீறற் றுருத்தியிற் பிரியமுற் றிடுவனோ
பிரியங்க ளற்றிடு வனோ
நண்டளந் திடுநாழி யாவனோ குறைவினிறை
நானாழி தானா வனோ
நாளெலா மிடையுமடி யேனுமுமை நம்பினேன்
நன்மை கூர்ந்தாளு தற்கே
மண்டுபே ரின்பவொளி யுள்ளநீர் பின்தொடர
வள்ளல்இற சூல்வ ருகவே
வளருமருள் நிறைகுணங் குடிவாழு மென்னிருகண்
மணியே முகியித் தீனே. 38

---

37. புலால் - மீன், நாற்றம்: துர்க் கந்தம் - தீநாத்தம்; சமுசாரம் - வாழ்க்கை, குடும்பம்: மதலை-குழந்தை.

38. குரோதம் -சினம்: பீறல் துருத்தி- ஓட்டை விழுந்த துருத்தி போன்ற உடல்: நண்டளந்திடு நாழி - நண்டை அளக்கப் பயன்படுவதால் கீழான நாழி.

என்னக மிருக்கநா னென்வசப் படுவனோ
        என்னமோ சப்ப டுவனோ
இரவுபக லற்றவனு பூதிதனி லுறைவனோ
        இதமகித மதிலு றைவனோ
தன்னைமதி யாதுமதி கேடுகெட் டிடுவனோ
        தன்னையு மதித்தி டுவனோ
தாராள மாகவருள் நேயமுண் டிடுவனோ
        தட்டுமருள் கொண்டி டுவனோ
என்னதான் செய்வதினி யென்றுமேங் கிடுவனோ
        ஏகாந்த மோங்கி டுவனோ
இப்படிக் கிடையுமடி யேனுமுமைநம்பினேன்
        இட்டம்வைத் தாளு தற்கே
மன்னுதவ முத்திநிலை யுள்ளநீர் பின்தொடர
        வள்ளல்இற சூல்வ ருகவே
வளருமருள் நிறைகுணங் குடிவாழு மென்னிருகண்
        மணியே முகியித் தீனே. 39

கோலுமன் னரசர்கைக் கோலாவ னோபாவி
        குருடர்கைக் கோலா வனோ
கூலாயி லாகஇல் லாகு வென்பனோ
        குடிகெட்ட நிலையுண் பனோ
வேலையது வாய்முகம் மதுறசூ லென்பனோ
        வேலையிது தானென் பனோ
வேதவே தாந்த மெய்ஞ் ஞானவீ டடைவனோ
        வெறுவெளியி னின்றிடு வனோ
ஆலா விருக்ஷமென மேலாவ னோவுதிர்
        அதன்சருகு போலா வனோ
ஆனாலு மிடையுமடி யேனுமுமை நம்பினேன்
        ஆதரித் தாளு தற்கே
மாலார்க்கு வாலாய முள்ளநீர் பின்தொடர
        வள்ளல்இற சூல்வ ருகவே.

39. அனுபூதி - தானே கண்டறிந்ததும் பிறர்க்குச் சொல்ல இயலாததுமான அறிவு; உறைவனோ-தங்குவனோ; இதம் அகிதம் - நன்மை தீமை; மருள் - மயக்கம்; ஏகாந்தம் ஓங்கிடுவனோ - ஏகாந்த நிட்டை நிலையில் உயர்வேனோ.

40. கோலும் - வகுக்கும்; கூலாயிலாக இல்லல்லாகு - அல்லாஹ்வை அன்றி இறைவன் இல்லை, இஸ்லாமிய சமய மூல வாக்கியம்; முகம்மதுறசூல் - முகம்மது (சல்) அவர்கள் இறைவனின் தூதர்; மாலார் - விரும்புவோர்; வாலாயம் - மிகுந்த பழக்கம்.

வளருமருள் நிறைகுணங் குடிவாழு மென்னிருகண்
மணியே முகியித் தீனே. 40

★ ★ ★

ஒன்றாஞ் சமாதி யோகமிம் முறையாம்
என்றருள் பிரானே யிவற்றியல் பெல்லாம்
எவற்றானு மசையா திசையப் படுத்தித்
தவத்தை யருள்கெனச் சரண்புகுந் திரத்தல்.

ஆசிரிய விருத்தம்

பாயும்ஈ ராறுகலை பாயாது பக்குவம்
பண்ணிவைப் பதுச மாதி
பழவினை இறக்கவுஞ் சுழுமுனை திறக்கவும்
பழகிவரு வதுச மாதி
ஓயாத கருவிகர ணாதியோய்ந் தொழியவிழி
ஒளிகொழிப் பதுச மாதி
ஒன்றிரண் டென்றுமன முற்றும்உள றுதலைவிட்டு
ஒன்றுபடு வதுச மாதி
ஈயெறும் பாதிகள் தமக்குடல் குழைந்துமுன்
இன்புருக வதுச மாதி
என்றருள்பி ரானேயடி யேனுமுமை நம்பினேன்
இதுவேளை யாளு தற்கே
வாயுவினு மதிவேக முள்ளநீர் பின்தொடர
வள்ளல்இற சூல்வ ருகவே
வளமருள் நிறைகுணங் குடிவாழு மென்னிருகண்
மணியே முகியித் தீனே. 41

நாவினுனி தனைமடித் தந்நாளம் ஒட்டிநிலை
நாட்டிவைப் பதுச மாதி
நாலிரண் டெட்டுமெட் டெட்டாகி யழியமுன்
நாலாக்கு வதுச மாதி

ஒன்றாம் சமாதி... இரத்தல் - சமாதி யோகம் இவ்வகையானது என்று அருளும் பிரானே! இவற்றின் இலக்கணங்களை உறுதியாகப் பொருந்தச் செய்து தவத்தினது தன்மையை அருள்க என வேண்டுதல்.

41. சமாதி-அட்டாங்க யோகத்துள் ஒன்று: மூச்சுக் கட்டுச் செய்து உடல் துன்பங்களின் உணர்வற்றுச் சலனமின்றிப் பரம்பொருள் உணர்வில் ஒன்றி நீடு நிற்றல்: ஈராறு கலை - பன்னிரண்டு அங்குலம் ஓடும் சுவாச கலை; சுழுமுனை - இடைகலை, பிங்கலைக்கிடையே மூலாதாரத்திலிருந்து உச்சித் துவாரம் வரைக்கும் நிற்கும் நடுநாடி.

ஓவியம் போலிருந் துள்ளுருகு நல்லமிர்தம்
ஒழுகுவுண் பதுச மாதி
உச்சிவெளி சென்றுமொளி கண்டுமிரு விழியையும்
உட்குவிப் பதுச மாதி
ஏவலொடு விலகனெும் இருவினையு மற்றசைவு
இலாதிருப் பதுச மாதி
என்றருள்பி ரானேயடி யேனுமுமை நம்பினேன்
இதுவேளை யாளு தற்கே
மாவேக மனவேக முள்ளநீர் பின்தொடர
வள்ளல்இற சூல்வ ருகவே
வளருமருள் நிறைகுணங் குடிவாழு மென்னிருகண்
மணியே முகியித் தீனே. 42

இதயங் களித்துவரு வதையுங் கொளுத்தி வெளி
ஏறிவிடு வதுச மாதி
எட்டியெட் டாப்பொருளை யெட்டிப் பிடிக்கஅடி
எட்டிவைப் பதுச மாதி
பதியினதி பதியைவைத்து அதிகதுதி யோதிப்
பதம்பணிகு வதுச மாதி
பரிபூர ணந்தனில் வருகார ணந்தனைப்
பார்த்துமகிழ் வதுச மாதி
எதுவந்து நேரினும் மாறினும் மிரண்டுமொன்று
என்றிருப் பதுச மாதி
என்றருள் பி ரானேயடி யேனுமுமை நம்பினேன்
இதுவேளை யாளு தற்கே
மதயானை போல்தீர முள்ளநீர் பின்தொடர
வள்ளல்இற சூல்வ ருகவே
வளருமருள் நிறைகுணங் குடிவாழு மென்னிருகண்
மணியே முகியித் தீனே. 43

வேரற்ற சுத்தபரி பூரணப் பேரின்ப
வீடுபுகு வதுச மாதி
விரிகருணை தந்தகுரு நாதனடி யார்களென
வேடமணி வதுச மாதி

---

42. நாலி... நாலாக்குவது - மனித சுவாசம் வெளியே 12 அங்குலம் ஓடி 4 அங்குலம் கழித்து 8 அங்குலம் தான் நின்ற இடத்தில் நோக்கும், இதை 4 அங்குலமாக்குவது சமாதி: உள்ளுருகும் நல்லமிர்தம் - சுழுமுனையின் மேல் பாகத்தின் நடுவிலிருந்து ஒழுகும் சோம அமிர்தம்.

43. காரணம் - காரணப் பொருளாகிய பரம்பொருள்.

போராடு மையற் குதக்கைக் கடந்தப்
புறத்தினிற் பதுச மாதி
புகல்மறைப் பொருளைமற வாக்கட னமக்கென்று
புந்திமகிழ் வதுச மாதி
ஈராறு கால்களையு மெட்டுக் கயிற்றா
லிறுக்கியறி வதுச மாதி
என்றருள் பிரானேயடி யேனுமுமை நம்பினேன்
இதுவேளை யாளு தற்கே
மார்பணியு முத்தார முள்ளநீர் பின்தொடர
வள்ளல்இற சூல்வ ருகவே
வளருமருள் நிறைகுணங் குடிவாழு மென்னிருகண்
மணியே முகியித் தீனே. 44

சாதிபே தத்தையும் மாதர்போ கத்தையும்
தள்ளிநிற் பதுச மாதி
சந்ததமு மொளிருமருள் ஞான அருள்தேசிகன்
தன்னையறி வதுச மாதி
தீதிலருள் கொண்டதே சோமயத்து உள்மனம்
சேர்ந்திருப் பதுச மாதி
செத்தசவ மதுபோல லிருந்துசெப தபமுஞ்
செயத்தனிப் பதுச மாதி
ஏதுமது வானகுரு நாதனிரு பாதமதில்
இச்சைவைப் பதுச மாதி
என்றருள்பி ரானேயடி யேனுமுமை நம்பினேன்
இதுவேளை யாளு தற்கே
மாதவர்க ளுக்குதவி யுள்ளநீர் பின்தொடர
வள்ளல்இற சூல்வ ருகவே
வளருமருள் நிறைகுணங் குடிவாழு மென்னிருகண்
மணியே முகியித் தீனே. 45

நிதியாசை யற்றுதுற வதியாசை யுற்றுநன்
னிட்டைபுரி வதுச மாதி
நிலையாது காயமென் றெண்ணமொன் றென்றென்று
நிச்சயிப் பதுச மாதி
வதியுஞ்சவ் வாதுசந் தனமுமொன் றென்றுமனம்
வைத்துநிகழ் வதுச மாதி

44. மையல் குதக்கு - மயக்கங்களால் மெல்லப்படுதல்: புந்தி - மனம்: ஈராறு கால்கள் - பன்னிரண்டு சரங்கள்: எட்டுக் கயிறு - எட்டுயோக உறுப்புக்கள்.

45. சந்ததம் - எப்போதும்: செபம் - இறைவன் திருநாமத்தை உருவேற்றல்:

வாராது வாராது வருவனவும் வருமென்று
வாட்டமொழி வதுச மாதி
இதமகித மற்றமதி பெற்றிதய முத்திநிலை
ஏற்றுநிற் பதுச மாதி
என்றருள் பிரானேயடி யேனுமுமை நம்பினேன்
இதுவேளை யாளு தற்கே
மதுரவின் பப்பெருக் குள்ளநீர் பின்தொடர
வள்ளல்இற சூல்வ ருகவே
வளருமருள் நிறைகுணங் குடிவாழு மென்னிருகண்
மணியே முகியித் தீனே. 46

எல்லையு மறந்துபல தொல்லையு மிறந்ததோர்
இடத்திருப் பதுச மாதி
எனதுயா னென்பதை யிடம்பொருளொடு ஏவல்முதல்
ஈடழிப் பதுச மாதி
அல்லுபக லாகவெல் லும்மளவு நல்லறிஞர்
அடிபணிகு வதுசு மாதி
ஆகமத் தின்படிச் சாதிக்க முதலெவையும்
அற்றிருப் பதுச மாதி
இல்லாளு மைந்தருஞ் சுற்றமுஞ் சுற்றமாய்
இல்லையென் பதுச மாதி
என்றருள்பி ரானேயடி யேனுமுமை நம்பினேன்
இதுவேளை யாளு தற்கே
மல்லாடி னும்பொறுமை யுள்ளநீர் பின்தொடர
வள்ளல்இற சூல்வ ருகவே
வளருமருள் நிறைகுணங் குடிவாழு மென்னிருகண்
மணியே முகியித் தீனே. 47

சலனசஞ் சலமது தொலைத்தருள் மலைப்புடையில்
சார்ந்திருப் பதுச மாதி
சர்வபரி பூரண அகண்டிதா காரமே
சாட்சியென் பதுச மாதி
நிலையம்விட் டலையாது நீவாத தீபமென
நிலையினிற் பதுச மாதி

---

46. அதி - மிகுந்த: காயம் - உடல்: வதி - சேறு.

47. இறந்த-இல்லாத: மல்லாடினும் - குதர்க்கம் புரியினும்.

48. புடை-பக்கம்: நீவாததூண்டாத: நடுகொண்டு-புருவ நடுவில் பார்வையை ஒருமுகப்படுத்தி யோகம் செய்து, நாசீரா: பல்கும்-மிகும்:

நெற்றிவிழியி ரண்டையு மொத்துநடு கொண்டொளியின்
　　நேரில்வைப் பதுச மாதி
இலகுஞ் சதாகால நிட்டைபல் குந்துறவில்
　　எய்திநிற் பதுச மாதி
என்றருள்பி ரானேயடி யேனுமுமை நம்பினேன்
　　இதுவேளை யாளு தற்கே
மலைபோற் பெரும்பெருமை யுள்ளநீர் பின்தொடர
　　வள்ளல்இற சூல்வ ருகவே
வளருமருள் நிறைகுணங் குடிவாழு மென்னிருகண்
　　மணியே முகியித் தீனே. 48

ஆரிருந் தென்னஆர் போயென்ன என்றுமனம்
　　அற்றிருப் பதுச மாதி
ஆராலு மறியாத சூதான வெளிசென்று
　　அடைந்துபோ வதுச மாதி
வீரசூ ரங்கள்முத லதிகப்பிர சங்கமும்
　　மெலியமெலி வதுச மாதி
வேதவே தாந்தமும் விட்டுநா தாந்தநடு
　　வீடுசெல் வதுச மாதி
ஏருறு மயிர்ப்பாலம் ஏறுமன மேயேறும்
　　ஏறுமென் பதுச மாதி
என்றருள்பி ரானேயடி யேனுமுமை நம்பினேன்
　　இதுவேளை யாளு தற்கே
வாரிபோல் வான்கருணை யுள்ளநீர் பின்தொடர
　　வள்ளல்இற சூல்வ ருகவே
வளருமருள் நிறைகுணங் குடிவாழு மென்னிருகண்
　　மணியே முகியித் தீனே. 49

ஆழியென அருள்பொங்கும் ஆசையுற் றமுதமுது
　　அகங்களிப் பதுச மாதி
அதிசுகம் பெருவாரி யமிர்தமுண் டுண்டுதகை
　　யாறிநிற் பதுச மாதி
பாழினிலை யற்றுமுகப் பாழினிலை பெற்றுப்
　　பதைப்பொழிப் பதுச மாதி

---

49. சூதான வெளி - மறைவாகிய வெளி: மெலிவது-இளைப்பது, அடங்குவது: ஏர்-அழகு: மயிர்ப்பாலம்- நரக நெருப்பு ஆற்றின் மீதிருக்கும் மயிரினும் நுண்ணிய 'சிராத்' எனும் பாலம், நன்னெறி.

50. இரு - பெரிய: ஆழி-கடல்: தகை-தாகம், தளர்வு; பாழின் நிலை-அஞ்ஞான மயக்கந்தரும் பாழான பிறவி நிலை.

பலகோடி யண்டபகி ரண்டமுந் தன்னுளே
　　பார்த்திருப் பதுச மாதி
ஏழுபுவ னத்தையுஞ் சுற்றியுஞ் சுற்றாது
　　இருப்பிருப் பதுச மாதி
என்றருள்பி ரானேயடி யேனுமுமை நம்பினேன்
　　இதுவேளை யாளு தற்கே
வாழிமகு மூதினரு ளுள்ளநீர் பின்தொடர
　　வள்ளல்இற சூல்வ ருகவே
வளருமருள் நிறைகுணங் குடிவாழு மென்னிருகண்
　　மணியே முகியித் தீனே. 50

★★★

காந்தமு மயமுங் கலந்தெனக் கலந்து
மாய்ந்த வுளத்தை மாயா தாகப்
போந்திடை முளைக்கும் புதுமைக ளெல்லாந்
தேய்தர வருள்கெனச் சிந்தித் திரத்தல்.

ஆசிரிய விருத்தம்

குவலயக் கவலைதரும் இருமடையர் கைகளைக்
　　கோத்துத் திரிந்த வம்பன்
கோட்டியுங் கேட்டையுஞ் சேட்டையுங் கூட்டியொரு
　　கோட்டையாய்க் கட்டு வம்பன்
தவிராத காயகற் பங்கொள்கி றேனினிச்
　　சாவனோ வென்ற வம்பன்
சந்யாச மென்றபொய் வேடந் தரித்தவர்கள்
　　தம்மைநிகர் சொன்ன வம்பன்
செபமாலை கைக்கொண்டு வாய்முணு முணுத்தும்உப
　　தேசிநா னென்ற வம்பன்
தீதெலாந் தீரஅடி யேனுமுமை நம்பினேன்
　　தீரவந் தாளு தற்கே
மவுனமெனு மோனவடி வுள்ளநீர் பின்தொடர
　　வள்ளல்இற சூல்வ ருகவே
வளருமருள் நிறைகுணங் குடிவாழு மென்னிருகண்
　　மணியே முகியித் தீனே. 51

காந்தமும்... அயம்-இரும்பு: போந்து - வந்து.

51. கோட்டி - நிந்தை: காய கற்பம் - ஆயுளை மிகுவிக்கும் மருந்து: தீர-இட்டமாக, உண்மையாக.

நெறியற்ற வம்பன்நல் லறிவற்ற வம்பனெதிர்
நிகரற்ற கொடிய வம்பன்
நிறையற்ற வம்பன்வரன் முறையற்ற வம்பன்வன்
னெஞ்சன்அஞ் சாத வம்பன்
குறியற்ற வம்பனொரு சரியற்ற வம்பன்நற்
குணக்கேட னான வம்பன்
கொடியரிற் சகசண்டி யானவம் பன்கெட்ட
கொலைபாவி யான வம்பன்
உறவற்ற வம்பன்மிகு வெறிபெற்ற வம்பன்ஓர்
ஊர்க்குமா காத வம்பன்
உமதுபத மறியஅடி யேனுமுமை நம்பினேன்
உளமகிழ்ந் தாளு தற்கே
மறுகவலை யுறினுமுற வுள்ளநீர் பின்தொடர
வள்ளல்இற சூல்வ ருகவே
வளருமருள் நிறைகுணங் குடிவாழு மென்னிருகண்
மணியே முகியித் தீனே. 52

கல்லாத வம்பனறி வில்லாத வம்பனொரு
காசும் பெறாத வம்பன்
கடுவாயி னுங்கொடிய வம்பன் வெருட்டிக்
கடிக்குநா யான வம்பன்
பொல்லாத வம்பனுற வில்லாத வம்பன்
பொறாமையே கொண்ட வம்பன்
புன்மைகுடி கொண்டகெச போக்கிரிகள் சறுதாறு
போலுமுன் னேறு வம்பன்
மல்லாடு வம்பன்நசை பல்லாடு வம்பனிரு
மடையர்நடை யுடைய வம்பன்
வம்பெல்லாம் அகலஅடி யேனுமுமை நம்பினேன்
மரபுதந் தாளு தற்கே
வல்லாண்மை யில்லாமை யுள்ளநீர் பின்தொடர
வள்ளல்இற சூல்வ ருகவே
வளருமருள் நிறைகுணங் குடிவாழு மென்னிருகண்
மணியே முகியித் தீனே. 53

அதிகப்பிர சங்கமே குடிகொண்ட வம்பன்அன்பு
அணுவுமில் லாத வம்பன்

---

52. குறி - இலட்சியம்: சகசண்டி - மிகவும் இடக்குச் செய்பவன்.

53. கடுவாய் - பாம்பு: சறுதாறு (உ) தலைவன்; மல் - போர்: நசை - ஆசை: வல்லாண்மை - வன்முறை.

அச்சமில் லாதவம் பன்திட்டு நிட்டூர
அநியாயக் கார வம்பன்
கெதிகெட் டுருட்டுவம் பன்திருட் டெருமைக்
கிடாவினு முரட்டு வம்பன்
கெண்டர்க்கு வண்டர்க்கு மிண்டவம்பன் சண்டை
கெக்கரிக் கொட்டு வம்பன்
விதிகெட்ட வம்பனிலை பதிவிட்ட டலைந்ததலை
விரிகோல மான வம்பன்
விதிகெட்ட வம்பனிலை பதிவிட்ட டலைந்ததலை
விரிகோல மான வம்பன்
விடமெலாம் ஒழியஅடி யேனுமுமை நம்பினேன்
விரைவில்வந் தாளு தற்கே
வதலாள் விடாமலெனை யுள்ளநீர் பின்தொடர
வள்ளல்இற சூல்வ ருகவே
வளருமருள் நிறைகுணங் குடிவாழு மென்னிருகண்
மணியே முகியித் தீனே. 54

சதியா யிரஞ்செய்த வம்பனல் லிதமகித
சகசமறி யாத வம்பன்
தந்தையாய் தம்மனதை நோவித்த வம்பன்
தராதரங் கெட்ட வம்பன்
பதினாயி ரந்தரஞ் சொல்லினுஞ் செவியுட்
படாதபிடி வாத வம்பன்
பாரவான் முதலான பேருமென் பேரையும்
பகரப் பயந்த வம்பன்
நிதிதேடு சீவச் சவங்கள்பட் சங்களே
நேசித்த தோஷி வம்பன்
நெருடெலாம் வளருமடி யேனுமுமை நம்பினேன்
நேயம்வைத் தாளு தற்கே
மதிதனிலு மதிகவொளி யுள்ளநீர் பின்தொடர
வள்ளல்இற சூல்வ ருகவே
வளருமருள் நிறைகுணங் குடிவாழு மென்னிருகண்
மணியே முகியித் தீனே. 55

எண்சா ணுடம்புமொரு போதுமழி யாதென்ற
எண்ணமொழி யாத வம்பன்

---

54. நிட்டூரம் - கொடுமை: கெண்டர் - முரடர்: வண்டர் - தீயோர்: மிண்ட - வலிமையான: கெக்கரிக் கொட்டுதல் - கொக்கரித்தல்: வதல் ஆள்-பதில் ஆள்.
55. சகசம்-இயற்கை, உண்மை: பாரவான் (அ) - 'பிர்அவ்ன்' என்னும் எகிப்தியக் கொடுங்கோலரசன்: பட்சம்-நேசம்.

ஏதுவந் தாலுமோ ரணுவிற்கு நிகரென்று
இடும்பைகள் பேசு வம்பன்
கண்சாடை கண்டுவில காதவம் பன்காசு
காசுகா சென்ற வம்பன்
கல்லுமொரு போதேனும் உருகும்உரு காக்கருங்
கல்நெஞ்ச னான வம்பன்
பெண்சாதி பெண்சாதி பெண்சாதி யென்றே
பிதற்றுபேய் கொண்ட வம்பன்
பேயாட் டொழிக்கவடி யேனுமுமை நம்பினேன்
பிரியமுட னாளு தற்கே
வண்சீரும் எண்சீரு முள்ளநீர் பின்தொடர
வள்ளல்இற சூல்வ ருகவே
வளருமருள் நிறைகுணங் குடிவாழு மென்னிருகண்
மணியே முகியித் தீனே. 56

அஞ்சாது அவத்தொழில் தனைப்புரியும் வம்பன்மா
அதிகாரி யான வம்பன்
ஆதரிக் காநின்ற பேர்களைத் தானே
அடுத்துக் கெடுத்த வம்பன்
பஞ்சமா பாதகம் முதலான தீதகம்
பயமறச் செய்த வம்பன்
பட்சம்வைத் தோர்தமக் கிச்சைமிக வோதிப்
பணம்பறிக் கின்ற வம்பன்
நஞ்செலா மொன்றாய்த் திரண்டுரு வெடுத்தகெடு
நாசச் சரீர வம்பன்
நாயினுங் கொடியஅடி யேனுமுமை நம்பினேன்
நாட்டம்வைத் தாளு தற்கே
வஞ்சநம னுக்குநஞ் சுள்ள நீர் பின்தொடர
வள்ளல்இற சூல்வ ருகவே
வளருமருள் நிறைகுணங் குடிவாழு மென்னிருகண்
மணியே முகியித் தீனே. 57

தையலர்கள் ஆசையெனு மையலில் விடாய்கொண்டு
தாகித் தலைந்த வம்பன்
சாகா வரம்பெற்ற தேகத்தன் நானென்று
தலைகெட்டு நின்ற வம்பன்

56. இடும்பை - தீமை: வண்சீர் - வளமானபுகழ்: எண்சீர் - எவரும் எண்ணும் புகழ்: அட்டமா சித்தி.

57. அவத் தொழில் - பாவம்: நமன் - எமன், மரணம்.

மெய்யாக வையகத் தாரெனக் கீடென்று
வீண்மதம் பேசும் வம்பன்
வெறிகொண்ட நாய்போலும் வள்ளுவள் ளென்றுயார்
மேலும்விழு கின்ற வம்பன்
செய்யாத செய்கையே செய்தவம் பன்பொய்த்த
சிற்றின்ப முற்ற வம்பன்
தீயும் பயந்தவடி யேனுமுமை நம்பினேன்
சித்தம்வைத் தாளு தற்கே
வையமுழு துக்குமனை வுள்ளநீர் பின்தொடர
வள்ளல்இற சூல்வ ருகவே
வளருமருள் நிறைகுணங் குடிவாழு மென்னிருகண்
மணியே முகியித் தீனே. 58

கேடெலாங் கூடித் திரண்டுருக் கொண்டுகுடி
கேடுட லெடுத்த வம்பன்
கேட்டபேர் கண்டபேர் காதுகண் நோவெடுக்
கின்றஅடி யுண்ட வம்பன்
நாடெலா மிவனையு நாடலா மோவென்று
நகையாட லுண்ட வம்பன்
நாடோறு மாடுபோ லோடோடி யேநின்று
நாவுருசி கண்ட வம்பன்
மேடுமுட் டத்துருத் திக்குட் பருக்கைமிக
வெட்டியே வீசு வம்பன்
மெத்தவம் புற்றஅடி யேனுமுமை நம்பினேன்
மேன்மைதந் தாளு தற்கே
மாடம்ப ஜம்பநடை யுள்ளநீர் பின்தொடர
வள்ளல்இற சூல்வ ருகவே
வளருமருள் நிறைகுணங் குடிவாழு மென்னிருகண்
மணியே முகியித் தீனே. 59

தாயாதி முதல்அன்னை சுற்றங்கள் தம்மையுஞ்
சாரா தடித்த வம்பன்
தானதரு மங்களுக்கு ஈனதரு மங்களே
சாட்டிக் கெடுத்த வம்பன்
பேயாய்ப் பிடித்துவெறி நாயாய்க் கடித்துப்
பிடாரிபோ லலையும் வம்பன்

58. விடாய் - மோகம்: அணைவு - ஆதரவு, அன்பு.

59. அடியுண்ட - கைதேர்ந்த: துருத்தி - உடல்: டம்ப ஜம்ப நடை - கம்பீரநடை.

பீருநான் என்னவுப தேசங்கள் கூறிவிலை
பேசித் திரிந்த வம்பன்
தூயமகு மூதுநபி பாதமல ரைச்சென்னி
சூட்டறிவுஇல் மோட்டு வம்பன்
துறவெய்த லெய்தஅடி யெனுமுமை நம்பினேன்
சொன்னபடி யாளு தற்கே
மாயோக சித்திநெறி யுள்ளநீர் பின்தொடர
வள்ளல்இற சூல்வ ருகவே
வளருமருள் நிறைகுணங் குடிவாழு மென்னிருகண்
மணியே முகியித் தீனே. 60

★★★

பொருளிற்கு வேறாப் போந்தநா னென்னும்
மருளேவு ளத்தை மறைக்கும் பவத்தின்
இயங்கா துலவா தெங்குநில் லாது
வயங்கா தகற்றுக வள்ளலென் றிரத்தல்.

ஆசிரிய விருத்தம்

வேதாந்த சாரமே சாரமென் றறியாது
வீணாள் தொலைத்த பாவி
மேன்மேலு மெய்ஞ்ஞான இன்பம்அணு காதபாழ்
மெய்யைமெய் யென்ற பாவி
சோதிப்பிர காசச் சுயஞ்சோதி யணுகத்
தொழுந்துறைக ளற்ற பாவி
சுகநிட்டை பாராத விழியெனு முகத்திலிரு
தொள்ளையொ டிருந்த பாவி
கோதிலுமது அடிபணிகி லாதசிர சென்றக
குன்றைச் சுமந்த பாவி
கொடியமா பாவியடி யேனுமுமை நம்பினேன்
குடியிருந் தாளு தற்கே
மாதவ அபேதநிலை யுள்ளநீர் பின்தொடர
வள்ளல்இற சூல்வ ருகவே.

---

60. பீரு (அ) குரு: மோட்டு - மூடத்தனம்: யோக சித்திநெறி தரீ கத்து பொருளிற்கு... இரத்தல்

பொருளிற்கு - பரம்பொருளிற்கு: மருள்-மயக்கம்: பவம்-பாவம், பிறப்பு: வயங்காது-தோன்றாது.

61. மெய் - உடல்; தொள்ளை -துளை: அபேத நிலை-வேற்றுமை இல்லாத நிலை.

வளருமருள் நிறைகுணங் குடிவாழு மென்னிருகண்
    மணியே முகியித் தீனே. 61

மட்டிகளி னுங்கெட்ட சுட்டிவால் வெட்டிபேய்
    மட்டைரட் டித்த பாவி
வஞ்சநம னுக்குவா ரிக்கொடுத் திடவுடலை
    வளமாய் வளர்த்த பாவி
சட்டிவைத் துச்சட்டி வாங்கும் பெருந்தொப்பை
    சற்றம்வடி யாத பாவி
சண்டாள ருக்குமா சண்டாள ருக்குமா
    சண்டாள னான பாவி
பொட்டையிபு லீசுகைக் குட்பட்ட பாவியொரு
    போக்குநீக் கற்ற பாவி
போதாத பாவியபடி யேனுமுமை நம்பினேன்
    பொய்மைதீர்த் தாளு தற்கே
வட்டமதி வெட்குமுக முள்ளநீர் பின்தொடர
    வள்ளல்இற சூல்வ ருகவே
வளருமருள் நிறைகுணங் குடிவாழு மென்னிருகண்
    மணியே முகியித் தீனே. 62

நாசச் சரீரத்தை நான்நான் எனக்குளறு
    நாசம் பிடித்த பாவி
நானா விதங்கட்கு மேலான பாவியான்
    நற்றவமு மற்றபாவி
கூசாத பாவிவாய் பேசாத பாவிமா
    கோபம் படைத்த பாவி
கொலைபாவி கொலைபாவி கொலைபாவி கோடானு
    கோடிகொலை செய்த பாவி
வேசியர்க ளாசைவினை யகலாத பாவிதீ
    வினையுமக லாத பாவி
வீணான பாவியடி யேனுமுமை நம்பினேன்
    மெய்மைதந் தாளு தற்கே
வாசாம கோசரத் துள்ளநீர் பின்தொடர
    வள்ளல்இற சூல்வ ருகவே
வளருமருள் நிறைகுணங் குடிவாழு மென்னிருகண்
    மணியே முகியித் தீனே. 63

---

62. மட்டி - மூடன்: மட்டை - மூடன்: வடியாத - குறையாத: இபுலீசு (அ) சாத்தான்.

63. வாசாமகோசரம் - வாக்கிற்கு எட்டாத நிலை.

பிரியாத பேரின்ப அனுபூதி யாசைப்
பிறப்புமறி யாத பாவி
பிரபஞ்ச உறவைநெஞ் சம்அஞ்சி னோர்கள்தம்
பின்சென்றி டாத பாவி
அருமையா யறிகுறி களத்தனையு மெற்றிநல்
அறிகுறி களற்ற பாவி
அந்தகா ரத்தையே புந்தியுட் கொண்டுவெறும்
அஞ்ஞானி யான பாவி
நரசென்ம மாகியும் நரர்குணங் கனவிலும்
நாடியறி யாத பாவி
நலமற்ற பாவியடி யேனுமுமை நம்பினேன்
நண்புதந் தாளு தற்கே
வருகவலை யேகவழி யுள்ளநீர் பின்தொடர
வள்ளல்இற சூல்வ ருகவே
வளருமருள் நிறைகுணங் குடிவாழு மென்னிருகண்
மணியே முகியித் தீனே. 64

தேகாதி யகிலப்பிர பஞ்சமது பொய்யென்று
தேர்ந்தறி விலாத பாவி
தீபாவி தீபாவி தீபாவி தீபாவி
திவ்யகுண மற்ற பாவி
மாகவலை குடிகொண்ட பாவிவம் பாகவே
வாதாடு கின்ற பாவி
மாயப் பசாசுகொண் டலைபாவி வீணாக
வாழ்நாள் கழித்த பாவி
ஆகாத பாவியா னாகாத பாவியான்
ஆர்க்குமா காத பாவி
அளவற்ற பாவியடி யேனுமுமை நம்பினேன்
ஆண்டனைத் தாளு தற்கே
வாகுவழி யேகவொளி யுள்ளநீர் பின்தொடர
வள்ளல்இற சூல்வ ருகவே
வளருமருள் நிறைகுணங் குடிவாழு மென்னிருகண்
மணியே முகியித் தீனே. 69

மெய்யான பொய்யுடலை மெய்யென்று மெய்யான
மெய்யறிவு கெட்ட பாவி

64. *எற்றி - விலக்கி: நண்பு - நட்பு.*

65. *தேகாதி - உடல் முதலிய: வாகு-அழகு, ஒழுங்கு.*

மெய்யான மெய்யேது மறியாத பொய்யான
மெய்யைப் படைத்த பாவி
பொய்யான தையலரை யையோ அணைக்கசுக
போகமோ கித்த பாவி
பொய்யான புலையான கொலையான மலையான
பொய்த்தமொழி கற்ற பாவி
வையாத வையாசை யானதீ யானமா
மாயைகுடி கொண்ட பாவி
மாகொடும் பாவியடி யேனுமுமை நம்பினேன்
வந்திருந் தாளு தற்கே
வையவிழி மையவொளி யுள்ளநீர் பின்தொடர்
வள்ளல்இற சூல்வ ருகவே
வளருமருள் நிறைகுணங் குடிவாழு மென்னிருகண்
மணியே முகியித் தீனே. 66

பசுபாச வாசவினை யென்றவெறி கொண்டலை
பசாசாடு கின்ற பாவி
பால்பழங் கற்கண்டு சர்க்கரைகள் மொக்கியும்
பட்டமர மான பாவி
விசனமொடு துக்கமே குடிகொண்ட பாவிபொய்
வேடந் தரித்த பாவி
வித்தகன் திருவடி தனைத்தொழுது தொழுதழுது
மெய்யரு ளுறாத பாவி
நிசமாக வசைபேசு வார்கள்வாய் தன்னிலே
நிதமா யிருந்த பாவி
நிலையற்ற பாவியடி யேனுமுமை நம்பினேன்
நேயம்வைத் தாளு தற்கே
வசியமன வாசிவச முள்ளநீர் பின்தொடர
வள்ளல்இற சூல்வ ருகவே
வளருமருள் நிறைகுணங் குடிவாழு மென்னிருகண்
மணியே முகியித் தீனே. 67

இதமகித மென்றவினை யுங்கொண் டலைந்துசிற்
றின்பவேம் புண்ட பாவி
எண்சாணுடம்பும்வெறு நஞ்சான பாவிபே
ரின்பமணை யாத பாவி

---

66. வையாத-வைக்கக் கூடாத: வை ஆசை-வையத்து ஆசை.

67. பசுபாச வாசவினை - ஆன்மாவைக் கட்டுக்குள் ஆக்கும் வினை: வாசி-குதிரை.

பதமற்ற பாவிபக் கீறுதறு தலைமொட்டை
பரதேசி யான பாவி
பாவிப் பிணங்களைப் பாடித் துதித்துப்
பணம்பறிக் கின்ற பாவி
சதிகெடும் பாழாக்கு மதிகெடும் பாவிபொய்ச்
சத்தியஞ் செய்த பாவி
சர்ப்பநிகர் பாவியடி யேனுமுமை நம்பினேன்
சாரிவந் தாளு தற்கே
மதினமுத லும்வாச முள்ளநீர் பின்தொடர
வள்ளல்இற சூல்வ ருகவே
வளருமருள் நிறைகுணங் குடிவாழு மென்னிருகண்
மணியே முகியித் தீனே. 68

கைக்குள்வெண் ணெயைவைத்து நெய்க்கழுத பாவிகலை
கற்றுமறி வற்ற பாவி
கற்பக விருக்ஷத்தி னடியிலே காஞ்சிரங்
காய்தேடி நின்ற பாவி
கொக்குப் பிடிக்கநாய்க் குத்தெரியு மோவென்ற
கொள்கைகுடி கொண்ட பாவி
குருடர்கள் யானையைக் கண்டகதை போலசற்
குருவையறி யாத பாவி
சர்க்கரை கரும்புகற் கண்டமு திருக்கக்
கசங்குடிக் கின்ற பாவி
தலைகெட்ட பாவியடி யேனுமுமை நம்பினேன்
தயையைவைத் தாளு தற்கே
மக்கநக ருக்குமண முள்ளநீர் பின்தொடர
வள்ளல்இற சூல்வ ருகவே
வளருமருள் நிறைகுணங் குடிவாழு மென்னிருகண்
மணியே முகியித் தீனே. 69

குரைஷிக் குலக்கொழுந் தானமகு மூதுநபி
கொள்கையறி யாத பாவி
கொறடா தனைக்கொண்டு மாட்டினு மறிஞர்பின்
கூடிநட வாத பாவி

68. பக்கீறு (அ) - ஏழை: பிணங்கள் - பிணம் போன்றவர்: சாரி- உலா: மதினம் - பெருமானார் முகம்மது (சல்) அடக்கமாகியிருக்கும் தலம்.

69. காஞ்சிரங்காய் - எட்டிக்காய்: கசம்- கசப்பான பானம்: மக்கநகர் - பெருமானார் முகம்மது (சல்) பிறந்த, காபா எனும் முதல் இறையாலயமுடைய, குர்ஆன் வேதம் வெளிப்பட்ட புண்ணியத் தலம்.

அரிசிவிலை யுலையறியு மோவென்ற கதைபோல
அகலிற் படைத்த பாவி
ஆருக்கு வைத்தகூ ழாயினுஞ் சரிகாணில்
அள்ளியடை கின்ற பாவி
விரிதருந் தொப்பையை விருப்பொடு வளர்க்கமேன்
மேலுமலை கின்ற பாவி
விதியற்ற பாவியடி யேனுமுமை நம்பினேன்
வேளையீ தாளு தற்கே
வரிசைநபி வரிசைமிக வுள்ளநீர் பின்தொடர
வள்ளல்இற சூல்வ ருகவே
வளருமருள் நிறைகுணங் குடிவாழு மென்னிருகண்
மணியே முகியித் தீனே. 70

★ ★ ★

இதற்குமுன் சொன்ன இடையூ றிரண்டினால்
பதைப்பற் றிராத பாவியுள் ளத்தினுக்கு
என்செய்வ னானென் றிடைந்திடைந் தழுவதை
இன்செய்கை யாலொழித் திடுகவென் றிரத்தல்.

ஆசிரிய விருத்தம்

கனமாயை வினையென்ற சனியன் பிடித்துக்
கலங்கித் தவித்த மூவனோ
காலூன்றி மழைபொழிய உம்கருணை முகிலினம்
கவியவிலை யென்ற மூவனோ
அனியாய மனியாய மனியாயம் என்கொடுமை
அனியாய மென்ற மூவனோ
ஆனாலும் என்போலு மொருபாவி யகிலமதில்
ஆருளா ரென்ற மூவனோ
இனியாள்வ ரெவரைய னேயைய னேயென்ன
ஏங்கித் துடித்த மூவனோ
இங்கென்ன செய்வனடி யேனுமுமை நம்பினேன்
இட்டம்வைத் தாளு தற்கே
மனமாயை யற்றமன முள்ளநீர் பின்தொடர
வள்ளல்இற சூல்வ ருகவே.

---

70. குரைஷிக் குலம் - பெருமானார் தோன்றிய குலம்: அகலில் (உ) - புத்தியில்: வரிசை - பெருமை.

இதற்குமுன் - இரத்தல்:

இடையூறு இரண்டு-இடையில் முளைக்கும் புதுமைகள், உளத்தை மறைக்கும் பவம்: மாயை, வினை என்றும் கூறலாம்: இன் செய்கை-இனிய செய்கை.

வளருமருள் நிறைகுணங் குடிவாழு மென்னிருகண்
மணியே முகியித் தீனே. 71

தந்தைதாய் முதலான பந்தங்கள் என்றனைச்
சதிசெய்த தற்க ழுவனோ
சாதிவரை தள்ளியே சஞ்சரிக் காமெய்த்
தவக்குறை தனக்க ழுவனோ
புந்திமகி ழுண்டுண் டுடுத்துச்சிற் றின்பவனு
போகந் தனக்க ழுவனோ
புனிதஞா னோதயப் பெருவெள்ள மென்றுதான்
பொங்குமோ வென்ற ழுவனோ
எந்தவித மாயினு மிணங்கவிலை யென்மனம்
இணங்கவிலை யென்ற ழுவனோ
எஞ்செய்வ னேழையடி யேனுமுமை நம்பினேன்
இதுவேளை யாளு தற்கே
வந்துகுதி கொள்ளுநடை யுள்ளநீர் பின்தொடர
வள்ளல்இற சூல்வ ருகவே
வளருமருள் நிறைகுணங் குடிவாழு மென்னிருகண்
மணியே முகியித் தீனே. 72

மாயாத ஓயாவி காரத்தினா லெனது
மனதுநொந் தேய ழுவனோ
வஞ்சப்பிர பஞ்சத்தை நெஞ்சத் திருத்தியே
மதிகெட்டு நின்ற ழுவனோ
தீயனிவ னென்றேசு கின்றவர் நகைக்கின்ற
தீவினை தனக்க ழுவனோ
சீநாயே ஓடென் றடித்துத் துரத்துஞ்
சிரிப்பினைப் பட்ட ழுவனோ
நாயினுங் கடைகெட்ட நாயினுங் கடைகெட்ட
நாய்போ லலைந்த ழுவனோ
நானென்ன செய்வனடி யேனுமுமை நம்பினேன்
நன்மைகூர்ந் தாளு தற்கே
வாயாத மாயைசா வுள்ளநீர் பின்தொடர
வள்ளல்இற சூல்வ ருகவே.

---

71. ஆள்வர் - ஆட்கொள்ளுவர்.

72. வரை - வரம்பு: அனுபோகம் - பழக்கம்.

73. விகாரம் - வேறுபாடு: மாயைசாவுள்ள - மாயை அழித்த தன்மையுடைய.

வளருமருள் நிறைகுணங் குடிவாழு மென்னிருகண்
மணியே முகியித் தீனே. 73

பாசக் கயிற்றுவலை வீசிப் பிடிக்கின்ற
பாவையர்க் கேய ழுவனோ
பத்தியொடு தந்தைாய் தந்துமோ சஞ்செய்த
பல்வினை தனக்க ழுவனோ
ஆசைப் பெருக்கைப் பெருக்கப் பெருக்கமும்
பாளருக் கேய ழுவனோ
அம்மம்ம என்சொல்லு கேன்அகில வாழ்வென்னும்
அக்கினிகள் சுட்ட ழுவனோ
பீசேரு பீறல் துருத்திசத மென்றதைப்
பேணுதற் கேய ழுவனோ
பேயனென் செய்வனடி யேனுமுமை நம்பினேன்
பிழைபொறுத் தாளு தற்கே
மாசிலுப தேசநிலை யுள்ளநீர் பின்தொடர
வள்ளஇற சூல்வ ருகவே
வளருமருள் நிறைகுணங் குடிவாழு மென்னிருகண்
மணியே முகியித் தீனே. 74

எமனைப் பழித்தமட வார்அல்குல் என்றபாழ்
இடிகிணறு வீழ்ந்த ழுவனோ
இருகொங்கை யென்றதேள் கொட்டிமண் டைக்கேறி
எரியுமே யென்ற ழுவனோ
நிமையா விழிக்கணை தொடுத்துத் துளைக்கஎன்
நெஞ்சந் துடித்த ழுவனோ
நெகிழுங் குழல்மயிர்க் கண்ணியிற் சிக்கியதை
நீக்கமுடி யாத ழுவனோ
தமியன்நா னென்செய்வ னென்செய்வ னென்றுபிர
லாபித்த நின்ற ழுவனோ
தந்தையே சொந்தஅடி யேனுமுமை நம்பினேன்
சமயமீ தாளு தற்கே
மமதையில் லாச்சுகுண முள்ளநீர் பின்தொடர
வள்ளல்இற சூல்வ ருகவே.

---

74. அழும்பாளர் - கேடுசெய்வோர்: சதம் - நிலைத்தது.

75. மடவார் - பெண்கள்: நிமையா - இமையாத: சுனை - அம்பு: குழல் - கூந்தல்: தமியன் - எளியன்: பிரலாபித்து - புலம்பி: மமதை - அகந்தை, செருக்கு: சுகுணம் - நல்ல குணம்.

வளருமருள் நிறைகுணங் குடிவாழு மென்னிருகண்
மணியே முகியித் தீனே. 75

ஆனந்த மானபர மானந்த மாகாது
அவத்தையை நினைத்த ழுவனோ
அகிலமுத லானபா ழாசைமா ளாதஅநி
யாயந் தனக்க ழுவனோ
ஈனப் பெருங்காய மென்னதென் பதிலறா
ஏக்கந் தனக்க ழுவனோ
எனதாவி உடல்பொருளை வந்துகைக் கொள்வதினி
யென்றெண்ணி நின்ற ழுவனோ
கானலை நிகர்த்தமெய் மெய்யென்ற பொய்தனைக்
கருதுவெறி கொண் டழுவனோ
கன்மியென் செய்வனடி யேனுமுமை நம்பினேன்
கரையேற்றி யாளு தற்கே
வானாதி பூதமதி லுள்ளநீர் பின்தொடர
வள்ளல்இற சூல்வ ருகவே
வளருமருள் நிறைகுணங் குடிவாழு மென்னிருகண்
மணியே முகியித் தீனே. 76

கட்டிப் பிடிக்கினுங் கைக்கடங் காமனங்
கவிவதிலை யென்ற ழுவனோ
கருவிகர ணம்பாய்கு வதுகண்டு கண்கலக்
கங்கொண்டு நின்ற ழுவனோ
வெட்டவெளி தன்னிலே விட்டுஅகங் காரமெனை
மேலிட்ட தற்க ழுவனோ
மெய்யாக நானெலு நான்நான் எனக்குளறும்
வெட்கந் தனக்க ழுவனோ
எட்டிரண் டறியாத மூடனா யிருவினைக்கு
ஈடாகி நின்ற ழுவனோ
என்னதான் செய்வனடி யேனுமுமை நம்பினேன்
இட்டம்வைத் தாளு தற்கே

76. *அவத்தை - துன்பம்: காயம் - உடல்: அறா- நீங்காத: கன்மி - கருமி, தீவினையேன்.*

77. *கலிவதிலை - அடங்குவதில்லை: பாய்குவது - அலைபாய்வது: எட்டிரண்டு - அகர உகரம், அகரம் அகிலங்களின் தோற்றத்தையும், உகரம் அவற்றின் ஒடுக்கத்தையும் குறிக்கும்: தசவாயு என்றும் கூறலாம்: மட்டுணா - அளவுக்கு உட்படாத: நடு - நீதி, வானத்தின் உச்சி.*

மட்டுணா நிட்டைநடு வுள்ளநீர் பின்தொடர
வள்ளல்இற சூல்வ ருகவே
வளருமருள் நிறைகுணங் குடிவாழு மென்னிருகண்
மணியே முகியித் தீனே. 77

நீராள மாகஎன் நெஞ்சுருகி நன்னிலையில்
நிற்கவிலை யென்ற ழுவனோ
நிட்டைக்கு மெட்டாத பேரொளி தியானத்தில்
நேர்படவி லென்ற ழுவனோ
காரநந் தங்கள்போ லருள்கவிந் திடஇன்று
காண்கிலே னென்ற ழுவனோ
கடவுளைத் தேடியிரு கண்ணீா் ததும்பிக்
கரஞ்சென்னி வைத்த ழுவனோ
மாரிபோற் பேரின்ப மழைபொழிய விலையென்று
வாய்விட் டிரைந்த ழுவனோ
மனம்நைந் திடைந்தஅடி யேனுமுமை நம்பினேன்
வாழ்வுதந் தாளு தற்கே
வாராதி ராதவர முள்ளநீர் பின்தொடர
வள்ளல்இற சூல்வ ருகவே
வளருமருள் நிறைகுணங் குடிவாழு மென்னிருகண்
மணியே முகியித் தீனே. 78

கட்டழகி தன்னையென் கண்ணிலுங் காண்கிலேன்
காண்கிலே னென்ற ழுவனோ
கண்மாரி விண்மாரி போற்பொழிய அழுவனோ
கைதலையில் வைத்த ழுவனோ
கொட்டாவி விட்டுவிட் டேங்கியேங் கிக்கொண்டு
குந்தியுட் கார்ந்த ழுவனோ
குட்டிச் சுவர்களிற் போயிருந் தையையோ
கோவென் றிரைந்த ழுவனோ
எட்டாத கொம்பினி லிருக்கின்ற தேனே
இறங்கிடா யென்ற ழுவனோ
ஏதேன்று சொல்வனடி யேனுமுமை நம்பினேன்
இச்சையுட னாளு தற்கே
வட்டமிடு முகில்கவிகை யுள்ளநீர் பின்தொடர
வள்ளல்இற சூல்வ ருகவே.

78. நீராளம் - நீர்த்தன்மை: கார் அநந்தங்கள் - முடிவில்லாத மேகங்கள்; இடைந்து - சோர்ந்து, வருந்தி.

79. கட்டழகி - பரம்பொருள், நாயகிபாவம்: முகில் கவிகை - மேகக் குடை.

வளருமருள் நிறைகுணங் குடிவாழு மென்னிருகண்
மணியே முகியித் தீனே. 79

என்னசெய் யப்போ கிறேனென்று பாவிதான்
இரவுபக லாய முவனோ
ஏமசா மம்மென்றி லாதுதேம் பித்தேம்பி
எறிமூச் செறிந்த முவனோ
கன்னலமு தேசீனி கற்கண்டு சர்க்கரைக்
கட்டியே யென்ற முவனோ
கண்ணாட்டி யானவென் கண்மணியை யென்றுதான்
காண்பனோ வென்ற முவனோ
நன்னேய ராயமகு மூதுபதம் நம்பியும்
நாளுமிக நொந்த முவனோ
நைந்தமுது நொந்தஅடி யேனுமுமை நம்பினேன்
நண்புகொண் டாளு தற்கே
மன்னுமதி தனினுமொளி யுள்ளநீர் பின்தொடர
வள்ளல்இற சூல்வ ருகவே
வளருமருள் நிறைகுணங் குடிவாழு மென்னிருகண்
மணியே முகியித் தீனே. 80

★ ★ ★

இறந்தொழி தற்கே இயங்கியது உண்மையின்
மறைந்தொழி யாது மாறா யிருப்பது
ஒன்றுவ தென்றோ ஒன்றல் தோன்றாமல்
நின்றிடற் கருள்கென நின்றமு திரத்தல்.

ஆசிரிய விருத்தம்

ஞானகுரு நாதனற் பதநிதந் தொழுதமுது
நாடுவது மெக்கா லமோ
நான்மறை தனக்குமெட் டாதநா லாம்படியில்
நானேற லெக்கா லமோ
ஊனோ டிருந்தவுற வற்றுமுற வுற்றுவிடு
உட்புகுவ தெக்கா லமோ.

---

80. ஏமம் - இரவு: கன்னல் - கரும்பு; மன்னும் - நிலைபெற்ற.

இறந்தொழி... யிரத்தல்.

மாறாயிருப்பது ஒன்றுவது என்றோ... வெவ்வேறாகக் காணப்படும் பொருட்களை ஒன்றாவது என்றோ?: ஒன்று அல்தோன்றாமல் நின்றிடற்கு... ஒன்று அல்லாததாகத் தோன்றாமல் நிற்பதற்கு: எல்லாம் ஒன்றே எனும் அத்துவித ஞானம் (வஹ்ததுல்வுஜூத்) வேண்டுதல்.

ஒப்புவமை செப்பரிய கர்ப்பூர தீபமென
ஒன்றாவ தெக்கா லமோ
தானே யெனைப்பெற்ற மானே வருந்தியருள்
தருவதினி யெக்கா லமோ
சாவப் பிறந்தஅடி யேனுமுமை நம்பினேன்
சமயமீ தாளு தற்கே
வானமெல் லாமகிமை யுள்ளநீர் பின்தொடர
வள்ளல்இற சூல்வ ருகவே
வளருமருள் நிறைகுணங் குடிவாழு மென்னிருகண்
மணியே முகியித் தீனே. 81

வேடிக்கை யும்பகட் டும்பிலுக் குஞ்சொகுசும்
விட்டொழிவ தெக்கா லமோ
வீணிரக் கங்களும் ஊணுறக் கங்களும்
வேறறுவ தெக்கா லமோ
தாடிமீ சைகள்நரைத் துந்தவ மிலாருறவு
சையென்ப தெக்கா லமோ
சண்டைநின் றிடுவதும் மண்டைபிண் டுடைவதும்
சள்ளென்ப தெக்கா லமோ
சாடாது சமநிலையில் நின்றுசம ரசமீது
சார்ந்திடுவ தெக்கா லமோ
சாவப் பிறந்தஅடி யேனுமுமை நம்பினேன்
சமயமீ தாளு தற்கே
வாடிக்கை யாய்க்கருணை யுள்ளநீர் பின்தொடர
வள்ளல்இற சூல்வ ருகவே
வளருமருள் நிறைகுணங் குடிவாழு மென்னிருகண்
மணியே முகியித் தீனே. 82

சொல்லரிய சுகவாரி அமிழ்துண் டொடுங்கித்
துடிப்பொழிவ தெக்கா லமோ
சுந்தரச் சோதிமணி மாலையணி மார்பனைத்
தொழுவதினி யெக்கா லமோ

---

81. நான்மறை - சபூர், தவ்ராத், இன்ஜீல், குர்ஆன் எனும் நான்கு வேதங்கள்: நாலாம் படி - 'ஹகீகத்' எனும் நான்காவது ஞான நிலை, துரியம்: ஊனோடு இருந்த உறவு அற்றும் உறவு மற்றும்... உடற்பிறப்பால் ஏற்பட்ட உறவு நீங்கியும், ஆன்ம உறவாகிய பரமான்மாவின் உறவு பெற்றும்: கர்ப்பூர தீபம் என ஒன்றாவது - தன்னை முற்றும் அழித்துக் கொள்ளும் 'பனா' எனும் நிலையில் பரம்பொருளோடு ஒன்றுவது.

82. சை என்பது - வெறுப்பது: பிண்டு-பிளவுபட்டு: சள் என்பது - வெறுப்பது: சாடாது-கடிந்து கொள்ளாது.

நல்லநட னம்புரிந் தாடுகரு ணாகர
நடம்புரிவ தெக்கா லமோ
நாடிவலு வாகப் பிடித்திழுத் தென்றனையும்
நடியென்ப தெக்கா லமோ
சல்லிக் குணங்கெட்ட புல்லர்களை விட்டுத்
தனிப்பதினி யெக்கா லமோ
சாவப் பிறந்தஅடி யேனுமுமை நம்பினேன்
சமயமீ தாளு தற்கே
வல்லிருளை வெல்லுமொளி யுள்ளநீர் பின்தொடர
வள்ளல்இற சூல்வ ருகவே
வளருமருள் நிறைகுணங் குடிவாழு மென்னிருகண்
மணியே முகியித் தீனே. 83

நயமே யுறைந்தறிவின் மயமே நிறைந்தபொருள்
நான்அணைவ தெக்கா லமோ
நல்லறிஞர் பின்சாடி யில்லுறவு பிஞ்சோட
நாள்வருவ தெக்காலமோ
பயமே குறைந்தஇரு தயமே செறிந்தவினை
பாழாவ தெக்கா லமோ
பாடைதனி லேறுமுன் ஒளித்தோடி யோடியுட்
பதிபுகுவ தெக்கா லமோ
தயவுதந் தெனையாண்ட தேவரீரு பாதமலர்
தனையணைவ தெக்கா லமோ
சாவப் பிறந்தஅடி யேனுமுமை நம்பினேன்
சமயமீ தாளு தற்கே
மயிலாடர் போல்நடன முள்ளநீர் பின்தொடர
வள்ளல்இற சூல்வ ருகவே
வளருமருள் நிறைகுணங் குடிவாழு மென்னிருகண்
மணியே முகியித் தீனே. 84

ஈனந் தரும்புழுக் கீடான தேகவுறவு
ஏகுவது மெக்கா லமோ

---

83. சோதிமணி மாலை - 'நூரெ-முஹம்மதியா' எனும் அருட் சுடர்மாலை: நடம்-ஆன்மா பரம்பொருளோடு அதன் மறை பொருளில் (சிர்) ஒன்றி நிற்பதை உணர்த்தும் 'ரக்ஸ்' எனும் சூஃபி ஞானிகளின் பேரின்ப ஆடல்.

84. நயம் - அருள், இன்பம், நன்மை, நீதி, அன்பு, நுண்மை: உறைந்து - தங்கி: சாடி-சார்ந்து: இல் உறவு - இல்லற உறவு, உறவில்லாத உறவு: பிஞ்சு - பிய்ந்து: உட்பதி - வீடு.

இன்றுளோர் நாளைக் கிருப்பதும் பொய்யென்பது
எய்துவது மெக்கா லமோ
யானையொட் டகமேறு முடலும்லொட லொட்டையென்று
அறிவதினி யெக்கா லமோ
ஆநந்த மானபொரு ளாநந்த மாயடிமை
ஆவதினி யெக்கா லமோ
தானானே தானானே தானானே யென்றுநான்
தானாவது எக்கா லமோ
சாவப் பிறந்தஅடி யேனுமுமை நம்பினேன்
சமயமீ தாளு தற்கே
வானினுங் கருணைவா னுள்ளநீர் பின்தொடர
வள்ளல்இற சூல்வ ருகவே
வளருமருள் நிறைகுணங் குடிவாழு மென்னிருகண்
மணியே முகியித் தீனே. 85

கடல்மடை திறந்தென அருள்மடை திறந்தடிமை
கண்குளிர்வ தெக்கா லமோ
கங்கற்ற பேரின்ப வெள்ளத்தின் மூழ்கியென்
கலிதீர்வ தெக்கா லமோ
உடல்குழைய நெக்குருகி விழிநீரும் ஆறாக
ஊறுவது மெக்கா லமோ
உள்ளுளே பற்றியெரி யுந்தீ யமர்ந்துளமும்
உட்குளிர்வ தெக்கா லமோ
சடைவனோ மிடைகொண்டு இடைவனோ தேவரீர்
தாம்வருவ தெக்கா லமோ
சாவப் பிறந்தஅடி யேனுமுமை நம்பினேன்
சமயமீ தாளு தற்கே
வடுவேதும் அற்றவடி வுள்ளநீர் பின்தொடர
வள்ளல்இற சூல்வ ருகவே
வளருமருள் நிறைகுணங் குடிவாழு மென்னிருகண்
மணியே முகியித் தீனே. 86

---

85. தான் நானே - பரமான்மா என்பதும் நான் என்னும் ஜீவான்மாவும் வேறு வேறல்ல, ஒன்றே: தத்வமசி, அத்துவித ஞானம்; இதனை சூஃபி ஞானிகள் 'ஹமவோஸ்த்' (எல்லாம் அதுவே) என்பர். வானினும் - மேகத்தினினும்: வான் - பெருமை.

86. கலி - துன்பம், வறுமை: தீ-ஆசைத்தீ: சடைவனோ - சோர்வு அடைவேனோ: இடைவனோ - பின்வாங்குவேனோ.

ஈனமில் ஞானோ தயத்தையென் கண்கண்டு
இருப்பதினி யெக்கா லமோ
ஏறாத மேட்டுக்கு முத்துலையின் நீரிறைத்து
இளையாத தெக்கா லமோ
கோனான குருநாத னும்அடிமை நெஞ்சினிற்
குடிகொள்வ தெக்கா லமோ
குறைவற்ற தேசோ மயச்செல்வம் வந்துகுதி
கொள்வதுவு மெக்கா லமோ
தானே மகிழ்ச்சிபெற் றோனேயென் தன்னைநீர்
தழுவுவது மெக்கா லமோ
சாவப் பிறந்தஅடி யேனுமுமை நம்பினேன்
சயமமீ தாளு தற்கே
வானோர் வணங்குநெறி யுள்ளநீரு பின்தொடர
வள்ளல்இற சூல்வ ருகவே
வளருமருள் நிறைகுணங் குடிவாழு மென்னிருகண்
மணியே முகியித் தீனே. 87

இலைசருகு கந்தமூ லங்களால் என்கும்பி
எரியொழிவ தெக்கா லமோ
என்பெலாம் நெக்குருகி நிற்குநிலை சொக்கிநின்று
இன்புறுவ தெக்கா லமோ
உலையிட்ட மெழுகெனப் பாழான கல்நெஞ்சம்
உருகுவது மெக்கா லமோ
ஓடியலை சிந்தையும் ஆடிய கறங்குபோல்
உழலாத தெக்கா லமோ
சலியாது கான்மலை கடல்மீ துறைந்தருள்
தனையணைவ தெக்கா லமோ
சாவப் பிறந்தஅடி யேனமுமை நம்பினேன்
சமயமீ தாளு தற்கே
வலியமலை தன்னைநிக ருள்ளநீர் பின்தொடர
வள்ளல்இற சூல்வ ருகுவே
வளருமருள் நிறைகுணங் குடிவாழு மென்னிருகண்
மணியே முகியித் தீனே. 88

ஏதமில் லாதகுரு அடிசென்னி மீதெடுத்து
ஏந்துவது மெக்கா லமோ

---

87. முத்துலை - மூன்று ஏற்றம். மனம், வாக்கு, காயம்.

88. கந்தமூலம்-கிழங்கு: கும்பி - வயிறு: எரி-பசியாகிய தீ; என்பு - எலும்பு: கறங்கு - காற்றாடி: உழலாதது - ஆடாமலிருப்பது; கான் - காடு.

ஏழையடி யேன்அறிவி லாமல்உள றுந்தமிழ்க்கு
இரங்குவது மெக்கா லமோ
தீதுமத பேதங்க ளற்றுமே யெங்குமிது
செல்வதுவு மெக்கா லமோ
சிறியார் மணற்சோற்றை நிகரிதென் றறிஞர்பிழை
செப்பாத தெக்கா லமோ
சாதிவரை யற்றகுரு நாதனே முத்திநிலை
தருவதினி யெக்கா லமோ
சாவப் பிறந்தஅடி யேனுமுமை நம்பினேன்
சமயமீ தாளு தற்கே
வாதசம யக்கடல் கடந்தநீர் பின்தொடர
வள்ளல்இற சூல்வ ருகவே
வளருமருள் நிறைகுணங் குடிவாழு மென்னிருகண்
மணியே முகியித் தீனே. 89

மக்கநக ராளும்மு கம்மதுஇ றசூல்பாதம்
வருவதினி யெக்கா லமோ
வந்தெனது சிந்தைகுடி கொண்டுமகி ழுண்டடிமை
வாழ்வதுவு மெக்கா லமோ
எக்கால மெக்கால மெக்கால மெக்கால
மென்றழுவ தெக்கா லமோ
எக்கால மெந்தையே தேவரீ கூடவந்து
எனையாள்வ தெக்கா லமோ
தக்கநிலை மீதிலே சொக்கிமன நிற்கஇறு
சாதருள்வ தெக்கா லமோ
சாவப் பிறந்தஅடி யேனுமுமை நம்பினேன்
சமயமீ தாளு தற்கே
வக்கீல்கள் பலகோடி யுள்ளநீர் பின்தொடர
வள்ளல்இற சூல்வ ருகவே
வளருமருள் நிறைகுணங் குடிவாழு மென்னிருகண்
மணியே முகியித் தீனே. 90

★ ★ ★

அளவிடற் கரிய அரியன காட்சி
உளபல சமுகத்தின் ஓதுநின் மகிமையைப்
பலகோடி சீடர் பலரி லொருகோடி

---

89. ஏதம் - குற்றம்: வாதசமயம் -வீண் வாதம் செய்யும் சமயங்கள்.

90. இறுசாது- (அ) நேர்வழிகாட்டல், தீட்சை: வக்கீல்கள் (அ)- ஆன். மிக வாரிசுகள், பிரதிநிதிகள், சீடர்கள். அளவிடற்... இரத்தல்: நிலன் உறும்- நிலங்களிற் பொருந்திய.

நிலனுறும் அடியனும் நேர்பெற அருள்கென
முன்னிலைக் குருவாம் முகியித்தீன்
தன்னிலை நோக்கித் தாழ்ந்துவந் திரத்தல்.

ஆசிரிய விருத்தம்

ஏகறப் பில்ஆல் மீன்அருட் காளான
ஏழைபங் காளர் கோடி
எங்கள்மகு பூபீன்க ளொடுகோடி ஆரிபீன்
என்பரெண் ணரிய கோடி
சேகுவொலி மார்கள்முறை முறையாக இறுசாது
தேடிவரு வார்கள் கோடி
திவ்யகுண நிலயஉல மாக்களெதிர் கொண்டுதீன்
தீனென்று வருவர் கோடி
தேகமழி யாதநற் பாகம் படைத்தமா
சித்தர்க ளநந்த கோடி
தேவரீர் சீடரடி யேனுமுமை நம்பினேன்
தீட்சைதந் தாளு தற்கே
மாகோடி சீடர்கண முள்ளநீர் பின்தொடர
வள்ளல்இற சூல்வ ருகவே
வளருமருள் நிறைகுணங் குடிவாழு மென்னிருகண்
மணியே முகியித் தீனே. 91

அருள்பொழியும் ஞானஆ நந்தநட னம்புரிந்து
ஆடிவரு வார்கள் கோடி
அட்டாங்க யோகநிட் டானுபூ தியர்களோ
அளவற்ற கோடி கோடி
நரர்தொழுந் தவராஜ சிங்கங்கள் கோடியெந்
நாளுமுள் ளோர்கள் கோடி
நாசச் சரீரத்தை நேசித்த பாசத்தை
நாசமாக் கினவர் கோடி
சிரம்விரித் தவர்கோடி கரம்விரித் தவர்கோடி
சினமறுத் தவர்கள் கோடி

---

91. றப்பில் ஆலமீன் (அ)-அகிலங்கள் அனைத்தையும் படைத்துக்காத்துப் பரிணமிக்கச் செய்யும் தலைவன்: மகுபூபீன்கள் (அ)- இறைக்காதலர்: ஆரிபீன் (அ)- இறைஞானிகள்: சேகு (அ) பெரியார், குரு: ஒலி (அ)- இறையன்பர்: உலமாக்கள் (அ) - கற்றறிவாளர்: தீன் (அ)- நெறி, பணிவு: பாகம்-பக்குவம்: கணம்-கூட்டம்.

92. நிட்டானுபூதியர்கள்-நிட்டை புரிந்து ஞானம் பெற்றோர்: நரர்-மனிதர்: சிரம்-விரித்தவர்-தலைவிரி கோலமுடைய துறவிகள்: மருவுற்ற-பொருந்திய

தேவரீர் சீடரடி யேனுமுமை நம்பினேன்
    தீட்சைதந் தாளு தற்கே
மருவுற்ற மணிமகுடம் உள்ளநீர் பின்தொடர
    வள்ளல்இற சூல்வ ருகவே
வளருமருள் நிறைகுணங் குடிவாழு மென்னிருகண்
    மணியே முகியித் தீனே.   92

கதியாசை கொண்டதிக துதிபேசி நின்றெதிர்
    கைகூப்பி நிற்பர் கோடி
கனிவாய் திறந்தருள் பொழிந்திடீ ரோவென்று
    கண்மாரி பொழிவர் கோடி
பதியாசை முற்றியிப் பாழாசை யற்றுமுப்
    பாழேத்தி னோர்கள் கோடி
பத்திவை ராக்யமொடு முத்திவழி சென்றநிச
    பத்தர்கோ டானு கோடி
சிதைவற்ற சிந்தையர்க ளோவனந் தங்கோடி
    சின்மயா நந்தர் கோடி
தேவரீர் சீடரடி யேனுமுமை நம்பினேன்
    தீட்சைதந் தாளு தற்கே
மதிகோடி போற்பிரபை யுள்ளநீர் பின்தொடர
    வள்ளல்இற சூல்வ ருகவே
வளருமருள் நிறைகுணங் குடிவாழு மென்னிருகண்
    மணியே முகியித் தீனே.   93

நடனமிடு வாசிதனி லேறிவரு வார்கோடி
    நாடாளு மன்னர் கோடி
நாதாந்த மூர்த்தியர்கள் கோடிநன் மவுனகுரு
    நாதாக்கள் கோடி கோடி
திடஞான வைராக்ய வான்கள்பல கோடிநல்
    திவ்யகுண வான்கள் கோடி
சிந்தையற நீக்குகிற மிக்கவொரு மிக்குநிலை
    சென்றநிலை யோர்கள் கோடி
செடிகாடு தனிலுறைந் திலைசருகு பக்ஷணஞ்
    செய்தலைந் தோர்கள் கொடி

---

93. கதி ஆசை-பரமகதிமீது விருப்பம்; பதி ஆசை-பரம்பொருள் மீது விருப்பம், வீடுபேற்று விருப்பம்; இப்பாழ் ஆசை - இப்பாழான உலக ஆசை; முப்பாழ் - மூவகை மாயை; சுத்த மாயை, அசுத்த மாயை, பிரகிருதி மாயை; சின்மயாநந்தர் - ஞான மயமான பேரின்பங் கொண்டோர்; பிரபை - ஒளி.

தேவரீர் சீடரடி யேனுமுமை நம்பினேன்
தீட்சைதந் தாளு தற்கே
மடலவிழ் மலர்ப்பாத முள்ளநீர் பின்தொடர
வள்ளல்இற சூல்வ ருகவே
வளருமருள் நிறைகுணங் குடிவாழு மென்னிருகண்
மணியே முகியித் தீனே. 94

நாசமாம் மோசதுன் பங்கள்தரு சம்பத்தை
நழுவவிட் டவர்கள் கோடி
நாரியென் னுந்தூண்டி லின்மச்ச மாகாத
நடனவுல் லாசர் கோடி
ஆசைக் கடல்மீதி லோடிஅக் கரைகாணும்
அக்கறைக் காரர் கோடி
அவ்வருகு மிவ்வருகு மெவ்வருகு முந்திவந்து
ஆடிவரு வார்கள் கோடி
தேசோ மயாநந்த ஜெயவீரு ஆண்பிள்ளை
சிங்கங்கள் கோடி கோடி
தேவரீர் சீடரடி யேனுமுமை நம்பினேன்
தீட்சைதந் தாளு தற்கே
வாசமெவை யினும்வாச முள்ளநீர் பின்தொடர
வள்ளல்இற சூல்வ ருகவே
வளருமருள் நிறைகுணங் குடிவாழு மென்னிருகண்
மணியே முகியித் தீனே. 95

பொன்னாசை பெண்ணாசை மண்ணாசை மண்ணான
பூரணா நந்தர் கோடி
புவிராஜர் கோடிமெய்த் தவராஜர் கோடிநற்
புனிதகவி ராஜர் கோடி
மென்னிமுட் டக்கண்ட மட்டும்அருள் வாரியில்
வீழ்ந்துமுழ் குவர்கள் கோடி
வேதவே தாந்திகளு மொருகோடி மெய்ஞ்ஞான
வீடடைந் தோர்கள் கோடி
சின்னவெனை யொத்தஏ ழைகளநந் தங்கோடி
சின்னவெனில் ஏழை கோடி

---

94. வாசி-குதிரை, சுவாசம்; நாதாக்கள்-ஞானியர்; ஒருமிக்கும் நிலை பரம்பொருளோடு ஒன்றும் நிலை; சென்ற-நடந்த; மடல்-இதழ்.

95. சம்பத்து-செல்வம்; நாரி-பெண்; மச்சம்-மீன்.

96. பூரணாநந்தர்-தெய்வீகப் பேரின்பம் முழுமையாகப் பெற்றவர்; மென்னி-கழுத்து; சின்ன-சுறியவனான.

தேவரீர் சீடரது யேனுமுமை நம்பினேன்
தீட்சைதந் தாளு தற்கே
வன்னமணி மலர்மாலை யுள்ளநீர் பின்தொடர
வள்ளல்இற சூல்வ ருகவே
வளருமருள் நிறைகுணங் குடிவாழு மென்னிருகண்
மணியே முகியித் தீனே. 96

அண்டகோ டிகளுமோர் அணுவைத் துளைத்ததில்
அடக்கவல் லவர்கள் கோடி
அறமியற் றினர்கோடி சரமுயற் றுநர்கோடி
ஆளான பேர்கள் கோடி
தொண்டர்சில கோடியுய ரண்டர்பல கோடிநல்
துறவோ ரநந்த கோடி
சோதிகண் டுச்சிவெளி சென்றுஅபா னப்பெரிய
தொண்டிகண் டோர்கள் கோடி
செண்டெனன அகிலமே ழையுமெடுத் தாட்டிச்
சிரித்துவரு வார்கள் கோடி
தேவரீர் சீடரடி யேனுமுமை நம்பினேன்
தீட்சைதந் தாளு தற்கே
வண்டுலவு மலர்மாலை யுள்ளநீர் பின்தொடர
வள்ளல்இற சூல்வ ருகவே
வளருமருள் நிறைகுணங் குடிவாழு மென்னிருகண்
மணியே முகியித் தீனே. 97

சாசுவத ஆநந்த ஞானபத யோகநிலை
சார்ந்தநிறை யோர்கள் கோடி
சர்வபரி பூரணப் பெரியபொரு ளைத்தொழுஞ்
சகசநிட் டையர்கள் கோடி
நாசிநுனி மீதுநட னம்புரிதல் கண்டுபுன்
னகைகொண்டு வருவர் கோடி
நாதமுங் கீதமும் வேதமும் ஓதிநன்
னடனமிடு வார்கள் கோடி

---

97. சரம் முயற்றுநர்-சுவாச கலைப் பழகுவோர்; ஆளான-அடியவரான; அண்டர்-வானவர்; உச்சிவெளி-சுழுமுனை, பேரின்ப நிலை; அபானம் - பத்து வாயுக்களில் ஒன்று; மூலாதாரம். தொண்டி-கள், துளை; அபானத் தொண்டி-சுழுமுனையிலிருந்து ஒழுகும் சந்திர அமிர்தம் அல்லது அவ்வமிர்தம் ஒழுகும் துளை.

98. சாசுவத - அழியாத: நிறை-குணம்; சகசநிட்டை-உண்மை நிட்டை; தேசு-ஒளி; வாசகம்-ஞான வாக்கு.

தேசுறும் பரவெளியை மனவெளியி னுட்கொண்ட
தேசிக ரநந்த கோடி
தேவரீ சீடரடி யேனுமுமை நம்பினேன்
தீட்சைதந் தாளு தற்கே
வாசக நிறைந்தநிறை யுள்ளநீர் பின்தொடர
வள்ளல்இற சூல்வ ருகவே
வளருமருள் நிறைகுணங் குடிவாழு மென்னிருகண்
மணியே முகியித் தீனே. 98

அவனன்றி ஓரணுவும் அசையாத தென்றறிந்து
அசைவற் றிருப்பர்கோடி
அகிலாண்ட கோடிக ளனைத்துங் கணத்தில்விளை
யாடிவரு வார்கள் கோடி
நவநாத சித்தியும் முத்தியும் எத்திசையும்
நற்றவஞ் செய்வர் கோடி
நாதனே யுமதுபா தாரவிந் தங்களே
நாடினே னென்பர் கோடி
சிவஞான அருள்நேசர் கோடானு கோடியுப
தேசிக ளநந்த கோடி
தேவரீ சீடரடி யேனுமுமை நம்பினேன்
தீட்சைதந் தாளு தற்கே
மவுனகம னக்குளிகை யுள்ளநீர் பின்தொடர
வள்ளல்இற சூல்வ ருகவே
வளருமருள் நிறைகுணங் குடிவாழு மென்னிருகண்
மணியே முகியித் தீனே. 99

முகில்கவியு நயினார்மு கம்மதுஇ றசூலென்ற
முத்தொளியில் தென்பர் கோடி
மோனகுரு வானசுல்த் தான்அப்துல் காதிறு
முகியித்தீ னென்பர் கோடி

---

99. சிவஞானம் -உயர்ந்த ஞானம்; கமனக்குளிகை - நினைத்த இடத்திற்குச் செல்ல உதவும் அற்புதக் குளிகை.

100. முகில் கவியும் - மேகம் குடையாகக் கவியும்; சுல்த்தான் (அ) - அரசர், ஞானியர்க்கெல்லாம் வேந்தர்; அப்துல் காதிறு (அ)- முகியித்தீன் (இஸ்லாமிய நெறிக்குப் புத்துயிருட்டியவர்) என்ற சிறப்புப் பட்டம் பெற்ற ஞான வேந்தர், குணங்குடியாரின் ஞானகுரு; மகுபூப சபுகானி (அ) - இறைவனின் காதலர், முகியித்தீனு அவர்களின் மற்றொரு பட்டம்; வாசகம் - வேத வசனம், துதிப்பாடல்; வகுதாது-பாக்தாத் முகியித்தீன் அவர்கள் வாழ்ந்து ஞானச்சுடர் பரப்பிய ஊர்.

மகுபூபு சுபுகானி யென்றபேர் வாழிமேல்
        வாழியென பார்கள் கோடி
வாக்காலும் வாசகத் தாலுமுமை வாழ்த்துவார்
        வாழியென் பாார்கள் கோடி
ஜெகஜோதி யானசிற் பரன்வாழி ஜெயஜெயா
        ஜெயஜெயா வென்பர் கோடி
தேவரீர் சீடரடி யேனுமுமை நம்பினேன்
        தீட்சைதந் தாளு தற்கே
வகுதாதை யாளும்வாழ் வுள்ளநீர் பின்தொடர
        வள்ளல்இற சூல்வ ருகவே
வளருமருள் நிறைகுணங் குடிவாழு மென்னிருகண்
        மணியே முகியித் தீனே. 100

மொத்தம் பாடல் - 114.

★★★

முகியித்தீனாண்டவர் கொச்சகம்

அழுக்கைத் துடைத்தணைத் தணைத்துமடி மீதுவைத்தும்
புழுக்கைக் குணமெனக்குப் போவதிலை யாகையினால்
தழைக்குங் குணங்குடிக்கென் தந்தையே வந்திடுவேன்
பழிக்காமல் ஏழைமுகம் பாருமுகி யித்தீனே. 1

பட்டதுவுங் கெட்டதுவும் பாய்முடைந்து விற்றதுவும்
வெட்ட வெளியாய் விடிந்துமின்னம் பாருமையா
கொட்டமெல் லாம்விட்டுக் குணங்குடிகொள் ளாவீணர்
இட்டமென்னை விட்டொழிவ தில்லைமுகி யித்தீனே. 2

நாட்டுறவஞ் சாதிருந்து நம்பிகொலை செய்துமென்னை
ஓட்டாண்டி யாக்கியும்விட் டொழிவதில்லை பாருமையா
கூட்டாவென் கூடக் குணங்குடிக்கு வாரவரை
ஓட்டாமல் வீணரைவிட் டோட்டுமுகி யித்தீனே. 3

கொச்சகம் - கொச்சகக் கலிப்பாவால் ஆனது.

1. புழுக்கைக் குணம் - கீழ்க்குணம்.

2. இட்டம் - நட்பு.

3. நாட்டு உறவு - உரிமை கொண்டாடும் உறவுகள்

மேலாங் குணங்குடியின் மெய்ஞ்ஞான வீடுசென்று
நாலாம் படியேறி நானொளித்தி ருப்பன்ஜயா
வாலாய மாகஅங்கே மவுன மலரணைமேல்
மாலா யெனையணைய வாரும்முகி யித்தீனே. 4

மொத்தம் பாடல் - 118

★★★

அகத்தீசன் சதகம்

அவற்றுள் முறைவழி அருந்தவம் யோகம்
எவற்றினு முந்தியது இயல்புடை ஆசான்
நன்னயக் கருணை நனிகூர் அன்பால்
இன்னய மந்திரம் இயைதல்ஆ தலினால்
திருவருள் பெறுவான் சிந்தித்தும் எம்மைக்
குருவருள் வேண்டிக் குரையிரந்து உயர்த்தது.

குருவணக்கம்

எழுசீர்க் கழிநெடிலடி யாசிரிய விருத்தம்

குணங்குடி யார்நற் குணங்குடி யோங்கக்
கொடுகொடென் றடிக்கடி குணங்கும்
குணங்குடி யார்துர்க் குணங்குடி போகக்
குணமெலாந் திரண்டருள் பரப்பிக்
குணங்குடி யேறிக் குறைவற நிறைந்து
குணக்கட லானமெய்ஞ் ஞானக்
குணங்குடி வாழும் அகத்தீச னாம்என்
குருபதஞ் சிரத்தின்மேற் கொள்வாம்.

---

4. நாலாம் படி - துரியம்; வாலாயம் - மிகு பழக்கம்; அணை - மஞ்சம்; மால் - ஆசை

அவற்றுள்... உயர்த்தது:

மந்திரம் - தீட்சை தரும் மந்திர வாக்கியம். உயர்த்தது - போற்றியது. குணம்குடியார் - ‘சிபத், என்னும் இறைப்பண்புகளைத் தம்பால் குடிவைத்தவர்; குணங்கும் - வளைக்கும்; அகத்தீசன் - மன வெளியில் தோற்றும் பரம்பொருள், (அல் - பா - தின்); அகாரம் - சத்தம்: அதுவே ஆத்மா; அந்த அகாரத்தைத் தியானிக்க அகத்தீசரானார் (நிஜானந்த போதம்).

முதலாவது

குருவருள் நிலை

மனத்தைத் தழுவித் தற்காத்துச் சீராடச் செல்வப்பால் கொடுத்துப் படுக்கவைக்க வரவேண்டும்

தாயனைய இன்பந் தனைத்தந்து தந்துகை
  தழுவிநின் றருள் புரியவுந்
தந்தைதா யுந்தானே யாகவு மிருந்தெனைத்
  தற்காத்து னருள்பு ரியவுஞ்
சேயென் றிரங்கியணை காலியின் கன்றெனச்
  சீராட அருள்பு ரியவுஞ்
செங்கீரை யாடுசிறு மதலைபோற் கொஞ்சிநான்
  செல்வமிட அருள்பு ரியவும்
பாயுமடை கால்கண்டு கரைபுரள வருமதிப்
  பால்கொடுத் தருள்பு ரியவும்
பக்குவத் தோடுமவு னத்தொட்டி லுக்குட்
  படுக்கவைத் தருள்பு ரியவும்
வாயுவைக் கட்டவுந் தவராஜ சிங்கமே
  வரவேண்டும் மென்ற னருகே
மாகுணங் குடிவாழு மென்னகத் தீசனே
  மவுனதே சிகநா தனே. 1

மனமிடையாம லெண்ணாமற் பதைத்திடாது மனமுவந்து வருஷிக்க வரவேண்டும்

எந்தலையி லிட்டவிதி யென்னமோ வென்னநான்
  இடையாம லருள்பு ரியவும்
என்செய்தே னென்றடிமை யெண்ணாத எண்ணங்கள்
  எண்ணாம லருள்பு ரியவும்
பந்தமதி லிட்டமெழு கென்னநெஞ் சுருகிப்
  பதைத்திடா தருள்பு ரியவும்
பாவியா காதெனைக் கருணைநய னங்கொண்டு
  பார்த்துநல் லருள்பு ரியவும்

---

1. காலி-பசு; செங்கீரை ஆடும்-செவ்விய மழலைச் சொல் பேசும்; மதலை-குழந்தை; மதிப்பால்-குண்டலி தரும் சந்திர அமிர்தம்: வாயுவைக் கட்ட-தசவாயக்களைக் கட்டுப்படுத்த; தேசிகநாதன்-குருக்களின் தலைவன்.

2. மாரி - மழை:

மந்திரங் கொண்டுமாங் காய்விழா தாதலான்
மனமுவந் தருள்பு ரியவும்
மாரியினும் நின்கருணை மாரியணு மாறாது
வருஷிக்க அருள்பு ரியவும்
வந்துபணி வார்க்குதவு தவராஜ சிங்கமே
வரவேண்டும் மென்ற னருகே
மாகுணங் குடிவாழு மென்னகத் தீசனே
மவுனதே சிகநா தனே. 2

மனந்தானாகச் சகாவென்ற நாடோறும் நகைத்திடாது
தொழும்புகொண்ட துரையே வரவேண்டும்

தாயாயும் என்தந்தை தானாயும் நின்றுநீ
தானாக அருள்பு ரியவும்
தாபந்தம் எல்லாம் அறிந்தநீ நிட்டைச்
சகாவென்று அருள்பு ரியவும்
நாயடியன் உய்யும் பொருட்டாக ரட்சித்து
நாடோறு மருள்பு ரியவும்
நச்சுநச் சென்றெனை யரற்றுறா னென்றெனை
நகைத்திடா தருள்பு ரியவும்
தூயனே மாயனே நேயனே தாயனே
தொழும்புகொண் டருள்பு ரியவுந்
தோலா வழக்கனிவ னென்றுசொல் லாமலென்
துரையேயு னருள்பு ரியவும்
வாய்மொழி மறக்குமுன் தவராஜ சிங்கமே
வரவேண்டு மென்ற னருகே
மாகுணங் குடிவாழு மென்னகத் தீசனே
மவுனதே சிகநா தனே. 3

மனமிடையா தின்ப முறைந்திட ஓய்ந்திடாது
குன்று குகையருள வரவேண்டும்

என்றடிமை யாளாவ தென்றெணி யெணிக்கருத்து
இடையாம லருள்பு ரியவும்
இரவுபக லாயிடை யறாதுருகி நாடிநல்
லின்பமுற வருள்பு ரியவும்
உன்திருப் பொன்னடியு மென்றன் சிரத்தே
உறைந்திடற் கருள்பு ரியவும்

---

3. தாபந்தம்-வேதனை; சகா-நண்பன்; மாயன்-அழகன் (ஜமால்) தொழும்பு-தொண்டு; தோலா-தோல்வியடையாத.

ஓடாம லோடியா னுலகைவலம் வந்துகால்
ஓய்ந்திடா தருள்பு ரியவும்
குன்றங்கள் தோறும்அலை யாதுகுகை யுள்ளநற்
குன்றொன்றை யருள்பு ரியவும்
குருமூர்த்த மாயிருந் துபதேச மோதியக்
குகையுள்வைத் தருள்பு ரியவும்
மன்றுள்நின் றாடுமெய்த் தவராஜ சிங்கமே
வரவேண்டு மென்ற னருகே
மாகுணங் குடிவாழு மென்னகத் தீசனே
மௌனதே சிகநா தனே. 4

மனத்தில் மார்க்கவகை வாழ்வித்துச் சுடர்சூக்ஷமமளித்து அகமுவந்தாததரித்தருள வேண்டும்

வகையொன்றும் அறிகிலே னிறைவனே சன்மார்க்க
வகையொன்ற அருள்பு ரியவும்
வாழிமேல் வாழியென வாக்குக் கொடுத்தெனையும்
வாழ்வித்து னருள்பு ரியவும்
சுகசுகா தீதச் சுயஞ்சோதி யாயெழுஞ்
சுடரிடற் கருள்பு ரியவுஞ்
சும்மா இருக்கவுஞ் சொல்லாத சூட்சாதி
சூட்சமெற்கு அருள்பு ரியவும்
அகமகிழ்ந்தி டவும்வஞ் சகம்அகன் றிடவுநின்
அகமுவந் தருள்பு ரியவும்
அஞ்சாத டாவென்று நெஞ்சோ டணைத்தணைத்து
ஆதரித் தருள்பு ரியவும்
மகிழா மகிழ்ச்சியொடு தவராஜ சிங்கமே
வரவேண்டு மென்ற னருகே
மாகுணங் குடிவாழு மென்னகத் தீசனே
மவுனதே சிகநா தனே. 5

---

4. எணி-எண்ணி; உறைந்திட-தங்கிட, குகையுள்ள நற்குன்று-மனித உடலில் உள்ள ஆறு ஆதாரங்களில் புருவ நடுவில் உள்ள ஆஞ்ஞை குன்று; அதன் நடுவேயுள்ள யகாரம் குகை; குருமூர்த்தம்-குருவடிவம்; மன்று-மனம், வெளி.

5. சன்மார்க்கம்-நன்னெறி, ஞானநெறி; சுகாதீதம்-சுகம் கடந்தநிலை; சூட்சாதி சூட்சம்-சூக்குமம், நுட்பம், ஞான ரகசியம்.

மனத்தினியற்கை யெந்நாளும் வாய்த்திட மாறாமற் போதுமெனப் பொங்கவர வேண்டும்

ஈசனே யன்பர்க்கு நேசனே நின்கருணை
இயற்கையோ டருள்பு ரியவும்
எம்பிரா னேயெமக் கிறைவனே நின்கருணை
எந்நாளு மருள்பு ரியவும்
வாசனே ஞானோப தேசனே நின்கருணை
வாய்த்திடற் கருள்பு ரியவும்
வாகனே யோகனே யேகனே நின்கருணை
மாறாம லருள்பு ரியவும்
போசனே போசமக ராஜனே நின்கருணை
போதுமென வருள்பு ரியவும்
பூரணா னந்தமே சொந்தமாய் நின்கருணை
பொங்கநின் றருள்பு ரியவும்
மாசங்கள் தோறுமெய்த் தவராஜ சிங்கமே
வரவேண்டு மென்ற னருகே
மாகுணங் குடிவாழு மென்னகத் தீசனே
மவுனதே சிகநா தனே. 6

மனம் முன்னின்று முத்தமிடத் தேசோன்மய சின்மயம் அடிமை கொண்டாடி நின்றருள வரவேண்டும்

முத்துநவ ரத்நமே முழுவயிர மலையேயென்
முன்னின்று னருள்பு ரியவும்
முச்சுடர் பரப்புசெம் பொற்கமல அடியைநான்
முத்தமிட அருள்பு ரியவுஞ்
சித்தனே சித்தர்தொழு முத்தனே செவியிலுப
தேசமெற் கருள்பு ரியவும்
தெக்ஷிணா மூர்த்தமே பக்ஷம்வைத் திக்கணஞ்
சின்மயம் அருள்பு ரியவும்
அத்தனே யப்பனே யையனே யுய்யவெனை
யடிமைகொண் டருள்பு ரியவும்
ஆனந்த மானபர மானந்த திருநடனம்
ஆடிநின் றருள்பு ரியவும்
வைத்தகரு ணைக்குரிய தவராஜ சிங்கமே
வரவேண்டு மென்ற னருகே

6. வாகன்-அழகன்.

7. முச்சுடர்-சூரியன், சந்திரன், அக்கினி; தெக்ஷிணா மூர்த்தம் - குருவடிவம்; சின்மயம் - ஞானமயம்; அத்தன்-இறைவன், குரு, தந்தை, உயர்ந்தோன்.

மாகுணங் குடிவாழு மென்னகத் தீசனே
மவுனதே சிகநா தனே. 7

மனத்தை யிரட்சித்துத் தினந்தினங் கடாக்ஷித்துக்
கதிதந்து தூக்கித் தொழுதிட வரவேண்டும்

திக்கற்ற பாவியைப் பக்கத்தில் வைத்துரட்
சித்துநல் லருள்பு ரியவுந்
திருவுள மிரங்கிநின் திருவடி யளித்துத்
தினந்தின மருள்பு ரியவுங்
கைக்குள்வளர் நெல்லிக் கனிக்குநிக ராகக்
கடாக்ஷித்து னருள்பு ரியவுங்
கன்மந் தொலைத்தே கடைத்தேற்றி வைத்துநற்
கதிதந்து னருள்பு ரியவுந்
துக்கக் கடற்கடந் தக்கரைப் படவெனைத்
தூக்கிவிட் டருள்பு ரியவுந்
துன்பங்க ளெல்லாந் தொலைத்தடிமை யுன்பதந்
தொழுதிடற் கருள்பு ரியவும்
வைக்குமனம் வைத்துமெய்த் தவராஜ சிங்கமே
வரவேண்டு மென்ற னருகே
மாகுணங் குடிவாழு மென்னகத் தீசனே
மவுனதே சிகாநா தனே. 8

மனங்கைகாட்டித் தகுந்த சதாநந்த வறி
வொன்று அறிந்திட வரவேண்டும்

காகமாய் நின்றுகத றிக்கதறி யழுமெனைக்
கையணைத் தருள்பு ரியவுங்
கன்மிபடு கண்கலக் கந்தீர வுங்கருணை
காட்டிநின் றருள்பு ரியவுந்
தாய்கைக் குழந்தையென நீகைக்குள் வைத்துத்
தகுந்தநல் லருள்பு ரியவுஞ்
சத்தமுகி லெனவின்ப மாமழை சொரிந்திடு
சதாநந்த வருள் புரியவும்
ஆகம ராணங்க ளாலுமறி தற்கரிய
அறிவொன்றை யருள்பு ரியவும்

---

8. கடாக்ஷித்து-கடைக்கண் பார்வை (வைத்து), அருள் செய்து

9. சத்தமுகில் - ஆவர்த்தம், சம்வர்த்தம், புட்கலாவர்த்தம், சங்காரித்தம், துரோணம், காளமுகி, நீலவருணம் என்னும் எழுவகை மேகம்; அளகேசன்-பெருஞ்செல்வன், குபேரன்; துளவமணி மார்பன்-திருமால்; யோகத்தில் வாங்கியமூச்சை உள்நிறுத்தும் கும்பகத்தைக் குறிக்கும்.

அளகேச னேதுளவ மணிமார்ப னேயுனை
அறிந்திடற் கருள்பு ரியவும்
வாகனே யேகனே தவராஜ சிங்கமே
வரவேண்டு மென்ற னருகே
மாகுணங் குடிவாழு மென்னகத் தீசனே
மவுனதே சிகநா தனே. 9

மனக்கலிதீருத்துக் கவிகையிட வாட்கொண்டறிந்து
முறையாக மூர்த்திகரமருள வரவேண்டும்

கன்னலின் அமுதெனவு மின்பங்கொ டுத்தெனது
கலிதீர்த்து னருள்பு ரியவுங்
காலூன்றி மழைபொழியு முகிலின் மெனக்கருணை
கவிகையிட வருள்பு ரியவும்
அன்னையே யுன்னையே நம்பினேன் ஆதரித்து
ஆட்கொண்டு னருள்பு ரியவும்
ஆருமெனை யாதரிப் பாரிலைப் பாரினில்
அதுவறிந் தருள்பு ரியவும்
முன்னாகச் சொன்னதனை மன்னவர்கள் மன்னனே
முறையாக வருள்பு ரியவும்
முப்பத்து முக்கோடித் தேவர்க்கு முதல்வனே
மூர்த்திகரம் அருள்பு ரியவும்
வன்னிநிற மென்னமெய்த் தவராஜ சிங்கமே
வரவேண்டு மென்ற னருகே
மாகுணங் குடிவாழு மென்னகத் தீசனே
மவுனதே சிகநா தனே. 10

★★★

இரண்டாவது

தவ நிலை

இதனால் எழுந்த எவ்வகை வணக்கமும்
அதனா லாகிய அங்கமெத் திறமுமே
அமைதரு தவநிலை அணிபெற அருள்கெனச்
சமைதர இரந்து தாழ்ந்துநின் றுயர்த்தது.

---

10. தேவர்-இயற்கைச்சக்திகள், மலக்குகள்; ஜின்கள்; மூர்த்தி கரம்-தெய்விகம்; வன்னி-நெருப்பு.
இதனால் ... உயர்த்தது:
அங்கம்-உடல்; சமைதர-உண்டாக.

அகத்தீசன் சதகம் ❖ 131

மனம்போதித்துப் போதுமெனக்கறத்து கைகொடுத்துப் பந்தாடப் பரப்பி வரவேண்டும்

பொல்லாத காயமல் லாடாது நல்லறிவு
போதித்து னருள்பு ரியவும்
பொங்குமருள் மெய்ஞ்ஞான அனுபோக நிலையெலாம்
போதுமென வருள்பு ரியவும்
கல்லாவின் இன்பால் பசிக்குப் புசிக்கக்
கறந்துதந் தருள்பு ரியவும்
கற்பவர் தேடியலை யாதபடி கற்பமுறை
கைகொடுத் தருள்பு ரியவும்
பல்லா யிரங்கோடி யண்டமுங் கைக்குளே
பந்தாட வருள்பு ரியவும்
பட்டப் பகற்போல வெட்டவெளி யாயொளி
பரப்பிநின் றருள்பு ரியவும்
வல்லபஞ் சொல்லரிய தவராஜ சிங்கமே
வரவேண்டு மென்ற னருகே
மாகுணங் குடிவாழு மென்னகத் தீசனே
மவுனதே சிகநா தனே. 11

மனமுப் பாழின் முச்சுடர் சேவிக்கத் திறப்படத் தத்துவஞ் சலியாமலருள வரவேண்டும்

முத்தர்பணி செய்யவுஞ் சற்றேனு முய்யவும்
முப்பாழி னருள்பு ரியவும்
மூச்சைப் பிடிக்கவுங் காய்ச்சற்ற பொன்னான
முச்சுடரி னருள்பு ரியவும்
சித்துச் சடங்களைத் தெரிசித்து நிற்கவுஞ்
சேவிக்க வருள்பு ரியவுந்
திருவரு ளிரங்கவுங் குருவடி வணங்கித்
திறப்படற் கருள்பு ரியவுந்
தத்துவக் களைகளைப் பற்றறக் களையுமோர்
தத்துவம் அருள்பு ரியவுஞ்
சலியாமல் உன்னடிமை கேட்டதெல் லாமனஞ்
சலியாம லருள்பு ரியவும்

11. கல்லாவின் பால்-குண்டலிப்பால்; கற்பமுறை - மந்திர சாத்திரம், ஆயுள் நீடிக்கும் மருந்து; வல்லபம்-வலிமை.
12. காய்ச்சு அற்றபொன்-புடமிட வேண்டாத பொன்; சித்து-அறிவுள்ளவை; சடம்-அறிவற்றவை; தத்துவக் கலைகள்-பிருதிவி முதல் நாதம் ஈறான 36 தத்துவங்கள்; தத்துவம்-அறிவு.

மத்தமத முற்றமெய்த் தவராஜ சிங்கமே
வரவேண்டு மென்ற னருகே
மாகுணங் குடிவாழு மென்னகத் தீசனே
மவுனதே சிகநா தனே. 12

மனச்சித்தி தந்து சித்தம்வைத்துப் பறந்தோடப்பண்ணி நடனமிட நழுவிடாதருள வரவேண்டும்

தேவரீர் திருவடிக் காளாக அட்டமா
சித்திதந் தருள்பு ரியவுஞ்
சித்தர்கண மெல்லாம் எனக்கரு ளிரங்கவுஞ்
சித்தம்வைத் தருள்பு ரியவும்
பாவியடி யேன்செய்த பாவங்க ளெல்லாம்
பறந்தோட அருள்பு ரியவும்
பக்குவ மறிந்தெனைப் பக்குவ விசேடனாய்ப்
பண்ணிவைத் தருள்பு ரியவும்
நாவிட் டுரைக்கொணாச் சோதிநய னத்தூடு
நடனமிட வருள்பு ரியவும்
நம்பினே னையனே நட்டாற்றி லென்னைக்கை
நழுவிடா தருள்பு ரியவும்
மாவேக மாகமெயத் தவராஜ சிங்கமே
வரவேண்டு மென்ற னருகே
மாகுணங் குடிவாழு மென்னகத் தீசனே
மவுனதே சிகநா தனே. 13

இயல்பிருந்து மெலிந்து மெய்ஞ்ஞானஞ் சிற்சுகம் சாகாது செத்திட வரவேண்டும்

இயல்புகெட் டோனாகி போல்நான் அலைந்திடாது
இயல்பொன்ற வருள்பு ரியவும்
இலைசருகு பக்ஷணம் பண்ணிஏ காந்தமோடு
இருந்திடற் கருள்பு ரியவும்
வெயிலூ டுறைந்தெனது தேகம்என்பு என்பாய்
மெலிந்திடற் கருள்பு ரியவும்
மெய்த்தவசு மூட்டவும் பொய்த்தவசை யோட்டவு
மெய்ஞ்ஞான அருள்பு ரியவும்
செயலினை மறுக்கவு முயலினை அறுக்கவுஞ்
சிற்சுக மருள்பு ரியவும்

---

13. விசேடன்-சிறப்புடையவன்; சோதிநயனம்-ஞானக்கண், புருவ நடு;
14. என்பு-எலும்பு; தவசு-தவம்; முயல்-முயற்சி.

செத்தசவ மென்னக் கிடக்கவுஞ் சாகாது
செத்திடற் கருள்பு ரியவும்
மயில்வெட்கு நடனமொடு தவராஜ சிங்கமே
வரவேண்டு மென்ற னருகே
மாகுணங் குடிவாழு மென்னகத் தீசனே
மவுனதே சிகநா தனே. 14

மனத்தைக் குவித்துக் கொடுங்கைதந் தருகணைத்து அவல மாகாமற்பார்த்துப் பாதமருள வரவேண்டும்

கொலைசெய் எமனுக்குட் படாதெனைக் கைக்குட்
குவித்துவைத் தருள்பு ரியவுங்
கோதைய ரிடுக்குங் கொடுங்கைதரு முன்நின்
கொடுங்கைதந் தருள்பு ரியவும்
அலைவாய்த் துரும்பென அலைந்துஅலகை ஆகாமல்
அருகணைத் தருள்பு ரியவும்
அடியே னுனைத்தேடி யாசைகொண் டதும்அவலம்
ஆகாம லருள்பு ரியவும்
பலகா லிரந்தவென் பாலுமன் பால்முகம்
பார்த்துநல் லருள்பு ரியவும்
பன்மலர்கள் தூவியர்ச் சனைசெய்து தொழவுநின்
பாதமல ரருள்பு ரியவும்
மலைபோ லெழுந்தமெய்த் தவராஜ சிங்கமே
வரவேண்டும் மென்ற னருகே
மாகுணங் குடிவாழு மென்னகத் தீசனே
மவுனதே சிகநா தனே. 15

மனத்தொழும்பு துலங்கிக் கசப்பாகக் கழன்றிட வெல்லா மெண்ணாமல் வரவேண்டும்

துச்சனே னாயினும் பட்சம்வைத் தென்றனைத்
தொழும்புகொண் டருள்பு ரியவுந்
துரியமா நின்றதுரி யாதீதச் செஞ்சுடர்
துலங்கிடற் கருள்பு ரியவும்
கைச்சரச மானசிற் றின்பவனு போகங்
கசப்பாக வருள்பு ரியவும்

15. கொடுங்கை (1) கொடுமையானகை; கொடுங்கை (2) வளைந்து ஆதரிக்கும் கை; அலகை-பேய்.

16. கைச்சரசம்-சிறு காமச் சேட்டை; பாஷ்பம் - கண்ணீர்; மைச்சினி -அத்தைமகள், உறவு உரிமை உடையவள்.

களகளென் றானந்த பாஷ்பமிரு கண்ணிற்
கழன்றிடற் கருள்பு ரியவும்
எச்சில்த னம்பண்ண வேண்டாமெ னையனே
யெல்லாம்நீ ரருள்பு ரியவும்
என்னகுறை வந்துபோம் என்றெண்ணு றீர்ஒன்றும்
எண்ணாம லருள்பு ரியவும்
மைச்சினிச் சரசமொடு தவராஜ சிங்கமே
வரவேண்டு மென்ற னருகே
மாகுணங் குடிவாழு மென்னகத் தீசனே
மவுனதே சிகநா தனே. 16

மனம்புகழ்ந்திட பொருள்தந்து நிராகரித்து நெஞ்சுற வேதார்த்தமிருந்திட வரவேண்டும்

புகழுவார் புகழும் புகழ்க்குரிய நின்னைப்
புகழ்ந்திடற் கருள்பு ரியவும்
புத்திக்கும் எட்டாது புத்திக்கு ளூற்றவான்
பொருள்தந்து னருள்பு ரியவும்
நிகழ்பந்து தன்னையும் நிர்த்தூளி யாகிட
நிராகரித் தருள்பு ரியவும்
நிருமல சிதாகாச நிஷ்ப்ரபஞ் சப்பொருளென்
நெஞ்சுறவு னருள்பு ரியவும்
இகபர மிரண்டென்று வகையுண்டது ஈதெனும்
எதார்த்தமதை அருள்பு ரியவும்
என்னுள் ளிருக்குமெங் கோமானென் னுள்ளே
யிருந்திடற் கருள்பு ரியவும்
மகிழ்வோ டெழுந்துமெய்த் தவராஜ சிங்கமே
வரவேண்டு மென்ற னருகே
மாகுணங் குடிவாழு மென்னகத் தீசனே
மவுனதே சிகநாத னே. 17

மனத்தைக் கரையேற்றிக் கைக்கொண்டு சமுகந்தன் மயம்போனின்ற பூரணாவருள வரவேண்டும்

கங்கற்ற ஆழாழி வங்கத்தை யொத்தெனைக்
கரையேற்றி யருள்பு ரியவுங்
கையைக் கொடுக்கவுங் கையைப் பிடிக்கவுங்
கைக்கொண்டு னருள்பு ரியவுஞ்

17. பந்து-சுற்றம்; நிர்த்தூளி-பொடிப்பொடி; நிருமல-தூய; சிதாகாசம்-ஞான வெளி; நிஷ்ப்ரபஞ்சம்-பிரபஞ்ச நீக்கம்.

சங்கைதரு சங்கத்தை நீக்கவுஞ் சங்கைதரு
சமுகம்வைத் தருள்பு ரியவுந்
தட்டாத நிட்டைமீ திட்டமொ டிருத்தவுந்
தன்மய மருள்பு ரியவும்
பொங்குஞ் செழுஞ்சுடர் பொருந்துகாப் பூரமது
போல்நின்ற தருள்பு ரியவும்
பொன்னடியும் வாழியுன் புண்ணியமும் வாழிபரி
பூரணா வருள்பு ரியவும்
மங்களந் தங்குமெய்த் தவராஜ சிங்கமே
வரவேண்டு மென்ற னருகே
மாகுணங் குடிவாழு மென்னகத் தீசனே
மவுனதே சிகநா தனே. 18

மனந்தனைக்கொண்டு தாற்பரியம் பாய்ந்து பருவமொன்று தொலைந்து தொடக்கற வரவேண்டும்

தஞ்சமே தஞ்சமென் றடையும்என் அஞ்சலி
தனைக்கொண்டு னருள்பு ரியவுந்
தற்பரஞ் சிற்பரத் துட்பரவி நிற்பதோர்
தாற்பரிய மருள்பு ரியவும்
பஞ்சவர் ணப்பரஞ் சோதிகிள ரிப்பத்தி
பாய்ந்திடற் கருள்பு ரியவும்
பன்மயத் துட்பரவு தன்மயத் துட்பரவு
பருவமொன் றருள்பு ரியவுமந்
துஞ்சுமொளி கொஞ்சவும் நெஞ்சமும் வஞ்சந்
தொலைந்திடற் கருள்பு ரியவும்
துக்கவலை வீசுமுலை மின்னார்க ளாசைத்
தொடக்கறற் கருள்பு ரியவும்
வஞ்சியரும் எஞ்சவுந் தவராஜ சிங்கமே
வரவேண்டு மென்ற னருகே
மாகுணங் குடிவாழு மென்னகத் தீசனே
மவுனதே சிகநா தனே. 19

---

18. ஆழ்ஆழி-ஆழ்ந்த கடல்; சங்கை (1) சந்தேகம்; சங்கை (2) மதிப்பு; சங்கம்-கூட்டம், சகவாசம்.

19. தஞ்சம்-புகலிடம்; அஞ்சலி-கும்பிடுதல்; தாற்பரியம்-உட்பொருள். துஞ்சும்-நிலைபெற்ற; தொடக்கு-தொடர்பு; எஞ்சவும்-ஒழியவும்;

மனதுக்குச் செல்வந் திறந்து முகுர்த்த முடிசூட்டி ஜெயந்தந்து ஜெயமாக வரவேண்டும்

தேனைப் பழித்தபே ரின்பந் தரும்பெருஞ்
செல்வமொன் றருள்பு ரியவுஞ்
சின்சமயச் சிந்தா மணிப்பொக்கி ஷத்தைத்
திறந்தளித் தருள்பு ரியவும்
மோனசிங் காசனா திபனாக வைத்திட
முகுர்த்தமிட் டருள்பு ரியவும்
முச்சுடர் பரப்பியொளி பத்திபா யும்மகுட
முடிசூட்டி யருள்பு ரியவுஞ்
சேனாச முத்திரத் தொடுநின்று வாழ்த்திச்
செயந்தந்து னருள்பு ரியவும்
ஜெயஜெயா ஜெயஜெயா ஜெயஜெயா என்றடிமை
ஜெயமாக அருள்பு ரியவும்
வானனைய கருணைகொடு தவராஜ சிங்கமே
வரவேண்டு மென்ற னருகே
மாகுணங் குடிவாழு மென்னகத் தீசனே
மௌனதே சிகநா தனே. 20

★★★

மூன்றாவது

துறவின் நிலை

நினைப்பும் விளிப்பும் நீத்தலுந் தனிப்பும்
அனைத்தினு மமைத்திட டாய்ந்தாய்ந்து நோக்கி
விரத மவுனம் விருப்பொடு வெறுப்பெனும்
இரதம் அமையாது எழுத்துஎட் டகமும்
பற்றிய தவநிலை பதிந்த பெருநிலை
சுற்றிய மேன்மைத் துறவா கையினால்
அத்துறவு இயல்பினை யாண்டகை யருள்கென
எத்திறத் தினுங்குறை யிரந்திரந் துயர்த்தது.

---

20. சிந்தாமணி-நினைத்தவற்றை எல்லாம் தரும் மணி; முகுர்த்தம்-நல்ல நேரம். நினைப்பும்... உயர்த்தது: விளிப்பு-ஓசை; இரதம்-குணம்; எட்டகம்-அட்டாங்கம்.

மனங் களைகண்டாண்டகல வொதுக்கியுறைந்திட வரவேண்டும்

காமக் குரோதமோ கக்கிளை களைந்துநான்
        களைதீர அருள்பு ரியவுங்
கரையாத நெஞ்சக் களிம்பெலாம் துரிசறக்
        கண்டுநல் லருள்பு ரியவும்
ஆமைமீன் பறவைபோ லடியேனை யாதரித்து
        ஆண்டணைத் தருள்பு ரியவும்
ஆசைப் பசாசமெனை யணுகா தடித்தடித்து
        அகலவிட் டருள்பு ரியவும்
ஓமங்கள் முதலான நியமங்க ளெல்லாம்
        ஒதுக்குவித் தருள்பு ரியவும்
ஊருக்கு ளூர்திரிந் தலையாம லுமதருள்
        உறைந்திடற் கருள்பு ரியவும்
மாமேரு வொத்தமெய்த் தவராஜ சிங்கமே
        வரவேண்டு மென்ற னருகே
மாகுணங் குடிவாழு மென்னகத் தீசனே
        மவுனதே சிகநா தனே. 21

மனந்தீய்ந்து சேர்ந்து பக்குவம் பத்தியக்காடுறை கனல்மூட்ட வரவேண்டும்

தேய்ந்திடவும் ஈராறு கலைகளும் மனமாயை
        தீய்ந்திடவு மருள்பு ரியவுந்
தீராத வல்வினைகள் தீர்ந்துதிரு வடியினிற்
        சேர்ந்திடற் கருள்பு ரியவும்
பாய்ந்தேற வும்வாசி நான்தேற வும்பெரும்
        பக்குவ மருள்பு ரியவும்
பத்தியுட் சித்தியும் முத்தியின் முற்றுமோர்
        பத்தியு மருள் புரியவும்
காய்ந்தசரு கிலைபுனற் காய்கனிக ளுண்டுண்டு
        காடுறைய வருள்பு ரியவும்
கட்டையைச் சுட்டுக் கருக்குமெய்ஞ் ஞானமாங்
        கனல்மூட்டி யருள்பு ரியவும்

21. கிளை-உறவு; களிம்பு-அழுக்கு; துரிசு-குற்றம்; ஆமை மீன் பறவைபோல்-ஆமை கரையில் முட்டையிட்டு நீரிலிருந்து நனைக்கவும், மீன் நீரில் முட்டையிட்டுக் கண்ணால் நோக்கவும், கோழி முட்டையிட்டு அடைகாக்கவும் குஞ்சு பிறக்கும் என்பது மரபு; அதுபோல் குருவருள் கிடைக்க வேண்டும் என்றார்; ஓமம்-யாகம்; நியமங்கள்-புறச்சடங்கு ஆசாரங்கள்.

மாய்ந்துமா யாதமெய்த் தவராஜ சிங்கமே
வரவேண்டு மென்ற னருகே
மாகுணங் குடிவாழு மென்னகத் தீசனே
மவுனதே சிகநா தனே.   22

**மனத்தின் பேர்பிடுங்கி நலம்பெற நாளுமஞ்ஞானத்தீ
நீறச் சித்தித்திட வரவேண்டும்**

பேயைப் பழித்தபெண் பேய்கொண்டி டார்கொண்ட
பேரொன்று மருள்பு ரியவும்
பிள்ளைக ளெனுங்கூளி பலகூளி யென்னைப்
பிடுங்கிடா தருள்பு ரியவும்
நாயைப் பழித்தபேய் நாயினுங் கடையேன்
நலம்பெறற் கருள்பு ரியவும்
நல்லரு ளிரங்குமுன் பாதார விந்தமெந்
நாளுமெற் கருள்பு ரியவும்
தீயைப் பழித்தசெந் தீயவஞ் ஞானமாந்
தீநீற வருள்பு ரியவும்
சித்தம்வைத் தத்தனே சித்திதரு முத்திசித்
தித்திடற் கருள்பு ரியவும்
மாயைப் பழிப்பற்ற தவராஜ சிங்கமே
வரவேண்டு மென்ற னருகே
மாகுணங் குடிவாழு மென்னகத் தீசனே
மவுனதே சிகநா தனே.   23

**மனம் நிலையாநிறுத்திப் பாழாகப்பருவம்
அறைந்தானந்தமருள வரவேண்டும்**

நிசமான தெய்வமுனை யன்றியுண் டென்றடிமை
நினையாம லருள்பு ரியவும்
நீர்க்குமிழி யொத்தகா யத்தைநிலை யன்றென
நிறுத்திவைத் தருள்பு ரியவும்
பசுபாச பாசமும் பாவையர்கள் நேசமும்
பாழாக வருள்பு ரியவும்
பத்திமார்க் கந்தரும் முத்திமோ கந்தரும்
பருவமொன் றருள்பு ரியவும்
அசரசர பேதமா யாடுவதும் ஈதென்று
அறைந்தறைத் தருள்பு ரியவும்

---

22. ஈராறு கலைகள்-12 பிரசாத கலைகள் (முன்னே காண்க).
23. கூளி-பேய்; நீற-சாம்பலாக.
24. அசரசரம்-நிலைபொருள், இயங்கு பொருள்.

அஞ்ஞான மூடந் துறக்கவு மெய்ஞ்ஞான
ஆநந்த மருள்பு ரியவும்
வசமான தேகனே தவராஜ சிங்கமே
வரவேண்டு மென்ற னருகே
மாகுணங் குடிவாழு மென்னகத் தீசனே
மவுனதே சிகநா தனே. 24

மனமெய்தி யெண்ணம் மண்ணாகமடியாமல் தள்ளென்று தள்ளாது வரவேண்டும்

எங்களா லொன்றுமிலை யெதுவுமுன் கருமமென்று
எய்திடற் கருள்பு ரியவும்
எண்சா ணுடம்பினுஞ் சிரசேபிர தானமென்று
எண்ணமொன் றருள்பு ரியவும்
மங்கையர்கள் கொங்கையெனு மண்கட்டி மீதிஷ்டம்
மண்ணாக வருள்பு ரியவும்
மாறாத புண்ணான அல்குலாம் படுகுழியில்
மடியாத லருள்பு ரியவும்
தங்கத்தை யுஞ்செங்க லென்றெண்ணி யேதள்ளு
தள்ளெனற் கருள்பு ரியவுந்
தந்தையே யுன்றனக் கென்றனை யளிக்கிறேன்
தள்ளாம லருள்பு ரியவும்
வங்கமென ஓடிமெய்த் தவராஜ சிங்கமே
வரவேண்டு மென்ற னருகே
மாகுணங் குடிவாழு மென்னகத் தீசனே
மவுனத் தேசிகநா தனே. 25

மனத்தின் வல்லபம் வஞ்சமற வுட்குளிர வூடாடிப் போகாமற் போக வரவேண்டும்

வலைவீசு முலையரைக் கொலைஞரென் றெண்ணுமோர்
வல்லப மருள்பு ரியவும்
வஞ்சியெனும் எண்சா ணுடம்புவெறு நஞ்சென்று
வஞ்சமற அருள்பு ரியவும்
உலையிட்ட மெழுகெனப் பின்னமா யுருகுமனம்
உட்குளிர அருள்பு ரியவும்
ஓடாம லுந்தேடி வாடாம லுமெனதுள்
ஊடாடி யருள்பு ரியவும்

---

25. சிரசே பிரதானம் - ஞான உணர்வு தரும் இடமாதலால்.
26. பின்னமாய்-சிதைந்து; இலவு-இலவம் பஞ்சு; மலசலாதிகள்-மலசலம் முதலியவைகள், அழுக்குகள்.

புலரும்இல வைக்காத்த கிளியெனவு முன்னடிமை
    போகாம லருள்பு ரியவும்
பூரணா னந்தமய மானபே ரின்பவனு
    போகமொன்ற ருள்பு ரியவும்
மலசலா திகளற்ற தவராஜ சிங்கமே
    வரவேண்டு மென்ற னருகே
மாகுணங் குடிவாழு மென்னகத் தீசனே
    மவுனதே சிகநா தனே.   26

மனஞ்சலியாது தள்ளாதுட்குளிர்ந் தொட்டாது
நேயம்வைத்து நில்லாது வரவேண்டும்

சக்களத் திப்போர் தொடுக்கிறா னென்றுநீர்
    சலியாம லருள்பு ரியவும்
சண்டிபோல் திண்டுமிண் டாடுறா னென்றெனைத்
    தள்ளாம லருள்பு ரியவும்
ஒக்கநின் றென்னையுய் யக்கொண்டும் ஐயமற
    உட்குளிர்ந் தருள்பு ரியவும்
ஒட்டாத மாமாயை ஒட்டினுள் சிட்டெனவும்
    ஒட்டாது னருள்பு ரியவும்
நிற்கும்நிலை காணாது நிற்கும்நிலை நிற்கநின்
    நேயம்வைத் தருள்பு ரியவும்
நீசனிவ னென்றுபோ திப்பார்கள் போதனையில்
    நில்லாது னருள்பு ரியவும்
மக்கப் புதைக்குமுன் தவராஜ சிங்கமே
    வரவேண்டு மென்ற னருகே
மாகுணங் குடிவாழு மென்னகத் தீசனே
    மவுனதே சிகநா தனே.   27

மனம்போகாது போகவென்றெண்ண வெளிதிற் கைப்பிடித்துக்
காப்பாற்றியருள வரவேண்டும்

பொந்துதே டித்தேடி மேவாத பேரெனப்
    போகாது னருள்பு ரியவும்
பொருள்தேடி யோடியோ டிப்போகு வோரெனப்
    போகவிட் டருள்பு ரியவும்
எந்தைமுதல் யாவரும் வந்துகலை யுஞ்சந்தை
    என்றெண்ண வருள்பு ரியவும்

---

27. திண்டுமிண்டு-எதிரிடைப் பேச்சு; ஒட்டு-பறவை பிடிக்கும் கண்ணி; மக்க-மக்கும்படி.

எவராலு மெய்தரிய துறவோடு மற்றுளவும்
எளிதிலெற் கருள்பு ரியவுங்
கந்தையைச் சுற்றவுங் கானகங் சுற்றவுங்
கைப்பிடித் தருள்பு ரியவும்
கந்தமூ லந்தனைத் தந்துஉகந்து என்றனைக்
காப்பாற்றி யருள்பு ரியவும்
மந்தைவழி யாயினுந் தவராஜ சிங்கமே
வரவேண்டு மென்ற னருகே
மாகுணங் குடிவாழு மென்னகத் தீசனே
மவுனதே சிகநா தனே. 28

**மனப்பொதும்புபூசி வியாபியாதுவீழ்ந்
தெடுத்தீடேற வரவேண்டும்**

பொன்னைப் பழித்தபொதி கைச்சார்பு மீதிற்
பொதும்புஒன்ற அருள்பு ரியவும்
பூவைப் பழித்தநின் பொன்னடியு முன்னடிமை
பூசிக்க அருள்பு ரியவும்
மின்னைப் பழித்தமன முஞ்சஞ் சலத்தோடு
வியாபியா தருள்பு ரியவும்
வேலைப் பழித்தவிழி யார்முயக்கு அளறுதனில்
வீழ்ந்திடா தருள்பு ரியவும்
என்னைப் பழித்தநான் என்தனை யென்னைவிட்டு
எடுத்தெறிய வருள்பு ரியவும்
எவையும் பழித்ததுற வெய்திவெளி யேறிநான்
ஈடேற வருள்பு ரியவும்
மன்னைப் பழித்தமெய்த் தவராஜ சிங்கமே
வரவேண்டு மென்ற னருகே
மாகுணங் குடிவாழு மென்னகத் தீசனே
மவுனதே சிகநா தனே. 29

---

28. பொந்து-குகை (முன்னே காண்க); பொருள்-பரம் பொருள்; எந்தை-என் தந்தை; மற்றும் உளவும் துறவு (சுஹத்) நிலைக்கு மேல் உள்ள ஞானநிலை (மஅரிபத்), பரவச நிலை (வஜ்த்), உண்மை உணர்நிலை (ஹகீகத்), ஒன்றுநிலை (வஸ்ல்); அத்துவித நிலை (ஃபனாவபகா) என்னும் நிலைகள் (மகாம்)

29. பொதிகை -மலை; பொதும்பு-புகை; வியாபியாது-எல்லா இடங்களிலும் ஓடாது; முயக்கு-கலவி; அளறு-சேறு; நான்-'நான்' எனும் அகங்காரம்; மன்-அரசர்.

மனத்தைப் பார்த்துப் பதமளித்துக் கலிதீர்த்துக் கடாக்ஷித்துப் பொருள்தந்து பொன்னடியருள வரவேண்டும்

பையலோ நெஞ்சம் பதைத்துருகி நிற்பதும்
பார்த்தேனும் அருள்பு ரியவும்
பாவியடி யேன்படுந் துயரைத் தொலைத்துநற்
பதமளித் தருள்பு ரியவும்
கையில்வெண் ணெயைவைத்து நெய்க்கழா வண்ணமென்
கலிதீர்த்து னருள்பு ரியவும்
கன்மங்கள் தீரவுஞ் சென்மசா பல்லியங்
கடாக்ஷித்து னருள்பு ரியவும்
பொய்யுலக வாழ்வுபிற ருக்கிடவும் எற்குமெய்ப்
பொருள்தந்து னருள்பு ரியவும்
பொன்னுலகும் மண்ணுலகு நின்றிலகும் உன்திருப்
பொன்னடியை யருள்பு ரியவும்
மையலொ டெழுந்துமெய்த் தவராஜ சிங்கமே
வரவேண்டு மென்ற னருகே
மாகுணங் குடிவாழு மென்னகத் தீசனே
மவுனதே சிகநா தனே. 30

★★★

நான்காவது

நியமநிலை

பொய்கொலை களவு காமம் பொருள்நசை
இவ்வகை எவையும் அடக்கல் இயமமும்
பெற்றதற்கு உவத்தல் பெருந்தவத் தூய்மை
மற்றறிவு உணர்தல் வழிபடல் நியமமும்
நிற்ற லிருத்தல் கிடத்தல் நடத்தலென்று
உற்றவிந் நான்காம் உயர்ஆ தனமும்
அவ்விரு வகைக்கும் ஆதியும் அந்தமும்

---

30. பையல்-சிறுவன்; சாபல்லியம்-பயன்; மெய்ப்பொருள்-உண்மை அறிவு; மையல்-காதல்.

பொய்கொலை... உயர்த்தது:

நசை-ஆசை; இயமம் - அட்டாங்க யோகத்துள் ஒன்று; கொலை களவு முதலியன நீங்கிப் புலன் அடக்குதல்; நியமம்-அட்டாங்க யோகத்துள் ஒன்று; தவம், மனம் உவந்திருத்தல்; கடவுள் நம்பிக்கை, பாவத்திற்கு அஞ்சித் தேடிய பொருளைத் தக்கார்க்கு வழங்கல், மூத்தோரை வழிபடல், உண்மை நூல் உணர்தல், செருக்கின்மை, தக்கன தகாதன பகுத்தறிதல், செபம், விரதம் என்னும் பத்து நியமமாம்; ஆதனம்-ஆசனம்.

செவ்விய லாஇவை சிறந்திருந் தமையால்
பிரியாது நியம நிலைபெறற் கருள்கென
விரியா திரந்து வேண்டி யுயர்த்தது.

மனத்தைப் பார்த்துப் பலனினையாமனில்லாமல்
அணைத் தன்புகூர்ந்தருள வரவேண்டும்

பஞ்சரித் துப்பஞ் சரித்துயான் கெஞ்சியது
    பார்த்தேனு மருள்பு ரியவும்
பச்சைபோல் நின்றழும் பாவிக் கிரங்கிப்
    பலன்தரவு னருள்பு ரியவும்
நின்சார்பை யன்றிவே றுண்டென்றும் என்றென்றும்
    நினையாம லருள்பு ரியவும்
நெஞ்சம் பதைத்துப் பதைத்தடிமை திக்கற்று
    நில்லாம லருள்பு ரியவும்
அஞ்சாம லென்றனக் காதரவு சொல்லவும்
    அணைத்தாண்டு னருள்பு ரியவும்
அருகினி லிருத்தவுந் திருவருள் பொருத்தவும்
    அன்புகூர்ந் தருள்பு ரியவும்
வஞ்சகரும் அஞ்சவுந் தவராஜ சிங்கமே
    வரவேண்டு மென்ற னருகே
மாகுணங் குடிவாழு மென்னகத் தீசனே
    மவுனதே சிகநா தனே.   31

மனத்தைக்கடாக்ஷித்துக் கரங்கொடுத்தணைத் தடுக்கவைத்துக்
குறைதீர்த்துக் குணமேற்ற வரவேண்டும்

கானுக்கு எரித்தநிலவு ஆகாத வண்ணங்
    கடாக்ஷித்து னருள்பு ரியவும்
கல்லுக்கு இரங்குமழை ஆகாத வண்ணங்
    கரங்கொடுத் தருள்பு ரியவும்
ஆனைவாய்க் குள்கரும் பாகாத வண்ணமும்
    அணைத்தாண்டு னருள்பு ரியவும்
ஆழித் துரும்பெனவும் ஆகாத வண்ணமும்
    அடுக்கவைத் தருள்பு ரியவும்
கோளைப் பழித்தகுடி ஆகாத வண்ணமென்
    குறைதீர்த்து னருள்பு ரியவுங்

---

31. பஞ்சரித்து-கெஞ்சிக் கேட்டு, விரிவாய்ப் பேசி.
32. கான்-காடு; எரிக்கும்-ஒளிவீசும்; கல்-மலை; இரங்கும்-பெய்யும்;
அடுக்கவைத்து-சேர்த்து வைத்து; கோன்-அரசன்.

குருவற்ற சீடனென ஆகாத வண்ணம்நற்
குணமேற்றி யருள்பு ரியவும்
மானம்வைத் துதவுவமெய்த் தவராஜ சிங்கமே
வரவேண்டு மென்ற னருகே
மாகுணங் குடிவாழு மென்னகத் தீசனே
மவுனதே சிகநா தனே. 32

மனங்கதறுதற்குங் கலுழுதற்கு மாறாது மாதவமே நெஞ்சிடையாம லேற்க வரவேண்டும்

கண்ணே கருத்தேயெ னின்பமே யென்றடிமை
கதறுதற் கருள்பு ரியவுங்
கண்ணீரு மாறாத புண்ணீரு மாகவுங்
கலுழுதற் கருள்பு ரியவும்
மண்ணான மூவாசை மண்ணாகவுங் கருணை
மாறாது னருள்பு ரியவும்
மலைநுழைவு புக்கவும் மனவாசி சொக்கவும்
மாதவம் அருள்பு ரியவும்
எண்ணாத வெண்ணமெல் லாமெண்ணி யெண்ணிநெஞ்சு
இடையாமல் அருள்பு ரியவும்
என்னானை யென்னாலு மொன்றுமிலை யாவுநீ
ரேயேற்க வருள்பு ரியவும்
மண்ணுள்ள சித்தரொடு தவராஜ சிங்கமே
வரவேண்டு மென்ற னருகே
மாகுணங் குடிவாழு மென்னகத் தீசனே
மவுனதே சிகநா தனே. 33

மனமுய்ய நிஷ்டை மோக்கமுதிர்ந்துகந்துங் கருணை கூர வரவேண்டும்

நித்தனே நித்தபரி சுத்தனே சிற்றடிய
னேனுய்ய வருள்பு ரியவும்
நிருவிகற் பங்கொண்ட நின்மலா னந்தசுக
நிட்டைவைத் தருள்பு ரியவும்
முத்தனே நற்றவஞ் சித்திக்க வும்முத்தி
மோக்கமொன் றருள்பு ரியவும்

---

33. கலுழுதல்-அழுதல்; நுழைவு-குகை; புக்கவும்-புகவும்; மனவாசி-மனோசரம்; மண்ணுள்-பூமியில் உள்ள.

34. நித்தன்-அழியாதவன்; மோக்கம்-மோட்சம்; மூலப்பிராணன்-மூலாதாரத்தில் நிற்கும் வாயு; வாலைப் பிராயம்-இளம் வயது; கத்தன்-படைப்போன், முதல்வன்.

மூலப் பிராணனென வாலைப் பிராயம்
முதிர்ந்திடுமு னருள்பு ரியவும்
கத்தனே கத்தனே யென்றிடைய றாமலே
கத்தும்எமற் கருள்பு ரியவும்
கத்தாத டாவென்று பொற்றா ளளித்துநற்
கருணைகூர்ந் தருள்பு ரியவும்
வைத்தமோ கத்துடன் தவராஜ சிங்கமே
வரவேண்டும் மென்ற னருகே
மாகுணங் குடிவாழு மென்னகத் தீசனே
மவுனதே சிகநா தனே. 34

மனங்கொள்ளாமற் கொள்ளிவைத் திதயமலர்ந்து சதாநந்தக் காட்சிக் கண்ணேயருள வரவேண்டும்

கொண்டார்க ளைக்கொலும் பெண்டாசை யென்றடிமை
கொள்ளாம லருள்பு ரியவுங்
கொள்ளிவைத்து உடலைக் கொளுத்துமுன் முச்சுடர்க்
கொள்ளிவைத் தருள்பு ரியவுந்
தண்டா மரைக்கமல மென்மட லவிழ்ந்தெனஇ
தயமலர்ந் தருள்பு ரியவுந்
தளதளென்று அளவில்பே ரொளிகொள் புளித்திடு
சதாநந்தம் அருள்பு ரியவுங்
கண்டாலும் என்கலிக ளெல்லாம் அகன்றுபோங்
காட்சிதந் தருள்பு ரியவுங்
கண்கொண்டு காணவுங் கண்கண்ட தெய்வமே
கண்ணேயு னருள்பு ரியவும்
வண்டாய்ப் பறந்துமெய்த் தவராஜ சிங்கமே
வரவேண்டு மென்ற னருகே
மாகுணங் குடிவாழு மென்னகத் தீசனே
மவுனதே சிகநா தனே. 35

மனத்தின் சமர்த்துச் சார்ந்திட வழிவிட்டு மண்ணா குருவே குறைதீர வரவேண்டும்

சகச்சூதை மாற்றிச் சுகச்சோதி யேற்றுஞ்
சமர்த்தொன்றை யருள்பு ரியவும்
சாட்சாதி யீசுர சொரூபமே யானுனைச்
சார்ந்திடற் கருள்பு ரியவும்

35. கொலும்-கொல்லும்; முச்சுடர்க் கொள்ளி-யோகக் கனல்; சதாநந்தம்-நிரந்தர இன்பம்.

வகையற்ற சமயக் குதர்க்கங் கடத்திநல்
வழிவிட்டு னருள்பு ரியவும்
மண்ணாசை யேகவும் பெண்ணாசை வேகவும்
மண்ணாமு னருள்பு ரியவும்
குகைசேர வும்மாயை நகைதீர வுமெங்கள்
குருவேயு னருள்பு ரியவும்
கொண்டாட்ட மாகவுங் கொத்தடிமை யாக்கியென்
குறைதீர்த்து னருள்பு ரியவும்
மகத்துவாய் நின்றமெய்த் தவராஜ சிங்கமே
வரவேண்டு மென்ற னருகே
மாகுணங் குடிவாழு மென்னகத் தீசனே
மவுனதே சிகநா தனே. 36

மனங்கருதாது கைச்சரச நையாது நம்பிக் கிருபை கேட்குமுன் வரவேண்டும்

கஞ்சாவின் வர்க்கமுங் கஞ்சினிம யக்கமுங்
கருதாது னருள்பு ரியவும்
கைச்சரச மெல்லாங் கசந்தரச மாகவும்
கைச்சரச மருள்பு ரியவும்
நஞ்சான மூவாசை நஞ்சாக வுந்தேகம்
நையாது னருள்பு ரியவும்
நாடவும் பாடவுந் தேடவும் அடிமையுனை
நம்பவும் அருள் புரியவும்
கெஞ்சாது கெஞ்சும்எற் குன்சார்வு தந்துநற்
கிருபைகூர்ந் தருள்பு ரியவும்
கேட்டதுகொ டுக்கநான் கேட்டதுகொ டுக்கநான்
கேட்குமுன் னருள்பு ரியவும்
வஞ்சமில் பரமார்த்த தவராஜ சிங்கமே
வரவேண்டு மென்ற னருகே
மாகுணங் குடிவாழு மென்னகத் தீசனே
மவுனதே சிகநா தனே. 37

மனநின்று நீந்தாது நாட்ட நாடாமற் கட்டவிழக் காடுறைய வரவேண்டும்

நிட்டூர மின்னார்கள் வெட்டையி லமுந்தாது
நின்றிடற் கருள்பு ரியவும்

36. சூது-மாயை; ஈசுர செரூபம்-பரம்பொருள் வடிவம் (குருவை நோக்கிக் கூறியது); மண்ணாமுன்-மடியும் முன்; மகத்து-பெரியது, மகாத்துமா.

37. கஞ்சினி-வேசி; பரமார்த்தம்-ஞான அர்த்தம்.

அகத்தீசன் சதகம்

நீச்சுநிலை யற்றயோ னிக்கேணி யாழ்ந்தடிமை
    நீந்தாது னருள்பு ரியவும்
நட்டுங் கருந்தேளை யொத்தமுலை யென்றன்மேல்
    நாட்டாம லருள்பு ரியவும்
நாறுநா ரியர்கள்புண் ணாற்றமோர் கனவினும்
    நாடாம லருள்பு ரியவுங்
கட்டையிற் போமுனே கட்டுபா சக்கயிறு
    கட்டவிழ அருள்புரியவுங்
காலமுஞ் சென்றுசுடு காடுறையு முன்மனங்
    காடுறைய அருள்பு ரியவும்
மட்டமே லிட்டமெய்த் தவராஜ சிங்கமே
    வரவேண்டு மென்ற னருகே
மாகுணங் குடிவாழு மென்னகத் தீசனே
    மவுனதே சிகநா தனே.   38

**மனத்திற்குலாவாக் கொள்ளா வக்கரை ஆளாகச்
சிறப்புச் சீராட வரவேண்டும்**

கூசிக் குலாவுமட வார்களைக் கொஞ்சிக்
    குலாவாது னருள்பு ரியவுங்
குஞ்சுங் குழந்தையுங் கஞ்சிக்கெ னைக்கோட்டி
    கொள்ளாது னருள்பு ரியவும்
ஆசைப் பெருங்கங்கை நீந்தியக் கரைகாணும்
    அக்கரைக் கருள்பு ரியவும்
ஆளாக வொட்டாத பாழாசை பாழாகி
    யாளாகி அருள்பு ரியவுந்
தேசிகா நின்றிருச் சமுகதரி சனமாய்ச்
    சிறப்புட னருள்பு ரியவும்
செல்வம் பொழிந்தடிமை யுல்லாச மாய்நின்று
    சீராட அருள்பு ரியவும்
வாசங் கொழிக்கமெய்த் தவராஜ சிங்கமே
    வரவேண்டு மென்ற னருகே
மாகுணங் குடிவாழு மென்னகத் தீசனே
    மவுனதே சிகநா தனே.   39

38. வெட்டை-காம இச்சை; நட்டும்-கொட்டும்; நாரியர்-பெண்கள்; பாசம்
கயிறு-பாசங்களாகிய கட்டு; மட்டம்-அளவு.

39. கோட்டி கொள்ளாது-துன்பப்படுத்தாது.

மனமேகி யெட்டுதற்கு மனமுவந்து மருவி
ஓராதுரை செய வரவேண்டும்

இனவாச மெல்லா மறந்துவன வாசத்தில்
ஏகிவிட அருள்பு ரியவும்
எட்டாத பேரின்ப அனுபூதி வலியவந்து
எட்டுதற் கருள்பு ரியவும்
மனமாயை சோரவும் மனவாசி யேறவும்
மனமுவந் தருள்பு ரியவும்
மாங்காயில் வண்டுபோல் நீங்காத வண்ணம்உள்
மருவிநின் றருள்பு ரியவும்
உனையன்றி யெனையடிமை கொள்வருண் டென்றடிமை
ஓராம லருள்பு ரியவும்
ஓயா தரற்றியுங் கேட்கவில்லை யோவதுவும்
உரைசெய்து னருள்பு ரியவும்
வனிதையர் முயக்கற்ற தவராஜ சிங்கமே
வரவேண்டு மென்ற னருகே
மாகுணங் குடிவாழு மென்னகத் தீசனே
மவுனதே சிகநா தனே. 40

★★★

ஐந்தாவது

வளிநிலை

இம்முறை அகலாது இயைந்து தொடர்ந்து
செம்முறை புனையும் யோகஞ் சிறப்ப
உந்தியொடு புணர்ந்த இருவகை வளியுந்
தந்தம் இயக்கந் தடுப்பரு வளிநிலை
என்னும் பான்மையின் இரேசக பூரகத்து
அன்ன வாயுவைக் கும்பித்து அடக்கும்
படித்திற னருள்கெனப் பணிந்து பணிந்து
முடித்தலை பராவி முன்னிரந் துயர்த்தது.

---

40. இனவாசம்-உறவினரோடு வசித்தல்.
இம்முறை... துயர்த்தது:
வளி-வாயு; உந்தி-நாபி; இருவகை வளி-இடைகலை, பிங்கலை; இரேசகம்-உட்கொண்ட மூச்சை வெளிப்படுத்தல்; பூரகம்-வெளிக்காற்றை உட்கொள்ளுதல்; கும்பித்தல்-உட்கொண்ட மூச்சை நிறுத்துவது; படித்திறன்-பிராணாயாமம்

மனம் விவரித்து வெட்டிவிட்டேன் காலினால் இருள்தீரப் பண்புதந்து பறந்தாட வரவேண்டும்

வெட்டவெளி யாய்ந்ததும் விட்டுவெளி பாய்ந்ததும்
விவரித்து னருள்பு ரியவும்
விட்டகுறை தொட்டகுறை யெட்டியென் கிட்டவர
வெட்டிவிட் டருள்பு ரியவும்
எட்டொன்று மெட்டவும் ஈராறு கட்டவும்
எண்காலி னருள்பு ரியவும்
இரவிமதி யேகவும் இரவுபக லாகவும்
இருள்தீர அருள்பு ரியவும்
பட்டமது காற்றாற் பறந்தாடு சூத்திரப்
பண்புதந் தருள்பு ரியவும்
பாராதி யண்டப் பரப்பெலாம் யானும்
பறந்தாட அருள்பு ரியவும்
வட்டந் துதிக்குமெய்த் தவராஜ சிங்கமே
வரவேண்டு மென்ற னருகே
மாகுணங் குடிவாழு மென்னகத் தீசனே
மவுனதே சிகநா தனே. 41

மனப்பசுவைப் படுக்கவைத்துப் பண்பாகக் கட்டுதற்கும் கருணைவைத்து மேன்மேலும் வெருளாமல் வரவேண்டும்

பாற்பசு தனைப்பக்கு வத்துடன் பதியிற்
படுக்கவைத் தருள்பு ரியவும்
பால்கறந் துண்டுபசி தாகமற யோகநெறி
பண்பாக அருள்பு ரியவும்
காற்பசு தனைக்கா லிரண்டும் முடங்கவெளி
கட்டுதற் கருள்பு ரியவும்
கன்றினுக் குத்தாய் கனிந்திரங் குதலெனக்
கருணைவைத் தருள்பு ரியவும்
மேற்படியி லேற்றியெனை மேலாம் பதந்தந்து
மேன்மேலு மருள்பு ரியவும்
வேதவே தாந்தவெறு வெளிகாட்டி விட்டடிமை
வெருளாம லருள்பு ரியவும்

---

41. எட்டு-அட்டமா சித்தி; ஈராறு-12, சரங்கள்; எண்கால்-எண்ணப்படும் வாயு; வட்டம்-உலகம்.

42. பால்பசு-ஞானப்பால் சுரக்கும் ஆன்மா; பதி-பரம்பொருள்; கால் பசு-வாசியாகிய பசு; மால் படி - பெரிய நிலை.

மாற்படிக் குதவுமெய்த் தவராஜ சிங்கமே
வரவேண்டு மென்ற னருகே
மாகுணங் குடிவாழு மென்னகத் தீசனே
மவுனதே சிகநா தனே. 4

மனமெட்டொன்றை யேறாமல் வட்டமுறை வைத்
தாட்டி யடக்கி வரவேண்டும்

எட்டெட்டும் எட்டினுட் கட்டவும் எட்டாத
எட்டொன்றை அருள்பு ரியவும்
ஈராறு கலையுமிரு நான்குவலை மாட்டிவெளி
ஏறாம லருள்பு ரியவும்
மட்டடங் காதபரி யட்டமும் மேற்சோம
வட்டமுறை அருள்பு ரியவும்
மதியமிர்த மும்பொங்கி வழியமூ லக்கனலை
வைத்தெடுத் தருள்பு ரியவும்
அட்டமா சித்திநற் சட்டமா யிட்டமாய்
ஆட்டிவைத் தருள்பு ரியவும்
அழிவின்றி விளைகின்ற வெளிகொண்டு வெளிசென்று
அடங்கிடற் கருள்பு ரியவும்
வட்டமதி போலமெய்த் தவராஜ சிங்கமே
வரவேண்டு மென்ற னருகே
மாகுணங் குடிவாழு மென்னகத் தீசனே
மவுனதே சிகநா தனே. 43

மனமனை யுறைந்திடற்குச்சரித்துமாட்டி வைத்தடைத்துச்
சார்ந்திடற்குச் சற்றேனும் வரவேண்டும்

உந்தியின் கீழ்நின்று தித்தசுழு முனைமனை
யுறைந்திடற் கருள்பு ரியவும்
ஒருநான்கும் ஆகவும் இருநான்கும் ஏகவும்
உச்சரித் தருள்பு ரியவும்
மந்திரத் தைக்கந் தரத்தூடு வக்கென்று
மாட்டிவைத் தருள்பு ரியவும்
சந்திர சூரிய ரிரண்டுமொன் றோடொன்று
சார்ந்திடற் கருள்பு ரியவுஞ்

43. எட்டு-யோகக் குறியீட்டுச் சொல். வாசியைக் கும்பிக்கும் மாத்திரை நேரம், அட்டகர்மம், புரியட்டம், அட்டகோணம், அகாரம், தனஞ்செயன் எனப் பலவாறு பொருள்படும்; மட்டு-அளவு; பரிஅட்டம்-எட்டு வாயுக்கள்; சோம வட்டம்- பிரமரந்திரத்தில் உள்ள அமிர்தம் ஒழுகும் சந்திர மண்டலம்; மூலக் கனல்-வன்ன பீசத்தால் ஆகிய கனல்.

சத்தாகி யென்னுளச் சித்தாக நின்றநீ
சற்றேனு மருள்பு ரியவும்
வந்தவழி யொளிரமெய்த் தவராஜ சிங்கமே
வரவேண்டு மென்ற னருகே
மாகுணங் குடிவாழு மென்னகத் தீசனே
மவுனதே சிகநா தனே. 44

மனமுன்னேற மூட்டிவிளையாட வீடுபுக ஏற்றி யேகாமலருள வரவேண்டும்

மூலவறை உள்நின்ற தேசிமேற் கொண்டுநான்
முன்னேற வருள்பு ரியவும்
முன்னேறு குதிரைதனை மோனகுற டாக்கொண்டு
மூட்டிவிட அருள்பு ரியவும்
மேலூரு வீதுயில் வையாளி போட்டங்கு
விளையாட அருள்பு ரியவும்
மேலுமுச் சந்திமேற் சந்தினால் வந்துமேல்
வீடுபுக அருள்பு ரியவும்
ஏலேலோ வென்றுகா லிரண்டயு மிழுத்துயர
ஏற்றிவித் தருள்பு ரியவும்
என்னையே மூட்டவு மெம்பிரா னென்னைவிட்டு
ஏகாம லருள்புரியவும்
மாலியு மேலான தவராஜ சிங்கமே
வரவேண்டு மென்ற னருகே
மாகுணங் குடிவாழு மென்னகத் தீசனே
மவுனதே சிகநா தனே. 45

44. சுழுமுனை-நடுநாடி; ஒரு நான்கு-சாலோக, சாமீப, சாரூப. சாயுச்சிய பதங்கள்; இருநான்கு-காமம், குரோதம், லோபம், மோகம், மதம், மாற்சரியம், அசூயை, இடும்பை என்னும் அட்டவிகாரம்; கந்தரம்-கழுத்து; வக்கென்று-வாசியைக் கும்பிக்கும் ஒலி; வாயில் ஓர் ஒன்பது-உடலின் ஒன்பது துளைகள்; வன்னி-மூலக்கனல்; சந்திரசூரியர்-இடைகலை, பிங்கலை; சத்து-உள்ளது.

45. மூல அறை-மூலாதாரம்; தேசி-பன்னிரண்டு வாயுவான குதிரை; குறடா-சவுக்கு; மேலூரு வீதி-முப்பாழ்; வையாளி போட்டு-வாசியாகிய குதிரையை வேகமாக ஓட்டி; முச்சந்தி-முப்பாழுக்கு அப்பால் சந்திர சூரிய அக்கினி மண்டலங்கள் ஒன்று கூடுமிடம்; மேல் சந்து-பிரமரந்திரம் செல்லும் வழி; கால் இரண்டு -இடைகலை. பிங்கலை; மால்-ஆசை.

மனமிடையாம லென்னை யெற்குமாளாக அயர்ந்து நடனமிட நயனமிட வரவேண்டும்

இடைபிங் கலைகள்கூடி யங்குசுழி தடையுள்நின்று
இடையாம லருள்பு ரியவும்
என்னையறி யாமலும் ஒளித்தெனு ளிருந்தாடும்
என்னையெற் கருள்பு ரியவும்
அடைகாயொ டிலைசருகு பக்ஷணம் பண்ணியான்
ஆளாக அருள்பு ரியவும்
அட்டாங்க யோகநித் திரைகொண்டு சும்மா
அயர்ந்திடற் கருள்பு ரியவும்
நடனமிடு பரியுமண் ணாளவெளி சென்றுதிரு
நடனமிட வருள்பு ரியவும்
நயனநடு வணையினடு வணையுஞ் சுயஞ்சோதி
நயனமிட வருள்பு ரியவும்
வடுவற்ற சடையுற்ற தவராஜ சிங்கமே
வரவேண்டு மென்ற னருகே
மாகுணங் குடிவாழு மென்னகத் தீசனே
மவுனதே சிகநா தனே. 46

மனத்திற்குக் கொடுத்துக் கொளுத்தாமலூரட்டி உட்புகத் தயைபுரிந்து சார்பொன்ற வரவேண்டும்

கொள்ளாது வெள்ளம்வரும் முன்னணை கோலிக்
கொடுத்துநல் லருள்பு ரியவும்
கும்பத்தி ரேசித்த லொடுகொல்ல னுலையிற்
கொளுத்தாம லருள்பு ரியவும்
உள்ளே முளைத்தெழுந் துயர்பனையில் ஊறுகள்
ஊட்டிவைத் தருள்பு ரியவும்
ஓடுமோர் கடகமும் ஓங்கார சாரமும்
உட்புகற் கருள்பு ரியவும்
தள்ளாத படியடிமை கொள்ளவுந் தாயெனத்
தயைபுரிந் தருள்பு ரியவும்
தானென்று நின்றுதற் காத்திரட் சித்துனது
சார்பொன்ற வருள்பு ரியவும்
வள்ளலாய் நின்றுமெய்த் தவராஜ சிங்கமே
வரவேண்டு மென்ற னருகே.

---

46. இடை பிங்கலை- நாசியின் இடப்பக்கம் சொல்லும் சுவாசம் இடைகலை, வலப்பக்கம் செல்வது பிங்கலை; சுழி-சுழுமுனை; பரி-வாசி; நயனநடு வணை-புருவநடு; நடுவணையும்-நடுவிலே பொருந்தும்; நயனமிட-கண்பார்க்க.

மாகுணங் குடிவாழு மென்னகத் தீசனே
மௌனதே சிகநா தனே. 47

**மனமுளவுகாட்டிக் கட்டியொட்டி லொத்தூதத்
தேயாமற் றிறப்பட வரவேண்டும்**

காயாபு ரிக்கோட்டை கைக்கொள்ளு தற்குளவு
காட்டிவிட் டருள்பு ரியவும்
காலோய்ந் தயர்நதுவிடு முன்கா லிரண்டினைக்
கட்டிவைத் தருள்பு ரியவும்
ஓயாது கும்பித் திரேசித்த லுள்தங்கும்
ஒட்டொன்றை யருள்பு ரியவும்
ஒத்தூதி யூதாதி ரண்டுமொன் றோடொன்றும்
ஒத்தூத அருள்பு ரியவும்
தேயாத இரவிமதி யுந்தேய வுஞ்சுழினை
தேயாம லருள்பு ரியவுந்
தேவரீ திருவடிக் காளாகி யடியேன்
திறப்படற் கருள்பு ரியவும்
மாயா மயக்கற்ற தவராஜ சிங்கமே
வரவேண்டு மென்ற னருகே
மாகுணங் குடிவாழு மென்னகத் தீசனே
மவுனதே சிகநா தனே. 48

**மனத்தைக் காட்டிக் காப்பாற்றிப் பீறாமற் பெலப்பாடு
நெருங்கி நேரிட வரவேண்டும்**

காற்றைப் பிடிக்கவும் கரகத் தடைக்கவுங்
கட்டிவைத் தருள்பு ரியவும்
கரகந் தனைக்காற்று உருத்தியுடை யாமலுங்
காப்பாற்றி யருள்பு ரியவும்
பீற்றலோ ரொன்பதும் மூடவுங் காற்றதிற்
பீறாம லருள்பு ரியவும்
பின்னுமுன் னும்பிறழ வொட்டாது கட்டும்
பெலப்பாடு னருள்பு ரியவும்
நேத்திர மிரண்டுமுன் தோற்றரவு கொண்டிட
நெருக்குண்டு னருள்பு ரியவும்

47. கோலி-கட்டி; கொல்லன் உலை-மூலாக்கினி; பனையில் ஊறுகள்-சந்திர மண்டலத்து அமிர்தம்; கடகம்-வட்டம், வாயு சுழலுதல்; ஓங்காரம்-மூல ஒலி.
48. காயாபுரிக் கோட்டை-உடல்; ஒட்டு-ஒன்றிப்பு. இரண்டும்-இடைகலை, பிங்கலை, சுழினை-சுழுமுனை.

நெற்றிநே ரிட்டவெளி பற்றிப்பா யவும் நிட்டை
நேரிடற் கருள்பு ரியவும்
வாத்தியா ராகமெய்த் தவராஜ சிங்கமே
வரவேண்டு மென்ற னருகே
மாகுணங் குடிவாழு மென்னகத் தீசனே
மவுனதே சிகநா தனே. 49

மனந்துள்ளச் சுற்றக்கட்டிக் காத்துக்கூட்டிக் கொடிபோட வரவேண்டும்

துள்ளுமன வாசிமேற் கொள்ளவும் வையாளி
துள்ளவுன் னருள்பு ரியவுந்
தூரநட வாதுமேல் முச்சந்தி வீதியைச்
சுற்றவிட் டருள்பு ரியவுங்
கள்ளரறி யாதும்உள் ளறையிலென் குதிரையைக்
கட்டிவைத் தருள்பு ரியவுங்
கட்டாம லுங்கதவு சாத்தவும் வாயிலிற்
காத்திருந் தருள்பு ரியவுங்
கொள்ளையிட வோலைவந் தாலும் வெருட்டியே
கூட்டிவிட் டருள்பு ரியவும்
கோட்டையுங் கைவசங் கொண்டுகொண் டுன்றன்
கொடிபோட வருள்பு ரியவும்
வள்ளலென வோடிமெய்த் தவராஜ சிங்கமே
வரவேண்டு மென்ற னருகே
மாகுணங் குடிவாழு மென்னகத் தீசனே
மவுனதே சிகநா தனே. 50

★★★

ஆறாவது

தொகை நிலை

அடங்கா தடங்கி யமைதற் காகினும்
மடங்கா தியங்கு மறிபொறி யதனாற்

---

49. கரகத்து அடைத்தல் - கும்பித்து உடலில் அடக்குதல்; உருத்தி-வெப்பம் உண்டாக்கி; பீற்றல்-துளை; பீறாமல்-வெளியேறாமல்; தோற்றரவு - தோற்றுதல், சுத்தாவத்தைத் தோற்றம்; நெற்றி நேரிட்ட வெளி-சிதாகாயம்.
50. கள்ளர்-ஐம்பொறிகள்.
அடங்கா.... துயர்த்தது: மறிபொறி-தடுக்கும் ஐம்பொறி; வழாமை-பிழையாமல்; வாது-முரண்பாடு.

பொறியுணர் வெல்லாம் புலத்தின் வழாமை
ஒருவழிப் படுதல் தொகைநிலைப் புறனென
ஓதிய முறைபோ லொன்றினோ டொன்று
வாதியன்று அடாது மடங்கி யொருங்குற
நன்னிலைப் புணர்த்து நாயக வென்றெழுந்
திந்நிலை யருள்கவென் றிரந்திரந் துயர்த்தது.

**மனமிணக்கியேற்றி யடங்கியடைந்து
சார்ந்தொன்றாக வரவேண்டும்**

எந்நாளு மந்திரமும் உன்னாத தந்திரம்
இணக்கிவைத் தருள்பு ரியவும்
எட்டங் குலத்துக்கும் எட்டாத கந்தரத்து
ஏற்றிவிட் டருள்பு ரியவும்
அந்நாளம் மீதுகண் நாக்குமூக் குச்செவி
அடங்கிடற் கருள்பு ரியவும்
ஆனந்த வொளிகண்டு நான்வந்த வெளிசென்று
அடைந்திடற் கருள்பு ரியவும்
தன்னிலே தானா யயர்ந்தடிமை தன்மயஞ்
சார்ந்திடற் கருள்பு ரியவும்
சர்வபரி பூரணா நந்தமோ னப்பிர
சாதமொன் றருள்பு ரியவும்
மன்னுமுனி வர்க்குதவு தவராஜ சிங்கமே
வரவேண்டு மென்ற னருகே
மாகுணங் குடிவாழு மென்னகத் தீசனே
மவுனதே சிகநா தனே. 51

**மனமுழங்கமூட்டி மேலேற்றி மேலுமெற்குச் சந்தானஞ்
சதாநிட்டை சார்ந்திட வரவேண்டும்**

மூலப் பிராணனைச் சண்டமா ருதமென
முழங்கவிட் டருள்பு ரியவும்
மும்மண்ட லங்களும் முட்டும் படிக்குஅங்கி
மூட்டிவைத் தருள்பு ரியவும்

---

51. உன்னாத-நினைக்காத; நாளம்-சுழுமுனை; பிரசாதம்-அருள்.

52. அங்கி-நெருப்பு; சாலோகம்-கடவுளது உலகத்தில் இருத்தல்; சாமீபம்-கடவுளின் அண்மையில் இருத்தல்; சாரூபம்-கடவுள் வடிவாதல், இறைப்பண்புகளால் நிரம்புதல்; சாயுச்சியம்-பரம்பொருளோடு ஒன்றுதல்; 'பகா'; சந்தானம்-கூடல், தொடர்பு; சம்ப்ரதாயம்-தொன்று தொட்ட வழக்கம், குரு உபதேசம்.

மேலாம் பதங்காட்டு மெய்ஞ்ஞான நூலேணி
மேலேற்றி யருள்பு ரியவும்
மேலுமே லானநா லாம்படி கடத்திமேன்
மேலுமெற் கருள்பு ரியவும்
சாலோக சாமீப சாரூப சாயுச்சிய
சந்தானம் அருள்பு ரியவுஞ்
சாசுவத சம்ப்ரதா யத்தொடு சதாநிட்டை
சார்ந்திடற் கருள்பு ரியவும்
மாலையணி மார்பனே தவராஜ சிங்கமே
வரவேண்டு மென்ற னருகே
மாகுணங் குடிவாழு மென்னகத் தீசனே
மவுனதே சிகநா தனே. 52

மனத்தைத் திறந்து திறவாமல் கட்டிக் கலீரென்ன ஆட்டி யாளாக்கியருள வரவேண்டும்

திண்டுமுண் டானஆ றாதார வீடுந்
திறந்துதந் தருள்பு ரியவும்
திருகுமுரு காநின்ற வாயிலோ ரொன்பதுந்
திறவாம லருள்பு ரியவும்
கண்டசர மாலை 'அங் கெ'ன்றுகண் டந்தனிற்
கட்டிவைத் தருள்பு ரியவும்
காலினின் னாதமணி யோசைக் கலீர்கலீர்
என்னவே யருள்பு ரியவும்
அண்டர்களும் நின்றுதுதி கொண்டிடவு மெனைநடனம்
ஆட்டிவைத் தருள்பு ரியவும்
அட்டாங்க யோகநன் னிட்டையினும் வைத்தென்னை
ஆளாக்கி யருள்பு ரியவும்
மண்டல் மெலாந்தொழுந் தவராஜ சிங்கமே
வரவேண்டு மென்ற னருகே
மாகுணங் குடிவாழு மென்னகத் தீசனே
மவுனதே சிகநா தனே. 53

மனந் தம்பிக்கத் தம்பனம் பஞ்சாகப் பாழ்தந்து கருணைக் கதியளிக்க வரவேண்டும்

தசநாதம் ஆமுன்அ பானவா யுவினையுள்
தம்பிக்க வருள்பு ரியவும்

---

53. ஆறு ஆதாரம்-மூலம், சுவாதிட்டானம், மணிபூரகம், அநாகதம், விசுத்தி, ஆஞ்ஞை; சரம்-சுவாச நடை; 'அங்ங்'-வாயுவைக் கும்பிக்கும் மந்திர பீஜம்'. நாத மணி ஓசை-யோகப் பயிற்சியில் தேக நடுவில் லிக்கும் நாதவொலி.

அகத்தீசன் சதகம்

தாரணியில் 'அங்' கென்றும் உச்சரித் திடுஜலத்
    தம்பன மருள்பு ரியவும்
பசுபாச நேசப் பெரும்பாவம் அனலிட்ட
    பஞ்சாக அருள்பு ரியவும்
பாழான மூன்றாசை பாழாக வும்மூன்று
    பாழ்தந்து னருள்பு ரியவும்
கசமான சிற்றின்ப விடமுண்டு சாகாது
    கருணைகூர்ந் தருள்பு ரியவும்
கருணைநிதி யேசரண மடையுமடி யேற்குநற்
    கதியளித் தருள்பு ரியவும்
வசியவச னித்தலொடு தவராஜ சிங்கமே
    வரவேண்டு மென்ற னருகே
மாகுணங் குடிவாழு மென்னகத் தீசனே
    மவுனதே சிகநா தனே.   54

மனத்தகயானாகச் சுத்திசெயச் சொக்கிவிட மாறிட
    வற்றறாதருள வரவேண்டும்

அத்தியி லுதித்தெழும் அகத்தீ யெரித்தே
    அகந்தீய அருள்பு ரியவும்
அத்தீயை நத்தியு மிருந்தே யறந்தங்கி
    யானாக வருள்பு ரியவுஞ்
சுத்தபா சுத்தமது வாகதச நாதமுஞ்
    சுத்திசெய் தருள்பு ரியவுஞ்
சோடசந் தன்னையுஞ் சோமவட் டந்தனிற்
    சொக்கிவிட அருள்பு ரியவும்
மத்தியி லிருந்தமதி யமுதூற்றி நரைதிரையும்
    மாறிடற் கருள்பு ரியவும்
வாரியை நிகர்த்தவருள் வாரிகரை தத்தவும்
    வற்றுறா தருள்பு ரியவும்
வத்துமய மாய்நின்ற தவராஜ சிங்கமே
    வரவேண்டு மென்ற னருகே.

---

54. தசநாதம் - சிணிநாதம், சிணிசிணீ நாதம், கண்டநாதம், சங்க நாதம், வீணாநாதம், தாள நாதம், முரளீ நாதம், பேரீநாதம், மிருதங்க நாதம், மேக நாதம்; அபான வாயு - பத்து வாயுக்களுள் ஒன்று; நாபியில் தோன்றிக் குதத்தையும் குய்யத்தையும் பற்றி நின்று மலசல சுக்கிலம் கழிய வகைசெய்யும்; தம்பிக்க - நிறுத்த; ஜலத்தம்பனம் - நீரின் இயல்பைத் தடுத்தல்.

55. அத்தி - எலும்பு; நத்தி - விரும்பி; சோடசம் - 16 கலைகள்; மத்தி - பிரமரந்திரம்; வத்து - வஸ்து.

மாகுணங் குடிவாழு மென்னகத் தீசனே
மவுனதே சிகநா தனே. 55

மனம் வரம் வசியமடர்ந்தடங்கிச் சோர்ந்து சுருண்டிட வரவேண்டும்

வாதனை யிறக்கவுஞ் சாதனை நிறக்கவும்
வரமளித் தருள்பு ரியவும்
வாசிதனி லேற்றவும் பாசவினை மாற்றவும்
வசியமெற் கருள்பு ரியவும்
ஆதார மாறினுஞ் சேதாரம் வாராது
அடர்ந்தேற அருள்பு ரியவும்
அங்கென்று கும்பித்து வங்கென்றி ரேசித்து
அடங்கென்று னருள்பு ரியவும்
சூதான மானவெறு வெட்டவெளி சென்றங்கு
சோர்ந்திடற் கருள்பு ரியவுஞ்
சோதிமணி மண்டபக் கமலா சனத்திற்
சுருண்டிடற் கருள்பு ரியவும்
மாதவர்க் கரசனே தவராஜ சிங்கமே
வரவேண்டு மென்ற னருகே
மாகுணங் குடிவாழு மென்னகத் தீசனே
மவுனதே சிகநா தனே. 56

மனங்குதித்துக் கூத்தாடக் கிட்டுதற்குக் கிருபை புகுந்தெப்போது மருள வரவேண்டும்

குதிகொள்ளும் அச்சுமட் டத்தைப் பிடித்துக்
குதித்தேற அருள்பு ரியவும்
கோபுரத் தடியினிற் கொஞ்சிநட னங்கொண்டு
கூத்தாட அருள்பு ரியவும்
கெதிகொண்டு பாய்ந்துபடி யாறுங் கடந்துளங்
கிட்டுதற் கருள்பு ரியவும்
கெற்பகிர கத்தினிற் குதிரையைக் கட்டவுங்
கிருபைதந் தருள்பு ரியவும்
பொதிகைமா மலையது பொதும்பிலடி யேம்
புகுந்திடற் கருள்பு ரியவும்
போதுமென வாழ்வதுஞ் சித்தமென் பாக்யமெப்
போதுமெற் கருள்பு ரியவும்

56. வாதனை-வருத்தம்; சூதானம்-சேமம், மணிமண்டபம்-சிதாகாயம்.
57. அச்சு மட்டம்-வாசி; கோபுரத்து அடி-மூலாதாரம்; படிஆறு-மூலாதாரம் ஆறு; தெகற்பகிரகம்-பிரமரந்திரம்.

மதியென வெழுந்துமெய்த் தவராஜ சிங்கமே
வரவேண்டு மென்ற னருகே
மாகுணங் குடிவாழு மென்னகத் தீசனே
மவுனதே சிகநா தனே. 57

மனத்தின் தாரணை தம்பிக்கக் கசிந்துகருக்கிப் பதவி பால்தர வரவேண்டும்

தசநாடி யும்மூல நாடியு ளொடுங்குதல்
தாரணைக ளருள்பு ரியவுந்
தாதுமுந் நான்குமிரு நான்காக வொருநன்கு
தம்பிக்க அருள்பு ரியவுங்
கசியாது சோமவட் டத்துறையு மமிர்தங்
கசிந்திடற் கருள்பு ரியவும்
கனலினால் தத்துவக் குப்பையைச் சுட்டுக்
கருக்கிவிட அருள்பு ரியவும்
பசிதாக மற்றவமு தூற்றவுஞ் சாயுச்சிய
பதவியொன் றருள்பு ரியவும்
பசுவினைப் பதியினிற் கட்டவுங் கற்பகப்
பால்தரற் கருள்பு ரியவும்
வசவிர்த்தி யாகமெய்த் தவராஜ சிங்கமே
வரவேண்டு மென்ற னருகே
மாகுணங் குடிவாழு மென்னகத் தீசனே
மவுனதே சிகநா தனே. 58

மனம் வெல்லுதல் விலாசஞ் சுமாறுபடச் சூக்ஷங் கொள்ளாது குலைந்திட வரவேண்டும்

வெல்லரிய மாயைதனை வெல்லென்று சொல்லவும்
வெல்லுதற் கருள்பு ரியவும்
விரைமறைகள் முரசறையு மறிவுக் ககண்டித
விலாசமொன் றருள்பு ரியவும்
சொல்லரிய வாசாம கோசர சுபாவஞ்
சுமாறுபட அருள்பு ரியவும்
சும்மாவி ராமலுஞ் சும்மாவி ராநின்ற
சூட்சமெற் கருள்பு ரியவும்

---

58. தசநாடி-அத்தி, அலம்புடை, இடை, காந்தாரி, குகு, சங்கினி, சிகுவை, சுழுமுனை, பிங்கலை, புருடன்; மூலநாடி-சுழுமுனை; தாரணை-அட்டயோகத்துள் ஒன்று, தரித்தல்; தத்துவக் குப்பை-பிருதிவி முதல் நாதம் ஈறான 36 தத்துவங்கள்; கற்பகப் பால்-சந்திர அமிர்தம்; வசவிர்த்தி-பக்குவம்.

கொல்லரிய் பேய்க்குரங் காமனம் பாய்ந்துகுதி
கொள்ளாது னருள்பு ரியவும்
கொலைகேட ரானஐம் புலவேடர் கூட்டங்
குலைந்திடவு னருள்பு ரியவும்
வல்லிருள் தொலைக்கவுந் தவராஜ சிங்கமே
வரவேண்டு மென்ற னருகே
மாகுணங் குடிவாழு மென்னகத் தீசுனே
மவுனதே சிகநா தனே. 59

மனமதுகொள்ள வாநந்தங் கடைத்தேறக் கட்டி
நான்புகற்கு நயந்து தந்து வரவேண்டும்

அட்டாங்க யோகமே கிட்டநீ ரிட்டம்வைத்து
அதுகொள்ள அருள்பு ரியவும்
ஆதிநடு முடிவில் அகண்டிதா காரவறிவு
ஆநந்த மருள்பு ரியவுங்
கட்டையிற் போமுனே நிட்டைசா தித்துக்
கடைத்தேற அருள்பு ரியவுங்
காலைப் பிடித்துமூ லப்பிரா ணன்றனைக்
கட்டிவைத் தருள்பு ரியவும்
நட்டநடு வீதிமீ தோடியுந் தானற்று
நான்புகற் கருள்பு ரியவும்
நாதநா தாந்தவே தாந்தசா ரத்தையு
நயந்துதந் தருள்பு ரியவும்
மட்டறிவ தற்கரிய தவராஜ சிங்கமே
வரவேண்டு மென்ற னருகே
மாகுணங் குடிவாழு மென்னகத் தீசுனே
மவுனதே சிகநா தனே. 60

★★★

ஏழாவது

பொறை நிலை

தொகுத்துப் பலபுறந் துருவிச் செல்லாது
அகத்தே நாட்டி யவ்வரு நிலையொடு

---

59. அகண்டித விலாசம்-பரிபூரண சுகானுபவத்திற்குரிய இடம்; சுமாறு (பா)-அளவு.

60. தான் அற்று-அகங்காரம் ஒழிந்து, 'பனா'; பொறை-பொறுமை; நிறுக்கும்-நிறுத்தம்.

மனத்தினை யொருவழி நிறுப்பது பொறையால்
நினைத்த நினைவை நினைவாக் கொண்டு
பொறுக்கும் நிலையினைப் பொருந்த அருள்கவென்று
இறுக்குங் கருத்தோ டிரந்திரந் துயர்த்தது.

மனங் கனலை மூட்டிவைத்து முன்னேற்றிச் சீர்பாத தீக்ஷை வைத்துச் சரணமிடச் சரணமிட வரவேண்டும்

முன்னையே மூட்டுமூட் டென்றுமூ லக்கனலை
மூட்டிவைத் தருள்பு ரியவும்
முன்வைத்த காலையும் பின்வாங்கி டாமலெனை
முன்னேற்றி யருள்பு ரியவுஞ்
சென்னிமீ தேந்தியான் தெண்டனிட் டுய்யவுஞ்
சீர்பாத மருள்பு ரியவும்
தெட்சணா மூர்த்தமாய் நின்றுதரி சனைதந்து
தீக்ஷைவைத் தருள்பு ரியவுஞ்
சந்நிதா னத்திற் சரண்சரண மென்றுநான்
சரணமிட வருள்பு ரியவுஞ்
சட்டமுனி முதலான நாதாக்க ளடியினுஞ்
சரணமிட அருள்பு ரியவும்
வன்னிநடு வணையான தவராஜ சிங்கமே
வரவேண்டு மென்ற னருகே
மாகுணங் குடிவாழு மென்னகத் தீசனே
மவுனதே சிகநா தனே. 61

மனந்தனைச் சமர்பொருதக் குதித்தேறக் கொடிபோட வாடம்பர மாட்ட வரவேண்டும்

சாட்டியில் லாதுபம் பரமாட்ட வல்லமை
தனைத்தந்து னருள்பு ரியவுஞ்
சரவாள் பிடித்தச்சு மட்டமே லிட்டுச்
சமர்பொருத அருள்பு ரியவும்
கோட்டைவா யிற்படி கடந்து அலங்கத்திற்
குதித்தேற அருள்பு ரியவுங்
கொடிமரங் கைக்கொண்டு ஜயமாகி யென்கைக்
கொடிபோட அருள்பு ரியவும்
ஆட்டுமோர் சக்கரமு மோயாம லாடவா
டம்பர மருள்பு ரியவும்

---

61. சட்டமுனி-பதினெண் சித்தருள் ஒருவர்; கம்பளிச்சட்டையணிந்த சூஃபி எனவும் கூறலாம்.

62. சாட்டி-கயிறு; அலங்கம்-கொத்தளம்; சக்கரம்-அட்டதள சக்கரம்; ஆடம்பரம்-இன்பம்; ஆடும்வெளி.

அகிலாண்ட கோடிக ளனைத்தையு நினைத்தபடி
ஆட்டென்று னருள்பு ரியவும்
மாட்டோம் எனாமலே தவராஜ சிங்கமே
வரவேண்டு மென்ற னருகே
மாகுணங் குடிவாழு மென்னகத் தீசுனே
மவுனதே சிகநா தனே. 62

**மனத்திற்குச் சாயுச்யஞ் சாதித்துக் கைக்களித்துக் காட்டிப்
போதித்துப் பொருத்தி வைத்தருள வரவேண்டும்**

சாதனையி லேற்றவும் வாதனையை மாற்றுமொரு
சாயுச்ய மருள்பு ரியவும்
சட்டக் குழப்பமெல் லாம்விட்டு நன்னிட்டை
சாதித்து னருள்பு ரியவும்
காதிலுப தேசங்க ளோதவும் மாதவங்
கைக்களித் தருள்பு ரியவும்
கரதலா மலகமென என்னுக்கு ளென்னையுங்
காட்டிவிட் டருள்பு ரியவும்
போதனைக் கெட்டாத போதனை கைக்கொண்டு
போதித்து னருள் புரியவும்
புத்திக்கு மெட்டாத மத்திபத் தீபம்
பொருத்திவைத் தருள்பு ரியவும்
மாதாபி தாவனைய தவராஜ சிங்கமே
வரவேண்டு மென்ற னருகே
மாகுணங் குடிவாழு மென்னகத் தீசனே
மவுனதே சிகநா தனே. 63

**மனச்சூது சுருண்டு போதனை போகங் காதல்
கட்டவிழ வரவேண்டும்**

சூதொன்று மில்லாது சும்மா இராநின்ற
சூதொன்றை யருள்பு ரியவுஞ்
சோம்புதலு மற்றுமாச் சோம்பேறி போலச்
சுருண்டிடற் கருள்பு ரியவும்
போதனைக் கோதற வற்றமோர் மெய்ஞ்ஞான
போதனை யருள்பு ரியவும்
போகங்க ளற்றபரி பூரணா நந்தசுக
போகமெற் கருள்பு ரியவும்

---

63. சட்டம்-சரீரம்; கரதலாமலகம்-அங்கை நெல்லிக்கனி.

64. கோது-குற்றம்; காதல் அற-பாசங்கள் நீங்க.

காதலற வுந்திரு வடித்தூளின் மீதடிமை
காதலுற அருள்பு ரியவுங்
கால்களைக் கட்டவுங் கட்டும்ஆ தாரவன்
கட்டவிழ அருள்பு ரியவும்
வாதனை யொழிந்தமெய்த் தவராஜ சிங்கமே
வரவேண்டு மென்ற னருகே
மாகுணங் குடிவாழு மென்னகத் தீசனே
மவுனதே சிகநா தனே. 64

மனஞ்சுத்திசெயத் துலங்க நின்றிலங்க விறைஞ்ச வீட்டில் விட்டு விளக்குவைக்க வரவேண்டும்

சோற்றா லெடுத்தசுவ ரானகா யத்தையுஞ்
சுத்திசெய அருள்பு ரியவுஞ்
சூக்குமங் காரண மகாகார ணத்தோடு
துலங்கிடற் கருள்பு ரியவும்
ஏற்றபடி ஆன்மவடிவு என்முகத் தெதிர்நின்று
இலங்கிடற் கருள்பு ரியவும்
இறைவனே யடிமையுனை யேத்தியேத் தித்தொழுது
இறைஞ்சிடற் கருள்பு ரியவும்
வேற்றொருவர் காணாத வேதாந்த வீட்டிலெனை
விட்டடுத் தருள்பு ரியவும்
விழிமாயை யிருள்தீர வொளிருமுச் சுடர்மணி
விளக்கொன்றை யருள்பு ரியவும்
மாற்றாது போற்றுமென் தவராஜ சிங்கமே
வரவேண்டு மென்ற னருகே
மாகுணங் குடிவாழு மென்னகத் தீசனே
மவுனதே சிகநா தனே. 65

மனத்தைப் பிடித்துப் பிரானே தியங்காமற் சித்திக்க விழுத் திடையறாது வரவேண்டும்

பீற்றற் றுருத்தியிற் காற்றெலாஞ் சேர்த்துப்
பிடித்தடைத் தருள்பு ரியவும்
பீற்றலாற் காற்றும் புறத்துப் படாதெம்
பிரானேயு னருள்பு ரியவுஞ்
சேற்றினிடை நாட்டுமொரு கம்பமென என்னிலை
தியங்காம லருள்பு ரியவுஞ்

65. சூக்குமம்-நுண்ணுடல்; காரணம்-காரண சரீரம்; மகாகாரணம்-மகாகாரண சரீரம்.

செத்தாற் பிழைப்பனோ தருணமிது சீக்கிரஞ்
சித்திக்க அருள்பு ரியவும்
ஏற்றபடி தன்னரசு நாடாக வொட்டாது
இழுத்துவைத் தருள்பு ரியவும்
என்றுமா தவமெய்தும் என்றிடையும் ஏழையேற்கு
இடையறா தருள்பு ரியவும்
மாற்றுமொழி சாற்றாது தவராஜ சிங்கமே
வரவேண்டு மென்ற னருகே
மாகுணங் குடிவாழு மென்னகத் தீசனே
மவுனதே சிகநா தனே. 66

மனத்தைக் கனாவென விணக்கிப் பிரித்துப் பேரின்பஞ்
சிந்தாது தேவனே யருள்புரிய வரவேண்டும்

இந்த்ரசா லப்புலைச் சேரிவா தனைகனா
எனமுடித் தருள்பு ரியவும்
இல்லந் துறக்கவுஞ் சொல்லரிய நல்லறிவு
இணக்கிவைத் தருள்பு ரியவும்
பெந்தமது பந்தமது கண்டவிரு ளென்னப்
பிரிந்திடற் கருள்பு ரியவும்
பேராசை கொள்ளவும் பாராசை விள்ளுமொரு
பேரின்ப மருள்பு ரியவும்
சிந்தாத பேரருட் செல்வமே யென்சிந்தை
சிந்தாது னருள்பு ரியவும்
தேவனே தேவாதி தேவனே பரவாசு
தேவனே யருள்பு ரியவும்
மந்தார் வேளையில் தவராஜ சிங்கமே
வரவேண்டு மென்ற னருகே
மாகுணங் குடிவாழு மென்னகத் தீசனே
மவுனதே சிகநா தனே. 67

மனங் கடாட்சித்துக் கரைந்திடப் பதித்துப் பக்குவ
மேகாந்த மேறிட வரவேண்டும்

கதைபேசி யதிலென்ன காரிய மேதுங்
கடாட்சித்து னருள்பு ரியவும்
கல்விகல் லாக்கருங் கல்லாம்என் நெஞ்சங்
கரைந்திடற் கருள்பு ரியவும்

66. தியங்காமல் - சோராமல்.

67. புலைச்சேரி - உடல், உலகம்; பெந்தம்-உறவு; விள்ளும்-நீக்கும்; பரவாசு தேவன்-பரம்பொருள்; மந்தார வேளை-மயக்கநேரம்.

பதியா மனத்தைப் பதைப்பறப் பதியிற்
  பதித்துவைத் தருள்பு ரியவும்
பற்றறத் துணிவுதரு முத்தரைப் பணியுநற்
  பக்குவ மருள்பு ரியவும்
இதயந் திறக்கவு மெதையுந் துறக்குமோர்
  ஏகாந்த மருள்பு ரியவும்
இல்லாசை யில்லாது வல்லாண்மை கொண்டுவெளி
  ஏறிடற் கருள்பு ரியவும்
மதிலுங் கடந்துமெய்த் தவராஜ சிங்கமே
  வரவேண்டு மென்ற னருகே
மாகுணங் குடிவாழு மென்னகத் தீசனே
  மவுனதே சிகநா தனே.   68

மனமண்ணலே யாநந்தஞ் சோதி சுடரிருந்திட எந்நாளு மருள வரவேண்டும்

அகமுதற் சகமயக்கு அகலவும் அகமேவும்
  அண்ணலே யருள்பு ரியவும்
அல்லவிழ வெல்லவுந் தொல்லையற எல்லையில்
  ஆநந்த மருள்பு ரியவுஞ்
சுகமீற வும்மனத் தகைமாற வுஞ்சுயஞ்
  சோதியெற் கருள்பு ரியவுஞ்
சுருதிமுடி யாய்நின்ற கருதமுடி யாவருஞ்
  சுடரொன்றை யருள்பு ரியவும்
இகமொடு பரத்தினும் அகமொடு புறத்தினும்
  இருந்திடற் கருள்பு ரியவும்
ஏகமற வும்உமது பாதார விந்தமெற்கு
  எந்நாளு மருள்பு ரியவும்
மகிமைசொல் லற்கரிய தவராஜ சிங்கமே
  வரவேண்டு மென்ற னருகே
மாகுணங் குடிவாழு மென்னகத் தீசனே
  மவுனதே சிகநா தனே.   69

மனத்திற் கடாட்சங் கதி நிறைந்திட நிறுத்தி முதிர்ந்து முறையாக வரவேண்டும்

கத்தனே யத்துவித வத்துவெற்கு ஏத்துங்
  கடாட்சம்வைத் தருள்பு ரியவும்

---

68. மதில்-தடை.
69. சகமயக்கு-உலகப்பற்று; தகை-தளர்ச்சி; சுருதி-வேதம்.

கருதரிய சிற்பரத் துட்பரவு மெய்ப்பொருட்
    கதியளித் தருள்பு ரியவும்
நித்தியா னந்தமோ னந்தனையென் சிந்தையுள்
    நிறைந்திடற் கருள்பு ரியவும்
நேத்திரத் தூடுமே னாற்றுமலர் பத்தையும்
    நிறுத்திவைத் தருள்பு ரியவும்
முத்திக்கு வித்தாய் முளைத்தெழுஞ் சோதியும்
    முதிர்ந்திடற் கருள்பு ரியவும்
முப்பால் கடத்திவைத் தப்பால் நடத்துமுறை
    முறையாக அருள்பு ரியவும்
மத்தியி லுதித்தமெய்த் தவராஜ சிங்கமே
    வரவேண்டு மென்ற னருகே
மாகுணங் குடிவாழு மென்னகத் தீசனே
    மவுனதே சிகநா தனே.   70

★ ★ ★

எட்டாவது

காட்சி நிலை

வளிவசப் பட்டும் பொறிவசப் பட்டும்
வெளிவசத் திருந்த சிந்தையை யணைத்தும்
ஒருவழி யோங்கு முயர்மன வழியே
திருவொளி கனிந்து திவலையில் திகழ்ந்து
வெளியி லிரவும் விளங்கிய பகலும்
ஒளியா யிருந்த வுவமை யென்னத்
தோற்றுந் தோற்றந் தோற்ற வருள்கெனப்
போற்றிப் போற்றிப் புகழ்ந்திரந் துயர்த்தது.

**மனமணைந் தர்ச்சிக்கப் பணிந்து வசம்பண்ணிச் சென்றாடச்
சிறியவெற்கருள வரவேண்டும்**

ஆத்தாளை யெனையீன்ற வாலையாம் நந்தியை
    அணைந்திடற் கருள்பு ரியவும்
அம்பிகை மனோன்மணிக் குண்டலித் தாய்பதமும்
    அர்ச்சிக்க அருள்பு ரியவும்

---

70. ஏத்தும்-துதிக்கும்; மண்பத்து-தசநாடிகள்; மத்தியில்-புருவ மத்தியில்; திவலை-நீர்த்துளி.

பார்த்தாளை யாவையுங் காத்தாளை யென்றும்
பணிந்திடற் கருள்பு ரியவும்
பரையாளை மாநல்ல சிறையாளை யென்வசம்
பண்ணிவைத் தருள்பு ரியவும்
சேர்த்தாளை வான்கருணை பூத்தாளை யொத்தபடி
சென்றாட வருள்பு ரியவும்
சிறியாளை மெத்தவும் பெரியாளை யறியவுஞ்
சிறியவெற் கருள்பு ரியவும்
மாற்றாள னுப்பாது தவராஜ சிங்கமே
வரவேண்டு மென்ற னருகே
மாகுணங் குடிவாழு மென்னகத் தீசனே
மௌனதே சிகநா தனே. 71

மனம்பதம் பணிந்து சேவிக்கச் சிறப்பிடு சரண்புகத் தடையற வரவேண்டும்

பத்துவய துடையசிறு பெண்ணான என்தாய்
பதந்தொழற் கருள்பு ரியவும்
பாலான வாமம்வைத் துப்பூசை பண்ணிப்
பணிந்திடற் கருள்பு ரியவும்
சித்தந் தெளிந்துபர தெய்வசந் நிதிசென்று
சேவிக்க அருள்பு ரியவுஞ்
சின்மய சிதாகாச தேவதைக் கென்றுஞ்
சிறப்பிடற் கருள்பு ரியவுஞ்
சத்தியத் தொடுபரா சக்தி சமுகத்திற்
சரண்புகற் கருள்பு ரியவுஞ்
சங்கநிதி பத்மநிதி போலுதவி யாய்நின்று
தடையற்ற கருள்பு ரியவும்
மற்றெவ ரிருந்துமென் தவராஜ சிங்கமே
வரவேண்டு மென்ற னருகே.

---

71. ஆத்தாள், வாலை, ஆனந்தி, அம்பிகை, மனோன்மணி, பரை - குண்டலியைக் குறிக்கும்; இது சுழுமுனை நாடியினூடே பேரொளியுடன் பாம்பின் வடிவில் உடலை வளைத்து மூலாதாரத்தின் மேலே படத்தை வைத்துக் கொண்டு யோக நித்திரை செய்யும் சக்தி; சுத்தமாயை; படைப்புச்சக்தி எனவே பெண்ணாகக் கூறப்படுவது; சூஃபித்தத்துவத்தில் இது 'வஹ்தத்' (உகது) என்றும் 'ஹகீகதுல் முஹம்மதிய்யா' அல்லது 'நூருல் முஹம்மதிய்யா' என்றும் குறிக்கப்படும். இதனைப் பூசை, அர்ச்சனை செய்வது என்பது சுவாசப் பயிற்சியால் இச்சக்தியை எழுப்புவது; சிறை - இடம்.

மாகுணங் குடிவாழு மென்னகத் தீசனே
மவுனதே சிகநா தனே. 72

மனமுயற்சி மோகங் கடத்திக் காட்டிச் சூட்சம
வகை தொகையாக வரவேண்டும்.

மூலமுதல் ஆறுவரை தாண்டிமேல் தாண்டவும்
முயற்சிதந் தருள்பு ரியவும்
மூலவர்க் கங்களென வாலையைப் பூசிக்க
மோகமெற் கருள்பு ரியவுங்
காலைப் பிடித்திழுத் துக்கந் தரத்தைக்
கடத்திவைத் தருள்பு ரியவுங்
காலனுக் குங்கால னாகவுங் கற்பமுறை
காட்டிநல் லருள்பு ரியவுந்
தூலத்தை விட்டுவிட வொட்டாது சூட்சாதி
சூட்சமொன் றருள்பு ரியவுஞ்
சுழியின்ன தென்றுசோ டசமின்ன தென்றுவகை
தொகையாக அருள்பு ரியவும்
வாலாய மாகமெய்த் தவராஜ சிங்கமே
வரவேண்டு மென்ற னருகே
மாகுணங் குடிவாழு மென்னகத் தீசுனே
மவுனதே சிகநா தனே. 73

மனத்தைக் கட்டிக் கண்ணை தயை புரிந்து பிரசாதமொன்று
பார்த்தப் பரிகரித்தருள வரவேண்டும்

கலையாமல் ஈராறு கலையினிலை குலையுமுன்
கட்டிடற் கருள்பு ரியவுங்
காலைப் பிடிக்கிறேன் அம்மைகுண் டலியையென்
கண்ணையெற் கருள்பு ரியவுஞ்
சலனமற வுங்கருணை நிதியே தயாளமே
தயைபுரிந் தருள்பு ரியவும்
சரணார விந்தம்உன் பாதார விந்தப்ர
சாதமொன் றருள்பு ரியவும்

72. பத்து வயது-குண்டலி முக்கியமான பத்து நாடிகளில் அமைந்திருப்பதால் இவ்வாறு கூறுவது சித்தர் மரபு; வாமப்பூசை - இடப்பக்கம் 16 மாத்திரை நேரம் பூரித்தல்; பராசக்தி-மூலசக்தி; சங்கநிதி பத்மநிதி-குபேரனிடம் சங்கு வடிவிலும், தாமரை வடிவிலும் இருக்கும் இருநிதிகள்; இவைகள் கேட்டதைத் தரும் என்பர்.
73. வரை-மலை; கந்தரம்-கழுத்து; சுழி-வாயு சுழலுதல்.
74. சரணாவிந்தம்- அடியாகிய தாமரை; மலம்-அழுக்கு, மயக்கம்.

பலகா லிரந்ததும் பலனாக என்முகம்
பார்த்துநல் லருள்பு ரியவும்
பாவியடி யேன்படுங் கண்கலக் கங்களைப்
பரிகரித் தருள்பு ரியவும்
மலமத்த னையுமற்ற தவராஜ சிங்கமே
வரவேண்டு மென்ற னருகே
மாகுணங் குடிவாழு மென்னகத் தீசனே
மவுனதே சிகநா தனே. 74

மனமுத்த முத்திரைத் தண்ணீரைத் தள்ளாமற் றெளித்து சேவிக்க வரவேண்டும்

மோகந் தவிர்க்கமுலை யாரையணை யாமலுமை
முத்தமிட அருள்பு ரியவும்
மொழியைத் தவிர்க்கவாய் மூடலுடன் னேமோன
முத்திரையை யருள்பு ரியவுந்
தாகித்த வென்றக் கெண்ணெயூட் டாதுநல்
தண்ணீரை யருள்பு ரியவுந்
தாராத வருளெலாந் தந்தடிமை கொள்ளவுந்
தள்ளாம வருள்பு ரியவுந்
தேகத்தை விட்டுவிடு முன்மனந் தேறித்
தெளிந்திடற் கருள்பு ரியவுஞ்
செம்பொனிற மானசிறு வாலையிரு காலையுஞ்
சேவிக்க அருள்பு ரியவும்
மாகத்த னானமெய்த் தவராஜ சிங்கமே
வரவேண்டு மென்ற னருகே
மாகுணங் குடிவாழு மென்னகத் தீசனே
மவுனதே சிகநா தனே. 75

மனத்தின் பேரின்பம் பெண்ணாசை ஆதரிப்பு நாசமாய் நானாக வரவேண்டும்

பேசாது மவுனத் திருக்கவும் பேசாத
பேரின்ப மருள்பு ரியவும்
பெண்ணாசை மண்ணாக வும்வாலை யம்பிகைப்
பெண்ணாசை யருள்பு ரியவும்
ஆசாப சாசைத் துறந்துனது திருவடியின்
ஆசைதந் தருள்பு ரியவும்
ஆதரவும் அற்றா தரிப்பாரும் அற்றவெனை
ஆதரித் தருள்பு ரியவும்

75. மா கத்தன்-மகத்தான கர்த்தன்.

நாசச் சரீரமு நாசமாம் முன்புவன
நாசமெற் கருள்பு ரியவும்
நானென்ப தற்றுநா னானென்ப துற்றுநான்
நானாக அருள்பு ரியவும்
வாசாம கோசரத் தவராஜ சிங்கமே
வரவேண்டு மென்ற னருகே
மாகுணங் குடிவாழு மென்னகத் தீசனே
மவுனதே சிகநா தனே. 76

மனத்தை யாசை யபயந் தடாரித்துத் தாடந்து பாசம் வைத்துப் பழக்கி வரவேண்டும்

ஆசரித் தம்பிகை தனைப்பூசை செய்துய்யும்
ஆசையொன் றருள்பு ரியவும்
அறமியற் றவுமனத் திறமியற் றவுமெனக்கு
அபயநின் றருள்பு ரியவும்
தாய்செத்த பிள்ளையென ஏசற் றிரால்
தடாரித்து னருள்பு ரியவும்
தடையினில் தடைபடா நின்றொளிரு மெய்த்திருத்
தாள்தந்து னருள்பு ரியவும்
பாசத்தை வீசும்எம னுக்குட் படாதுநின்
பாசம்வைத் தருள்பு ரியவும்
பஞ்சாட் சரத்தையுந் துஞ்சாச் சரத்தொடு
பழக்கிவைத் தருள்பு ரியவும்
வாசற்க டந்துமெய்த் தவராஜ சிங்கமே
வரவேண்டு மென்ற னருகே
மாகுணங் குடிவாழு மென்னகத் தீசனே
மவுனதே சிகநா தனே. 77

மனங்களித்துக் கனாவென்று நானாண நற்றவந் தரணாக்கத் துறையருள வரவேண்டும்

காணாத காட்சியைக் கண்டடிமை யுள்ளங்
களித்திடற் கருள்பு ரியவுங்

76. புவனம் - உலகம்; நான் என்பது அற்று - 'நான்' எனும் ஆணவம் நீங்கி.
77. ஆசரித்து-வழிபட்டு, அநுட்டித்து; அபயம்-அஞ்சேல் எனல்; ஏசற்று-வருத்தமுற்று; தடாரித்து-ஊடுருவி, பஞ்சாட்சரம்- 'அல்லாஹு' என்னும் சொல்லில் உள்ள அ, ல, ல, அ, ஹ எனும் ஐந்தெழுத்துக்கள்; சரத்தொடு பழக்குதல்-வாயுவை உட்கொள்ளும் 'பூரக'த்தில் 'அல்லா' என்றும், வெளிவிடும் 'இரேச'கத்தில் 'ஹூ' என்றும் கூறுதல்; இதனை 'பாஸே அன்ஃபாஸ்' (சுவாசத்தைக் காத்தல்) என்பர்.

கண்கொண்டு காணப் படாநின்ற எவையுங்
கனாவென்று னருள்பு ரியவும்
நாணுமட வார்தமைக் கண்ணினிற் காணுமுன்
நான்நாண வருள்பு ரியவும்
நாவிருசி தேடுதற் காவிகெட் டலையாது
நற்றவம தருள்பு ரியவுந்
தூணைத் துரும்பாக்க வுந்துரும் பைப்பெருந்
தூணாக்க அருள்பு ரியவுந்
துரியமய மாய்நின்ற பெரியபொரு ளைத்தொழுந்
துறையொன்றை யருள்பு ரியவும்
வாணாள் விடாதமெய்த் தவராஜ சிங்கமே
வரவேண்டு மென்ற னருகே
மாகுணங் குடிவாழு மென்னகத் தீசனே
மவுனதே சிகநா தனே. 78

மனத்தை யடிமை கொண்டனுபூதி முழுத்திட முடித் தாண்டித் தந்தருள வரவேண்டும்

ஆண்டினோ டாண்டுஅனந் தங்கோடி வைத்தெனையும்
அடிமைகொண் டருள்பு ரியவும்
அதிசோதி பரவிக் கிடந்தொளி பரப்பும்உன்
அனுபூதி யருள்பு ரியவும்
மூண்டெரியு மங்கியிற் கருவிகர ணங்களை
முழுத்திடற் கருள்பு ரியவும்
மூக்குமுனை வாயில்அண் ணாக்கின்நுனி யாலடைய
மூடிவைத் தருள்பு ரியவும்
தாண்டுமீ ராறுகலை தாண்டாம லுஞ்சுழினை
தாண்டிடற் கருள்பு ரியவுந்
தண்டாம னின்றமதி மண்டலங் கொண்டவமு
தந்தந்து னருள்பு ரியவும்
மாண்டெவையு மாண்டமெய்த் தவராஜ சிங்கமே
வரவேண்டு மென்ற னருகே
மாகுணங் குடிவாழு மென்னகத் தீசனே
மவுனதே சிகநா தனே. 79

78. வாணாள் விடாத-வாழ்நாள் வீணாக்காத; வாழ்நாளை முடிக்காது சிரஞ்சீவியாய் இருக்கிற.

79. அனந்தம் - முடிவற்ற; முழுத்திடற்கு - மூழ்குவிப்பதற்கு; மாண்டெவையும் மாண்ட - மாண்புகளெல்லாம் நிறைந்த.

மனத்திற்குச் சுகந்துணை தழுவித்தரித்து ஆட்கொண்டு ஆளாக்கியருள வரவேண்டும்

சுந்தரச் சோதிமணி மார்போ டணைத்துச்
சுகந்தந்து னருள்பு ரியவுஞ்
சொந்தவடி யேன்சிந்தை நொந்திடா வண்ணமே
துணையும்நின் றருள்பு ரியவுஞ்
சந்திரோ தயமெனச் சிந்துமொளி தந்துகை
தழுவிநின் றருள்பு ரியவுந்
தளதளென்று அவிர்தரு சகச்சோதி பரவித்
தரித்திடற் கருள்பு ரியவும்
அந்தரத் திலகவு மனக்குளிகை யொன்றளித்து
ஆட்கொண்டு னருள்பு ரியவும்
அம்பிகை பதம்பணியும் ஆளாக வும்மெனையும்
ஆளாக்கி யருள்பு ரியவும்
வந்தனங் கைக்கொளுந் தவராஜ சிங்கமே
வரவேண்டு மென்ற னருகே
மாகுணங் குடிவாழு மென்னகத் தீசனே
மவுனதே சிகநா தனே.

★★★

ஒன்பதாவது

தியான நிலை

தோற்றிய காட்சியிற் சுயத்தினைப் பற்றி
ஏற்றி ஏற்றி யிடம்வல முன்பின்
இயங்கா தோங்கி யெழுமனந் தன்னை
உயங்காது ஊன்றி யண்மையின் திகழ
நிறுத்தி யம்மன நிலைதிரி யாமற்
குறித்த பொருளொடு கொளுத்தல் தியானம்
என்னும் பாங்கி னிம்முறை யருள்கவென்று
உன்னி யுன்னி யுவந்திரந் துயர்த்தது.

மனமோகமதை நாளும் நாட்டிவைத்து விழாமலவிழ்ந்துந் தேனொழுகச் சிறப்பிட வரவேண்டும்

நவகண்ட யோகமே நான்கொண்ட மோகமதை
நாளுமெற் கருள்பு ரியவும்

80. அவிர்தரு - ஒளிவீசும்.
தோற்றிய...துயர்த்தது: உயங்காது-வருந்தாது; கொளுத்தல்பொருத்துதல்.

நாவதனை யோட்டிவிட் டந்நாளம் மாட்டிநிலை
நாட்டிவைத் தருள்பு ரியவும்
அவிழுமொன் பதுவாயி லுங்கட்ட வுங்கட்டும்
அவிழாம லருள்பு ரியவும்
அவயவா திகளுநவ கண்டமாய் அவிடத்து
அவிழ்ந்திடற் கருள்பு ரியவும்
திவலையொன் றாயினும் புல்நுனியின் மணியெனத்
தேனொழுக வருள்பு ரியவுஞ்
சிற்றூற லூட்டவுஞ் சிந்தாந்த முத்திச்
சிறப்பிட்டு னருள்பு ரியவும்
மவுனமணி யானமெய்த் தவராஜ சிங்கமே
வரவேண்டு மென்ற னருகே
மாகுணங் குடிவாழு மென்னகத் தீசனே
மவுனதே சிகநா தனே. 81

மனம் பெரும்பாதை யொன்றில் நிர்த்தூளி பண்ணிக்கடந்து கையூன்றி யொன்றுக்கு ளொன்றாக வரவேண்டும்

பாலமுந் தாண்டியப் பால்நடக் கப்பெரும்
பாதையொன் றருள்பு ரியவும்
பாறாக்க ளோவனந் தங்களவை நிர்த்தூளி
பண்ணிவிட் டருள்பு ரியவும்
காலா லடர்ந்துசமர் செய்துதலம் ஆறுங்
கடந்திடற் கருள்பு ரியவும்
கண்டத்தை வென்றுகா யாபுரிக் கோட்டையென்
கைப்படற் கருள்பு ரியவும்
ஓலமிட் டோங்கார உன்னதக் கம்பமங்கு
ஊன்றிடற் கருள்பு ரியவும்

81. நவகண்ட யோகம்-ஓர் வகை யோகம்; ஊறல்-சாரம்.

82. பாலம் - வானுக்கும் மண்ணுக்கும் நடுவாக, இணைப்பாக அமையும் மானுடம்; பாறா (உ) காவல்; ஓங்காரம் 'ஸோ-ஹம்' என்பன சுவாச ஒலிகள். ஸோ அவன் என்றும், ஹம் நான் என்றும் பொருள்படும். ஒவ்வொரு சுவாசத்திலும் 'அவனே நான்-நானே அவன்' எனும் அத்துவித தத்துவம் இருக்கிறது. அது அஜபா காயத்ரி எனப்படும். இவற்றில் சகாரம், அகாரம் நீக்கி எஞ்சி நிற்கும் 'ஓம்' என்னும் அட்சரத்தைத் தியானிப்பது நிருபாதிக தியானமாம். இவ்வொலி படைப்பின் ஆதாரம். 'ஓம்' 'ஸோஹம்' இரண்டும் ஒரே பொருளுடையன பரமான்மாவுக்கும், ஜீவான்மாவுக்கும் உள்ள தொடர்பு உயிர்ப்பே. இதனை உணர்த்துவது 'ஓம்'. அருளாளன் எனும் பெயரின் மூச்சால் இறைவன் பிரபஞ்சத்தைப் படைத்தான், என்பது பெருமானார் (சல்) வாக்கு. இறைவன் தன் ஆவியை மனிதனுள் ஊதி அவனை உயிர்ப்பித்தான் என்று குர்ஆன் கூறும்; ஓசைமணி மண்டபம்-பலவித ஒலிகள் கேட்கும் பிரமரந்திரம்.

ஓசைமணி மண்டபஞ் சென்றுநின் றொன்றுக்குள்
ஒன்றாக வருள்பு ரியவும்
வாலிபம் முதிருமுன் றவராஜ சிங்கமே
வரவேண்டு மென்ற னருகே
மாகுணங் குடிவாழு மென்னகத் தீசனே
மவுனதே சிகநா தனே. 82

மனமுட்புக வொடுங்கிடத் தூங்கிடச் சோபிக்கத் தகைதீர்ந்திடத் தேற்றிட வரவேண்டும்

ஓங்கார மதுகொண் டெழும்பிரண வப்பதியின்
உட்புகற் கருள்பு ரியவும்
உள்ளறையி னுள்ளவொரு மூலையிற் சென்றங்கு
ஒடுங்கிடற் கருள்பு ரியவும்
தூங்காது தூங்குசிவ யோகநித் திரைவந்து
தூங்கிடற் கருள்பு ரியவுஞ்
சுடருண்ட கர்ப்பூர உண்டைபோ னின்றுடல்
சோபிக்க அருள்பு ரியவுந்
தேங்காத் திருக்கருணை வெள்ளம் படிந்துதகை
தீர்ந்திடற் கருள்பு ரியவும்
தேறாத சிந்தையுந் தேறவு மெனைக்கடைத்
தேற்றிவிட் டருள்பு ரியவும்
வாங்காஇன் ஓசையொடு தவராஜ சிங்கமே
வரவேண்டு மென்ற னருகே
மாகுணங் குடிவாழு மென்னகத் தீசனே
மவுனதே சிகநா தனே. 83

மனமங்கங்கென் றுள்ளடங்கிப் பக்குவம் பண்ணி அமிர்த பானந் திருத்தித் தீரமருள வரவேண்டும்

ஆயபன் னிருகலையும் மாயாது தங்கவும்
அங்கங்கென் றருள்பு ரியவும்
அங்குசிங் கென்றும்ஐம் பத்தோ ரெழுத்துள்
அடங்கென்று னருள்பு ரியவும்
பாயவும் வாசிகலை தேயவும் பக்குவம்
பண்ணிவிட் டருள்பு ரியவும்
பாலூற வுஞ்சுழுனை மேலேற வும்மமிர்த
பானமெற் கருள்பு ரியவும்

83. சிவயோகம் - மற்றெதனோடும் கூடாது பரம்பொருளோடு கூடும் யோகம்; வாங்கா - பின்வாங்காத

தீயைப் பொருத்தியென் னேயத் திருத்தித்
திருத்திவைத் தருள்பங ரியவுந்
தேரத் தெளிக்கவுஞ் சேரப் பழிக்கவுந்
தீரமொன் றருள்பு ரியவும்
மாயையைக் காயவுந் தவராஜ சிங்கமே
வரவேண்டு மென்ற னருகே
மாகுணங் குடிவாழு மென்னகத் தீசனே
மவுனதே சிகநா தனே. 84

மனம் வழிமருவர் சமர்செய்யத் தம்பனம் அடைத்துச் சரணடைய வரவேண்டும்

வங்குவங் கென்றுரீங் காரமுட னேகமேல்
வழிவிட்டு னருள்பு ரியவும்
வாசிதனி லேற்றியெனை மாசற்ற பரவெளியின்
மருவவைத் தருள்பு ரியவுஞ்
சங்குசிங் கென்றங்கு சண்டமா ருதமெனச்
சமர்செய்ய வருள்பு ரியவுந்
தம்பனங் கும்பித்தி ரேசிக்க வாயுவுள்
தம்பன மருள்பு ரியவும்
அங்குஅடங் குண்டஅமிர் தங்கடைந் தென்கடம்
அடைத்துவைத் தருள்பு ரியவும்
அம்மைகுண் டலிபாத மாசரித் துச்சரண்
அடைந்திடற் கருள்பு ரியவும்
மங்காத தங்கமே தவராஜ சிங்கமே
வரவேண்டு மென்ற னருகே
மாகுணங் குடிவாழு மென்னகத் தீசனே
மவுனதே சிகநா தனே. 85

மனத்தீரஞ் சின்மய மெய்தாம லென்னுள் சுடர்சொந்தத் தொடரருள வரவேண்டும்

செத்தாலும் வைத்தடிபின் வாங்காது முன்னேறு
தீரமொன் றருள்பு ரியவும்

---

84. பன்னிரு கலை - 12 வாயுக்கள்; அங்சிங் - வாயுவைக் கும்பிக்கும் ஒலி; ஐம்பத்தோர் எழுத்து - கந்த பேதம் ரசபேதம் 6, ரூபதேசம் 10, பரிசபேதம் 12, சத்த பேதம் 16, விருப்பு, வெறுப்பு ஆகிய 2 சுயம் பிரகாச அறிவு 1- இவை ஐம்பத்தோர் எழுத்து என்பது சித்தர் மரபு; தேர - அறிய, எண்ண; காய - சினக்க.

85. வங், சங், சிங், கும்பிக்கும் ஒலிகள்; தம்பனம்-நிறுத்தல்; கடம்-உடல்.

சிற்பர வெளிக்கூடு செல்லவும் சொல்லரிய
சின்மய மருள்பு ரியவும்
எத்தாத முத்திநெறி யேற்றவு மற்றெவையும்
எய்தாம லருள்பு ரியவும்
ஏகவுரு வாகிநின் றெங்குநிறை கின்றபொருள்
என்னுளுற வருள்பு ரியவும்
சுத்தமய படிகச் சுயஞ்சோதி பரவிமுச்
சுடர்கொழித் தருள்பு ரியவும்
சொக்குமதி மோகசுக வாரியமு தூட்டவுஞ்
சொந்தத்தொ டருள்பு ரியவும்
வற்றாத செல்வமே தவராஜ சிங்கமே
வரவேண்டு மென்ற னருகே
மாகுணங் குடிவாழு மென்னகத் தீசனே
மவுனதே சிகநா தனே. 86

**மனத்திட்டம் வைத்தென்னை யெற்காராய்ந்து அறிவதற்குச்
சித்தம் வைத்துச் செய்யுநல்லருள் புரிய வரவேண்டும்**

இதமாகவே யடிமை பதமாம் பொருட்டாக
இட்டம்வைத் தருள்பு ரியவும்
எல்லாம தாயேது மில்லாது மாய்நின்ற
என்னையெற் கருள்பு ரியவும்
அதுவேய தானவோர் அருமறைப் பொருளைஆ
ராய்ந்திடற் கருள்பு ரியவும்
அறிவதற் கரியவறி வாகார மானவுனை
யறிவதற் கருள்பு ரியவும்
சிதையுமித யத்தையுஞ் சிதையா திருத்தவுஞ்
சித்தம்வைத் தருள்பு ரியவும்
சேவடி கொடுத்திந்த நாயடிய னுக்குதவி
செய்யுநல் லருள்பு ரியவும்
மதமற்ற மதமுற்ற தவராஜ சிங்கமே
வரவேண்டு மென்ற னருகே
மாகுணங் குடிவாழு மென்னகத் தீசனே
மவுனதே சிகநா தனே. 87

---

86. எத்தாத - வஞ்சிக்காத.

87. ஆகாரம் - உருவம்; சேவடி - சிவந்த அடி; மதமற்ற மதம் - மயக்கமில்லாத நெறி, மதங்கடந்த நெறி.

மனத்தைத் தூக்கித் துணிந்திருந்திருக்கும் நிலையம் நெக்குருக வரவேண்டும்

தொலையாப் பவக்கடல் தொலைத்துமக் கரையிலே
தூக்கிவிட் டருள்பு ரியவுந்
தொல்லைதரு தொல்லுலகை வெல்லவுந் துறவில்
துணிந்திடற் கருள்பு ரியவும்
இலையும் புலர்ந்தசரு குங்கும்பி யெரியற்று
இருந்திடற் கருள்பு ரியவும்
இருகலையி னூடுருவி முக்கலைக் கப்பால்
இருக்குமுன் னருள்பு ரியவும்
நிலையற்ற இதயத்தை நிலையத் திருத்துநன்
நிலையமொன் றருள்பு ரியவும்
நிற்குநிலை சொக்கியா னிற்காது நிற்கவும்
நெக்குருக அருள்பு ரியவும்
மலைவெலாந் தீர்க்கவுந் தவராஜ சிங்கமே
வரவேண்டு மென்ற னருகே
மாகுணங் குடிவாழு மென்னகத் தீசனே
மவுனதே சிகநா தனே. 88

மனக்கருத்துக் கற்பித்தொழிந்தொதுங்கி நடந்து நானென வரவேண்டும்

கானக விலங்கினின மாகும்வை ராக்கியக்
கருத்தொன்று னருள்பு ரியவும்
காடுவீ டாகவும் வீடுகா டாகவும்
கற்பித்த லருள்பு ரியவும்
ஊனிறைந் தோருரு வெடுத்தகா யத்துறவு
ஒழிந்திடவு னருள்பு ரியவும்
உண்டுடுத் துப்பூணும் உலகநடை யெனைவிட்டு
ஒதுங்கிடற் கருள்பு ரியவும்
ஞானோத யங்கண்டு மானாபி மானம்
நடந்திடவு னருள்பு ரியவும்
நானென் றதற்றுநா னானாகும் வண்ணநீ
நானென்ற தருள்பு ரியவும்
வானுச்சி யுலவுமெய்த் தவராஜ சிங்கமே
வரவேண்டு மென்ற னருகே

---

88. கும்பி-வயிறு; இருகலை - இடைகலை, பிங்கலை; முக்கலை- சுழுமுனை; மலைவு-மயக்கம்.

89. கானக... வைராக்கியம் - காட்டில் உறையும் உறுதி.

மாகுணங் குடிவாழு மென்னகத் தீசனே
மவுனதே சிகநா தனே. 89

**மனத்தி னடனஞ் சந்நிதியிற் சென்று திறந்து
வசம் வளர்ந்தேற வரவேண்டும்**

நாசிநடு வணைநட்ட நடுவினின் றுல்லாச
நடனமிட அருள்பு ரியவும்
நாதநா தாந்தம் முழங்குமோர் தெய்வசந்
நிதியில்விட் டருள்பு ரியவும்
தேசுதரு மோசைமணி மாமண்ட பத்தினுட்
சென்றிடற் கருள்பு ரியவும்
திரையைக் கடந்தங்கு அடங்கவுள் ளறையைத்
திறந்துதந் தருள்பு ரியவும்
வாசங் கொழுத்தகம லாசனத் தையுமென்
வசங்கொடுத் தருள்பு ரியவும்
வற்றாத செல்வங்க ளெத்தேச காலமும்
வளர்ந்தேற வருள்பு ரியவும்
மாசேது மற்றமெய்த் தவராஜ சிங்கமே
வரவேண்டு மென்ற னருகே
மாகுணங் குடிவாழு மென்னகத் தீசனே
மவுனதே சிகநா தனே. 90

★★★

பத்தாவது

சமாதி நிலை

ஒன்றிய ததனை ஒன்றுற் றுறுகுணம்
இன்றித் தானுந் தன்பெய ரின்றிச்
சேர்ந்துஞ் சேரா திருந்தவுண் மையோடு
ஆர்ந்து மதுவு மாகா தாக
அங்ஙனங் குறித்த அம்முதற் பொருளொடு
தான்பிற னாகத் தகையது சமாதி
ஆகு மென்ற அந்நிலை யருள்கவென்று
ஏக மாகி யிரந்திரந் துயர்த்தது.

90. கமலாசனம் - பிரமரந்திரத்தில் உள்ளது.
ஒன்றிய... துயர்த்தது: உண்மை - சத்துப் பொருள்.

மனங் கூடுகொள்ளாம லடங்கி யஞ்சி ஒடுங்கி யொழிதற்கு வரவேண்டும்

கூடுவிட் டுக்கூடு பாயும் கருக்குருவி
கூடுறைய வருள்பு ரியவும்
கொல்லனுலை மேனின்று கூத்தாடு குறளிகுதி
கொள்ளாம லருள்பு ரியவும்
ஆடுநற் குண்டலிப் பாம்புமெய்ப் புற்றினுள்
அடங்கிடற் கருள்பு ரியவும்
அஞ்சாத அஞ்சுபுல வேடர்களு மடியனேற்கு
அஞ்சிடற் கருள்பு ரியவும்
ஓடியுழல் சிந்தையுங் கணமேனும் ஊசென்று
ஒடுங்கிடற் கருள்பு ரியவும்
ஓவியம் போலவே சும்மா திருக்கமற்று
ஒழிதற்கு னருள்பு ரியவும்
வாடுத லறிந்துமெய்த் தவராஜ சிங்கமே
வரவேண்டு மென்ற னருகே
மாகுணங் குடிவாழு மென்னகத் தீசனே
மவுனதே சிகநா தனே. 91

மனந்திகழ்ந்து தீயிற் சரிப்படச் சமத்தமும் ஆட்கொண்டடக்கி வரவேண்டும்

தீபம் பொருந்துகர்ப் பூரமென வுடலந்
திகழ்ந்திடற் கருள்பு ரியவுந்
தீயிலிட் டென்னைக் கருக்குமுன்பு என்னகந்
தீயிலிட் டருள்பு ரியவுஞ்
சாபங்கள் தீரச் சமாதிநிறை வேறிச்
சரிபடற் கருள்பு ரியவும்
தடையுறா துதவுகற் பகமா யிருந்தே
சமத்தமு மருள்பு ரியவும்
ஆபத்தை யும்மடிமை பாபத்தை யுந்தொலைத்து
ஆட்கொண்டு னருள்பு ரியவும்
ஆங்கார மெல்லா மடக்கியுன் கைக்குள்
அடக்கிவைத் தருள்பு ரியவும்

---

91. கருக்குருவி - பரமாணு சரீரமாகிய குருவி; கூடுறைய - மோட்ச வீட்டில் தங்க; குறளி - பேய்; 'ஊசு' - அலுப்பைக் குறிக்கும் ஒலிக்குறிப்பு; திருக்கம் - வஞ்சகம்.

92. சமத்தம் - எல்லாம்.

மாபதவி சேர்த்துமெய்த் தவராஜ சிங்கமே
வரவேண்டு மென்ற னருகே
மாகுணங் குடிவாழு மென்னகத் தீசனே
மவுனதே சிகநா தனே. 92

மனத்தின் றத்துவந் தான்சாவ நான்சாவ நாள்வருமுன் சித்தி சீக்கிரமருள வரவேண்டும்

தான்செத் திருந்துலக முழுதுமர சாளுமோர்
தத்துவ மருள்பு ரியவுந்
தான்சாக வும்மருந்து உண்பாரி யாரியான்
தான்சாக அருள்பு ரியவும்
நான்சாமுன் நான்சாக நாடினேன் நான்சாமுன்
நான்சாக அருள்பு ரியவும்
நாள்வருமுன் நான்சாக நாள்வந்து நான்சாக
நாள்வருமு னருள்பு ரியவுந்
தீஞ்சுஉதிரு பிடிசாம்ப லாகவுந் தானான
சித்தியெற் கருள்பு ரியவுந்
தேகநிலை யல்லவே திருவரு ளிரங்கிமாச்
சீக்கிர மருள்பு ரியவும்
வாஞ்சனை யானமெய்த் தவராஜ சிங்கமே
வரவேண்டு மென்ற னருகே
மாகுணங் குடிவாழு மென்னகத் தீசனே
மவுனதே சிகநா தனே. 93

மனங்கரைதத்தக் கவிந்து விளையாட வீடுபுக எண்ணமின்புற வரவேண்டும்

கண்ணாறு விண்ணா றெனப்பொங்க வுங்கங்கு
கரைதத்த அருள்பு ரியவும்
கருணா சமுத்திரம் பரவிவந் தென்னைக்
கவிந்திடற் கருள்பு ரியவும்
விண்ணாடர் போற்றிசெய் அண்ணாவும் என்கூட
விளையாட அருள்பு ரியவும்
வேதவே தாந்தமெல் லாம்விட்டு நட்டநடு
வீடுபுக அருள்பு ரியவும்
எண்ணிய ஞானவா நந்தமோ னந்தரும்
எணந்தரற் கருள்பு ரியவும்
ஏகதத் துவசொரூ பத்தைமோ கித்தடிமை
இன்புறற் கருள்பு ரியவும்

93. நான் சாமுன் நான் சாக-நான் சாவதற்கு முன் 'நான்' எனும் ஆணவம் அழிய; தீஞ்சு-தீய்ந்து; மாச்சீக்கிரம் - மிகவுரைவு; வாஞ்சனை - விருப்பம்.

94. அண்ணா - இறைவன்; எணம் - எண்ணம்.

மண்ணொளிர விண்ணுலவு தவராஜ சிங்கமே
வரவேண்டு மென்ற னருகே
மாகுணங் குடிவாழு மென்னகத் தீசனே
மவுனதே சிகநா தனே. 94

மனவெண்ண மிரங்கித் தீட்சைசெய்வித் தொடுங்கி யுறைந்திட வரவேண்டும்

இன்றுளோர் நாளையு மிருப்பரென் றெண்ணாத
எண்ணமொன் றருள்பு ரியவும்
இந்தவடி யானுனது சொந்தவடி யானென
இரங்கிநல் லருள்பு ரியவுந்
தென்திசைக் கைலாச மாம்பொதிகை வாசனே
தீட்சைதந் தருள்பு ரியவும்
தேசிக சிகாமணிய னேயடிமை பண்படச்
செய்வித்து னருள்பு ரியவும்
ஒன்றுக்கு ளொன்றான வொன்றுக்கு ளொன்றாய்
ஒடுங்கிடற் கருள்பு ரியவும்
உள்ளுக்கு ளுள்ளுருகி யுள்ளுக்கு ளுள்ளே
உறைந்திடற் கருள்பு ரியவும்
மன்றிலெவ ருந்தொழுந் தவராஜ சிங்கமே
வரவேண்டு மென்ற னருகே
மாகுணங் குடிவாழு மென்னகத் தீசனே
மவுனதே சிகநா தனே. 95

மனமுனையே தொழவுண்ணின்று மறந்திடாது வாய்த்திட நானாக நானறிய வரவேண்டும்

ஊனான காயமுயிர் போமுனடி யேனுமுனை
யேதொழற் கருள்பு ரியவும்
உயிரினுக் குயிரா யுறைந்தநீ யென்றுமெற்கு
உள்நின்று னருள்பு ரியவும்
வானாதி பூதலய மானபெரு மானெனை
மறந்திடா தருள்பு ரியவும்
வாக்குமன மணுகாத பூரணந் தானாக
வாய்த்திடற் கருள்பு ரியவும்
நானாக நின்றநான் நானாக நின்றுநான்
நானாக அருள்பு ரியவும்

---

95. தேசிக சிகாமணி-குருக்களின் தலைவர்.

96. பூதலயமான-பூதங்களோடு ஒன்றிய.

நான்மறையு மறியாத நான்மறையி னுட்பொருளை
　　நானறிய அருள்பு ரியவும்
மானென விரைந்துமெய்த் தவராஜ சிங்கமே
　　வரவேண்டு மென்ற னருகே
மாகுணங் குடிவாழு மென்னகத் தீசனே
　　மவுனதே சிகநா தனே.　　　　96

மனமடர்ந்து பகர்ந்தீ தென்றிருந்திட
மதமண்ணாக வரவேண்டும்

அதிமோக மாகிமெய்ஞ் ஞானவா னந்தத்து
　　அடர்ந்தேற அருள்பு ரியவும்
அங்கிங்கெ னாமலெங் கெங்குமது வானதெது
　　அதுபகர்ந் தருள்பு ரியவும்
இதயங்கள் நின்றுமித யங்களறி தற்கரியது
　　ஈதென்று னருள்பு ரியவும்
ஏகமா கியபரா பரமுமென் பரமாய்
　　இருந்திடற் கருள்பு ரியவும்
மதமத்த னையுமற்ற மதமுற்றி யானும்உம்
　　மதமாக அருள்பு ரியவும்
மனமயக் கந்தரும் மென்மயக் கம்வெறும்
　　மண்ணாக அருள்பு ரியவும்
மதிமுகத் தழகனே தவராஜ சிங்கமே
　　வரவேண்டு மென்ற னருகே
மாகுணங் குடிவாழு மென்னகத் தீசனே
　　மவுனதே சிகநா தனே.　　　　97

மனமைய மணைகால் பாயக் காத்துப் பாரிசப்
பம்பரமாட வரவேண்டும்

அடியேனு னுய்யவும் ஆதரவு செய்யவும்
　　ஐயமற் றருள்பு ரியவும்
அன்புமழை சொரியவா றாய்ப்பெருகி வந்துமற்
　　றணைதத்த வருள்பு ரியவும்
கடலின்மடை போலுமென் கண்மடை திறக்கவும்
　　கால்பாய அருள்பு ரியவுங்
கதியான பூமிபயி ரேற்றியதை யும்பாது
　　காத்துநின் றருள்பு ரியவும்

---

97. என் பரமாய்-என் பொறுப்பாய், என் முன்பாய்.
98. பாரிசம்-பக்கம்; பம்பரமாட - பம்பரம் போல் ஆட.

படுபாதி பங்குபற் றாமலும் முழுதுமென்
　　பாரிசத் தருள்பு ரியவும்
பாசமற் றிடவுநன் னேசமுற் றடிமைபம்
　　பரமாட அருள்பு ரியவும்
மடமடென நடனமிடு தவராஜ சிங்கமே
　　வரவேண்டு மென்ற னருகே
மாகுணங் குடிவாழு மென்னகத் தீசனே
　　மவுனதே சிகநா தனே. 98

மனமன் பறிவு வீறு வீடு பதம் பரமடைய வரவேண்டும்

அகடமுறு சாமர்த்ய மெல்லா மறந்தடிமை
　　அன்படைய அருள்பு ரியவும்
அதிகப்ர சங்கங்க ளெல்லா மறந்தடிமை
　　அறிவடைய அருள்பு ரியவும்
வெகுளிவிளை யாட்டுமுத லெல்லா மறந்தடிமை
　　வீறடைந் தருள்பு ரியவும்
வேடிக்கை யொடுபகட் டெல்லா மறந்தடிமை
　　வீடடைய அருள்பு ரியவும்
பகடிபரி யாசங்க ளெல்லா மறந்தடிமை
　　பதமடைய அருள்பு ரியவும்
பாடிப் படித்ததை எல்லாம் மறந்தடிமை
　　பரமடைய அருள்பு ரியவும்
மகுடந் தரித்தமெய்த் தவராஜ சிங்கமே
　　வரவேண்டு மென்ற னருகே
மாகுணங் குடிவாழு மென்னகத் தீசனே
　　மவுனதே சிகநா தனே. 99

**மனம்போகாமற் புணருதற்குச் செழுஞ்சாரல்
தினந்தந்து நான்சார நானாக வரவேண்டும்**

பூஞ்சோலை வாழும்ஓ ணானெனவும் வீணில்நான்
　　போகாம லருள்பு ரியவும்
பொற்றா மரைக்குளத் தவளையா காதெனைப்
　　புணருதற் கருள்பு ரியவுந்
தேஞ்சாறு பாஞ்சாறு பாயுநின் பொதிகைச்
　　செழுஞ்சார லருள்பு ரியவுந்
திவ்யமா மதுரந் திரண்டமதி யமிர்தந்
　　தினந்தந்து னருள்பு ரியவும்

99. அகடம்-கபடம்; வீறு - பெருமை; பகடி-விகடம்.
100. பாஞ்சு - பாய்ந்து.

நான்சாமு னான்செத்து நாடோறு முன்சமுகம்
  நான்சார அருள்பு ரியவும்
நாதமும் வேதமும் நாதநா தாந்தமும்
  நானாக அருள்பு ரியவும்
வாஞ்சித்த லோடுமெய்த் தவராஜ சிங்கமே
  வரவேண்டு மென்ற னருகே
மாகுணங் குடிவாழு மென்னகத் தீசனே
  மவுனதே சிகநா தனே.   100

***

நேரிசை யாசிரியப்பா

இவ்வகை யெல்லா மியைந்தும் பயன்கொளும்
அவ்வகை யெவர்க்கே யாயினும் விதியருள்
அருளுவ தாயி னவரே யுலகெலாந்
தெருளு மூர்த்தித் திருப்பொரு ளென்ப
நல்வழி தேடு நரர்காள்
சொல்வழி யிஃதே துணிந்துகொ ளீரே

இச்சதகப் பெயரின் கருத்துப் பொருளும், கொள்ளுந்தன்மையும். இச்சதகஞ் சொல்லிய காரணமும். காரியப்படுதலும். இச்சதகத்திற்குப் போந்த அதிகாரமும். இவ்வதிகாரத்துட் பொருளும். இவற்றினியல்பும் ஒழுங்கும். இவற்றிற்குப் பழஞ்சூத்திரக் கோட்பாடும். விளக்கிக்காட்டி. அதிகாரந்தோறும் பன்மையா யொழுகி ஈற்றிறொருமையாய் முற்றுப்பெற்ற இவ்வகத்தீசர் சதகத்தின் அதிகாரத் துறையினமைத்த

நிலைமண்டில ஆசிரியப்பா

அருந்தவ முனிவர ரனைவரி னுயர்ந்த
பெருந்தவ முனியவர் பெயரே யாயினும்
அமைவன வமைக்க லாகுமே லாமே
கமைவரு தாபதர் கருத்தஃ தன்றால்
அகமும் புறமு மாயெப் பொருட்கும்
வகைபெற விளங்கு மதியா வுண்மையைக்
காரணத் தானுங் காரியத் தானும்
ஆரணத் தானு மருந்தெளி வானுந்
தொகுக்கவு மிவற்றாற் றொகுத்ததை மறுத்து

தெருளும் - தெளியும்.
கமை - பொறுமை; தாபதர் - துறவியர்; சாயை - சாயல்; தாடாண்மை - முயற்சி; ஆனா - நீங்காத; துளக்கி - கலங்கி.

வகுக்கவு மாகா வன்மைபூண் டமையால்
அகத்தீ சனுக்கினம் புறத்தீச னென்னாது
அகத்தீச னென்றே யாளவேண் டியதால்
அவ்வகத் தீசனை யானந்தம் பூத்த
இவ்வகத் தீச னின்பமோ டிறைஞ்சித்
தன்பெயர் மாறிக் காரணந் தந்து
பின்பெயர் மாறி யறிவெனப் பிறழ்ந்து
மாயை யுடையான் மனமெனத் தோன்றுஞ்
சாயை யுடைய தாடாண்மை வீரனை
அடக்கி யொடுக்கி யணிகா ரணப்பெயர்
மடக்கி மடக்கி வாரா தாக்கித்
தானே தானாந் தன்மையின் விளங்கற்கு
ஆனா முறைசெய்வா னகத்தி னமைத்துத்
தவமும் யோகமுந் தகையென வியல்பின்
அவயவ மெல்லா மருளினொ டளித்து
விளக்கியாட் கொள்கென வேண்டி வேண்டித்
துளக்கி யிரந்து துயர்தீரக் கேட்டது.

மொத்தம் பாடல் - 219

மகுமூதுநபி யாண்டவரைச் சுகானுபவமுறத் துதித்தல்

ஆசிரிய விருத்தம்

வெட்ட வெட்டத் தளிர்கள் விட்டுப் படர்ந்தடரும்
வீசுபா சாட வியெனும்
வினையென்ற பெருமர வனக்கான கக்காடு
வெட்டநிர்த் தூளி பண்ணி
வெகுளிக ளெனும்பல பரட்டுமுட் காடெலாம்
வேரொ டறப்பி டுங்கி
விரிகருணை வீரகண் டாமணி யணிந்துதுணி
வீரவா யுதம ணிந்து
வெற்றிகொண் டெழுமகங் காரவேங் கைப்புலியை
வேட்டையா டித்து ணித்து
வெட்கமொடு துக்கமும் வெருட்சியு மருட்சியும்
வெருண்டோட வருவி கார
வெஞ்சின மெனுங்கொடிய துட்டமிரு கங்களும்
வெட்டிவா ளெடுத்தெ டுத்து

வீறுவிட் டலறியொன் றோடொன்று சேராமல்
வெருவியே கிடவ டித்து
வெல்லரிய மாமாயை யெனுமலைப் பாம்பினை
விவேகமெனு மண்டாவினால்
வெட்டிப் பிளந்தபின் மின்னுகர ணத்தொடு
விரிந்தோடு கருவி வேரை
மீறிய விசாரமெனு மண்வெட்டி கொடுவெட்டி
மேட்டிமைக ளென்னு மரமும்
வெட்டுண்ட மாறோடு முட்களுஞ் சேர்த்ததில்
மெய்த்தவக் கனலை மூட்டி
விண்டலமு மண்டலமு மொன்றாகி நின்றபெரு
வெளிவாயு வதனை யூதி
மெய்யான வடவன லெனச்சுடப் பரந்தபுன்
விளிமாயை யெனுமி ருளெலாம்
விரிகதிர் வரக்கண்ட பனியின்முக மென்னவழி
விட்டுவெளி வாங்கி யேங்க
வெட்டியைக் கட்டிவழி வெட்டிப் பறிக்கின்ற
வினையறக் காடு வெட்டி
சுட்டபி னகந்தைகுண மென்றகற் பாறையைச்
சுழியென்னு முளியி னாலே
சொச்சமற வெட்டிப் பிடுங்கியிடை பிங்கலைச்
சூட்சியென் னுஞ்ச கட்டில்
தூக்கிவைத் தேற்றியே தொந்தங்க ளென்னுமொரு
தோல்வடக் கயிறு கட்டித்
துட்டத் துடுக்கெனுங் காமாட்டி யாட்களுந்
தோல்வடந் தொட்டி ழுக்கத்
தூயமெய்ஞ் ஞானவை ராக்கியக் கசையினாற்
தொண்டுசெய் யென்ற டித்துத்
தூராத மிடியெனுந் தொல்லைப் பெருங்கேணி
தூர்க்கவத னால்நி ரப்பிச்

பாசாடவி - பற்றுக்களாகிய காடு; கண்டாமணி - கழல்; துணி- துணிவு; துணித்து - துண்டுசெய்து; விகாரம் - காமக்கவலை; மண்டா - கோடரி; கரணம் - அந்தக் கரணம்; கருவி - ஐம்பொறி; விசாரம் - ஆராய்வு; மேட்டிமை - அகந்தை; மாறு - மிலாறு; வெட்டி - இருவேலிச் செடி; சுழி - சுழுமுனை; சகடு - வண்டி; காமாட்டி - நாடோடி; மிடி - துன்பம்; பாவிதம் - கலப்பு; அளவு - சேறு; கலும்- கல்லும்; பாசகர் - மடையா; கோள் - தீமை; கோசம் - கோஷம்; குஞ்சரம் - யானை; அரவு - பாம்பு; கொத்து - அங்குசத்தின் குத்தல்; மனு - மனிதன்; கோளட - குணம் கெட; கூலாயிலாகயில்லல்லாகு - முன்னே காண்க; நபி - இறைதூதர்.

சொற்பிரண வச்சொரூப நிச்சயக் கருமுகில்
　　சூழ்ந்துதங் காலூன் றியே
சுற்றிக் கவிந்துகொண் டானந்த மழைமாரி
　　சோராம லேபொ ழிந்து
சொல்லரிய நெஞ்சக மெனும்பூமி சுத்தவெளி
　　யாகவச் சுத்தி ருத்தித்
துய்யசதுர் வேதத்தை நால்வரப் பாக்கியே
　　துறவெனுங் கிடைம றித்துச்
சுருதிமுடி வென்னுமெய் யறிவுழவு தற்கான
　　சூத்திரமெ னுங்க லப்பை
துன்பவின் பங்களென் பதிரண்டு மாடாய்ச்
　　சுருக்கிவார் பூட்டி யிதமாய்த்
துள்ளிக் குதித்தெடுத் தேறியே போகின்ற
　　துடியடக் கின்ற தடமாய்த்
தூலமொடு சூக்குமத் தாசையு நிராசையாய்த்
　　தொந்தநிர்த் தொந்த மாகிச்
சோதிமய மாமென்ற வித்தகப் பண்ணையாள்
　　தொட்டிதய மேழி யதனைச்
சொன்னபடி வந்திடக் களரிகுண் டலியெனுஞ்
　　சுழிமுனைத் தாறெ டுத்துப்
பட்டும் படாதுவைத் திடைதரிசி லாதுழுது
　　பல்வருண பேத மென்னும்
பாவிகச் சாதிவரை கின்றகளி யளறது
　　பழுப்பஅழு கக்க லக்கிப்
பழக்கமெனும் அடைகலுங் கட்டியு மிதித்தபின்
　　பழகரிய சமர சமெனும்
படிகொண்ட மூலமுத லாதார மாறும்
　　பரப்பிப் பரம்ப டித்துப்
பகருமிரு கலைநோக்கு வருசுழியி லமைகின்ற
　　பலனெனுங் கைகு லுக்கிப்
பாரமலை யோடணு வகண்டமொடு கண்டம்
　　பரிட்சிக்கொ ணாதவி தையைப்
பட்டுமுந் தாதுபிந் தாமலே பரவியே
　　பருவமது செய்த பின்பு
பாசட ரெடுப்பரென் றெடுப்புநீ ரதனையும்
　　பார்த்துக் கழித்து விட்டுப்
பத்திவை ராக்கியக் கடன்மடை திறந்துகால்
　　பாய்ச்சியது பயிரா கவே.

பரிபாக பக்குவக் காலமது பிசகாது
பார்த்துப் பதந் தன்னிலே
பற்றிப் படந்ததொண் ணூற்றாறு தத்துவம்
பலகளை யறப்பி டுங்கிப்
பரிபூர்ண மாகவே நாளுக்கு நாட்கதிர்ப்
பலகோ ளறப்ப றித்து
பாளையென் னும்பருவ முற்றியே முத்திப்
பலன்பெற்ற சமுசா ரிநீ
படைகொண்ட மும்மண்ட லத்தினு முன்மகிமை
பற்றிப் படர்ந்த குருவே
பாதபங் கயமதுக் காளடிமை யாகாது
பாவத் தமுந்து வேனோ
பாசவலை வீசியே மோசமது செய்கின்ற
பாவையர்க் காளா வனோ
கொட்டிய கருந்தேள் நிகர்த்தவிழி மின்னார்
குவிந்தவிரு பொற்கொங் கையுங்
கோசமொடு மும்மத மிறைக்கின்ற கர்விதக்
குஞ்சரக் கொம்பு தானோ
கொஞ்சுகிளி மொழியார்கள் நாவுநல் லரவினது
கொடியநச் சுப்பை யதோ
கூரிருட் கூந்தலென் சொல்லுகேன் கோடையிடி
குடிகொண்ட கருமே கமோ
கோதையிள மின்னார்கள் யோனிப் பெருங்கேணி
குறையாத யானை மடுவோ
கூறுமுகி லேழும் படர்ந்துவரு டிக்கினும்
குறையறாக் கெடுபள் ளமோ
கொத்துக் கடங்காத மதகரி தனக்குமது
கொப்பமோ படுபள் ளமோ
குருவைத் தொழாமனுக் குப்பைக ளொதுங்குமோர்
குப்பைக் கிடங்கு தானோ
கொலைசெய்எம னாரிருக் கின்றபடு களமோ
கொடுஞ்சிங்க மிடிபொ தும்போ
குமுகுமென வதிரசத் தேனொழுகு கனியெனக்
கொண்டுநெஞ் சினைவாட் டுதே
கோளடப் பெண்ணிலத் தாசைதரு கின்றதே
கோதையர்கள் காத லாலே
கூளமத ரிப்பதே யல்லா திருந்துநான்
குளிர்காய நேர மிலையே.

கூர்குணம் அகத்துநிற் கின்றபர வெளியெலாங்
குடிகொண் டிருந்த குருவே
கொடியகெடு மாயையைக் கூடா திருக்கின்ற
குறியருள்வ தென்று புகலாய்
கோடானு கோடிமறை யாலுமறி யாக்குணங்
குடிகொண்ட கருணை வடிவே
கூலாயி லாகயில் லல்லாகு வென்பதற்
குரியமகு மூது நபியே.

மொத்தம் பாடல் - 220

★★★

தவமே பெற வேண்டுமெனல்

கட்டளைக் கலித்துறை

ஓடிய லைந்துமிவ் வையக முறுறு முழன்றுழன்றுந்
தேடி யெடுத்த திரவியம் யாவையுஞ் செத்தபின்பு
நாடி யெடுப்பது முண்டோ மறந்து நடக்குநெஞ்சே
வாடி யிறந்தறஞ் செய்வாய் குணங்குடி வாய்த்திடுமே. 1

பெண்ணாசை யென்கின்ற பேய்பிடித் தாடிய பேதைநெஞ்சே
கண்ணா லதில்வருங் கன்மங்கள் யாவையுங் கண்டிலையோ
எண்ணாத பாவங்க ளெண்ணாமற் செய்யுமிப் பேருடம்பு
மண்ணாக நற்றவஞ் செய்வாய் குணங்குடி வாய்த்திடுமே. 2

ஆடும் படுபொரு ளாட்சியென் றங்கிங்கு மாயலைந்து
பாடும் படுவதுன் பாரம தோசொல்லு பாழ்மனமே
கூடும் படுபயன் றேடுமப் பாலுள்ள கூட்டம்விட்டு
வாடும் படும்பெரு முண்மைக் குணங்குடி வாய்த்திடுமே. 3

ஆதி முகம்ம தருளா முகம்ம தருள்விரிந்த
சோதி முகம்மது தோற்ற முகம்மது தூயவுளத்
தோது முகம்மதுதென் றுண்மைகண் டாலிவ் வுலகினுக்கு
வாதி முகம்மதி னோடு குணங்குடி வாய்த்திடுமே. 4

1. இறந்தறம் - மிகுதியான அறம்.
3. படுபொருள்-புதையல்; படுபயன்-மிகுந்த பயன்; வாடும்-வாடு.
4. உலகினுக்கு வாதி- உலகத்தவர்களாக இறைவனிடம் மன்றாடுபவர்.

எல்லாப் படைப்பும் படைத்து மிரணங்க ளீபவனே
அல்லா வொருவ னவனன்றி வேறில்லை யாகையினாற்
சொல்லாமற் சொல்லுஞ் சுருதி முடிவினிற் சொல்லிறந்த
வல்லான் குணங்குடி வாழ்ந்திருப் போமினி வாருமினே. 5

அய்யோ வுலகி லழியா வரம்பெற்றி யாரிருந்தார்
அய்யா வுனக்கந்த ஆதர வென்னதி லாசையென்னோ
பொய்யான வாழ்வும் புலையாட்டு நம்பும் புதரலர்க்கும்
ஒய்யா முள்ள குணங்குடி யார்க்கு முறவில்லையே. 6

உற்றா ரிருந்தென்னப் பெற்றா ரிருந்தென் னுனக்குதவி
சற்றா யினுமில்லை சொன்னேன்சொன் னேனிது சத்தியமாய்ச்
செற்றாலும் வைத்தடி வாங்காம னிற்கிற் செயம்பெறலாங்
கற்றார் குணங்குடி கொண்டிடு வாய்மனக் கண்மணியே. 7

எண்சா ணுயரத் திருக்கும் பனையி னிறக்கியுண்ணும்
பஞ்சாக் கரமெனும் பாரிய கள்ளினைப் பாய்ந்தெடுத்துத்
தஞ்சாவூ ராளு மகராசன் பாதந் தனைப்பணிந்தால்
கெஞ்சாக் குணங்குடி கொள்வா யிதுபுத்தி கேள்நெஞ்சமே. 8

படிக்கும் படிக்கு நடக்கின்றை யோவிப் பழஞ்செருப்பால்
அடிக்கட்டு மோவுனக் கொத்தாசை யாரறை பாவிநெஞ்சே
முடக்கிப் படுத்துக்கொள் முச்சந்திக் குப்பையின் மோடுகளில்
அடக்கிக் குணங்குடி கொள்வா யதுபர மானந்தமே. 9

ஆருக்கு வந்த விருந்தென்றி ராம லருமையுள்ள
பேருக்கு வந்த தெனவே நினைந்து பிரியமுற்றூர்
ஊருக் கமைந்ததோ ரன்னங்க ளுண்டுண்டொன் றும்முரையாப்
பாருக்குள் நல்ல குணங்குடி போய்ப்பள்ளி கொண்டிடுமே. 10

மூலம் முகம்மது முப்பாழ் முகம்மது மோனமுள்ள
பாலம் முகம்மது பக்தியுள் ளோர்களும் பாய்ந்தெடுக்கும்
வேலும் முகம்மது வேதாந்த மூல விளக்குடைய
கோலும் முகம்மது குன்றாக் குணங்குடி கொண்டவர்க்கே. 11

---

5. இரணம்-உணவு; அல்லா (அ)- இறைவன்; சொல்லிறந்த - சொல் கடந்த.

6. புலையாட்டு-பொல்லாங்கு; புதர் அலர்-ஞானியர் அல்லாதவர்.

7. செற்றாலும்-கோபித்தாலும்.

8. பஞ்சாக்கரம்-ஐந்தெழுத்து; பாரிய-பெரிய; தஞ்சு ஆவூர்-புகலிடமாகும் வீட்டுலகம்.

10. ஒன்றும் உரையா-வாய்பேசாத.

நாளைக் கிருந்திட லாமென வெண்ணி நடுநெஞ்சமே
நாளைக் கிருப்பதை நம்புவ தோவில்லை நானிலத்தில்
நாளைக்கும் பின்னைக்கும் நாமிருப் போமென்னு நாட்டமற்றெவ்
வேளைக்கு நல்ல குணங்குடி வாழ்ந்திரு வேளையிதே. 12

நாட்டமென் றேயிரு வுன்னிரு பாதத்தி னன்னிலையின்
ஓட்டமென் றேயிரு வொன்றான வக்கர மோதியதின்
ஆட்டமென் றேயிரு தோற்ற மெவையு மலிபுடைய
நீட்டமென் றேயிரு நெஞ்சே குணங்குடி நிச்சயமே. 13

நாடு நகருண்டு நல்லோர் களுமுண்டு நாதனுமுண்டு
ஓடு மெனக்குண்டென் றெண்ணியுன் கையி லுடல்பசித்தாற்
போடென்று கொண்ட கவளத்தை வாங்கிப் புசித்துக்கொண்டு
பாடுங் குணங்குடி வாழ்ந்திட லேபர மானந்தமே. 14

மொத்தம் பாடல் - 234

★★★

குறையிரங்கி யுரைத்தல்

நேரிசை வெண்பா

கள்ளினங்க ளுண்ணுங் கழுதைகா ளென்சொலினும்
எள்ளளவு மும்மிதயத் தெய்திலதே-உள்ளம
இணங்கா மடமாந்த ரெக்கேடு தான்கெடினுங்
குணங்குடியார்க் குண்டோ குறை. 1

உற்றா ரழாம லுறன்முறையார் திட்டாமற்
பெற்றார் பிறந்தார் பிதற்றாமல் – எத்தாலும்
அங்கிங் கெனாதபடி யாரும் பெருவெளியில்
தங்கல் குணங்குடியே தான். 2

நாசி நுனியி னயனத் திடைவெளியிற்
றேசிகனா ராடுந் திருநடனம்-வாசிகொடுத்
தோரா யெழுவா யுணர்வா யருள்நெஞ்சே
பாராய் குணங்குடியின் பால். 3

---

12. நடுநெஞ்சம்-நடுவுநிலையுள்ள நெஞ்சம்.

13. ஒன்றான அக்கரம் - 'அலிபு' எனும் அரபு அகரம்; அலிபு - அரபு மொழியின் அகரம்; இறைவனுக்குக் குறியீடு.

2. எத்தானும் - எவ்வகையாலும்.

3. நாசிநுனி - 'மஹ்மூதா'; நயனத்து இடைவெளி-புருவ நடு 'நசீரா'; தேசிகனார் - குருவடிவில் உள்ள பரம்பொருள்; வாசி கொடுத்து - வாசியைப் பழக்கி; ஓராய் - சிந்திப்பாய்.

பாலிடுக்குந் தோற்பையைப் பற்றியுளம் பாவையரின்
காலிடுக்குக் காகக் கரைவனோ-மேலெடுக்கும்
உன்னருளை யுங்காட்டி யோங்குங் குணங்குடியின்
தன்னருளை யுங்காட்டித் தா. 4

நஞ்சுண்ணு மாப்போலு நாத னருள்பெறவென்
னெஞ்சேநீ புண்ணாய் நினைப்பதேன்-அஞ்சாதே
என்றுமுத்த னம்முள்ளே யேகா திருப்பதால்
ஒன்று குணங்குடியி னுள். 5

நீண்டாண் பனைபோலு நெற்பதரைப் போலுமே
ஏன்றா னெனைப்படைத்தா யென்கோவே-தீண்டாத
கல்லா மிடாவதைநின் கைத்தடியான் மோதினால்
அல்லாற் குணங்குடியா கா. 6

மெத்தத் துணிபோர்க்க மெத்தமெத் தக்குளிருஞ்
சற்றுதுணி போர்த்துவரச் சற்றுகுளிர்-இற்றதுணி
இல்லைக் குளிருமிலை யில்லையிது தானுளமே
செல்லக் குணங்குடியார் சீர். 7

மொத்தம் பாடல் - 241

★★★

தவராஜ மகிமை சாற்றல்

நாகூர் மீராசாகிபு அவர்கள்மீது பாடியது

இரட்டை ஆசிரியவிருத்தம்

திக்குந் திகந்தமுங் கொண்டாடி யேவந்து
 தீன்கூறி நிற்பர் கோடி
சிங்காச னாதிபர்க ளடியேந்தி யேவந்து
 ஜெயஜெயா வென்பர் கோடி
அக்கனருள் பெற்றபெரி யோர்களொலி மார்களிணி
 அணியாக நிற்பர் கோடி
அஞ்ஞான வேரறுத் திட்டமெய்ஞ் ஞானிகள்
 அணைந்தருகு நிற்பர் கோடி

---

6. மிடா-பானை, உடல்.

1. திகந்தம் - திசை முடிவு; அக்கன் (அ) - உண்மைப் பொருளானவன்; றசூல் (அ)- இறை தூதர்; சாகுல் கமீது (அ)- ஷாஹுல் ஹமீத்; வட இந்தியாவில் மாணிக்கப்பூரில் பிறந்து உலகெலாம் இறைஞானச் சுடர் பரப்பி நாகூரில் அடக்கமாகியிருக்கும் இறைநேசச் செல்வர்.

மக்கநக ராளும் முகம்மது றசூல்தந்த
மன்னரே யென்பர் கோடி
வசனித்து நிற்கவே கொலுவீற் றிருக்கும்
மகிமைசொல வாயு முண்டோ
தக்கபெரி யோனருட் டங்கியே நிற்கின்ற
தவராஜ செம்மே ருவே
தயையைவைத் தென்னையாள் சற்குணங் குடிகொண்ட
சாகுல்க மீத ரசரே. 1

வானருள் பெற்றோர் மனநிலை யுரைத்தல்

கலிவிருத்தம்

வஞ்ச வேல்கொடு மார்பி லெறியினும்
விஞ்ச வேதழல் மூட்டி யெரிக்கினும்
நஞ்சி னாரழ னாகம் நலியினும்
அஞ்சி டாதவ ரானந்த மாவரே. 1

மொத்தம் பாடல் 243

ஆனந்தக்களிப்பு

இரக்கத் துணிந்துகொண் டேனே-எனக்
கிருக்குங் குறைமுழுதும் நிகழ்த்திக்கொண் டேனே (இர)

1. கொடிகட்டிக் கொண்டெழு கோடி-தனங்
குவித்தந்த மகிழ்ச்சியாற் கூத்துக ளாடி
கெடுபுத்தி யுடையோரைக் கூடி-யானுங்
கெட்டலையாமலே கெதிபெற நாடி (இர)
2. சொற்கடங் காச்சுகற ஞானம்-தன்னிற்
சும்மா விருக்குஞ் சுகமதே மோனம்
எட்கிடை யாயினும் பானந்-தன்னை
எடுத்துண் டிருப்பதற் கிச்சித்தே யானும் (இர)
3. வஞ்சிய ராசையைத் தாட்டி-விட்டு
வழிபெற்றுக் களிப்புற்று வாசியைப் பூட்டி
துஞ்சாத வறிவினைச் சூட்டி-அற்பத்
தொல்லுல காசை துணித்துவிட் டோட்டி (இர)

வஞ்ச... மாவரே.
விஞ்சவே-மிகுதியாக; நஞ்சின் ஆர் அழல்-நஞ்சு பொருந்திய நெருப்புப் போன்ற; ஆனந்தக்களிப்பு-பேரின்பத்தில் செருக்குற்றுப் பத்தியாற் பாடும்பாடல்; நிகழ்த்திக் கொண்டேன் - சொல்லிக் கொண்டேன்.
2. எட்கிடை - எள்ளுக் கிடத்தற்கு வேண்டிய இடம்.

4. அஞ்சுதூ ணாட்டிய	மாடி-அது
அஞ்சோடு நாலோட்டை யடையாம	லோடி
பிஞ்சழிந் திடுமென்று	நாடி-யானும்
பேரின்ப வீட்டினைப் பிரியமாய்த்	தேடி (இர)
5. நற்பூச்சந் தனவத்தர்	பூசி-மிக
நன்றாக வைத்தாலும் நாற்றமே	வீசி
எப்போதுங் கொடுமைசெய்	தோசி-என்றே
இவ்வுடல் வாழ்வுக ளியாவையும்	வீச (இர)
6. மாளிகை மேல்வீடு	கட்டி-மனை
வாழ்வை நிலையென்று வாழ்கின்ற	மட்டி
நாளையெமன் வந்த	தட்டிக்-கொண்டு
நடப்பானென் றறியானை	யடுப்பதை வெட்டி (இர)
7. பட்டும் பணிகளும்	பூண்டு-கொண்டு
பாழான வாழ்வினைப் பலனென	ஆண்டு
கெட்டவர் களைக் கண்டு	மீண்டு-கதி
கிடைக்கும் படிக்கு நடப்பதற்	கீண்டு (இர)
8. காமக் குரோதங்க	ளற்று-சூழுங்
கருவி கரணஞ் சகலமு	மற்று
நேமநிட்டைகளையு	மற்று-நின்று
நிலையு மறந்து குருவடி	பெற்று (இர)
9. எத்தனை யெத்தனைற	காலம்-இந்த
என்பு தசையா லெடுக்கின்ற	தூலம்
மெத்தென வாழுமிஞ்	ஞாலம்-அதை
மேவாது மேவாதெடுத் திந்தக்	கோலம் (இர)
10. என்னிலை தன்னை	யறிந்தே-என்னுள்
இருந்தாடுஞ் சூத்திரம் பொருந்திடமறிந்தே	
அன்னிய நிலைகளைத்	துறந்தே-குரு
அருளினா லநுதின மருளெலா	மறிந்தே (இர)
11. ஆழித் துரும்பென	அங்கும்-இங்கும்
அலைந்து திரிவதி லஞ்ஞானந்	தங்கும்
பாழிற் கெடாதருள்	பொங்கும்-படி
பார்த்துத் துணிந்து பரதேச	மெங்கும் (இர)
12. காடுங்க ரையுஞ்சு	ழன்று-ஒரு
காட்சியுங் காணோ மெனவேயு	ழன்று
தேடும் பருவத்திற்	சென்று-திக்குத்
திசையொன்றுந் தெரியாமற் றெளிதற்கு நின்று (இர)	

4. அஞ்சு தூண்-ஐம்பொறிகள்.

5. அத்தர் (உ) - வாசனைத் தைலம்.

6. தூலம்-தூலவுடல்.

13. ஆடிய கூத்தினைப் போற்றி-அருள்
ஆனந்தஞ் சேர்க்கும் அருளினிற் றோற்றி
ஓடிய காற்றினை யேற்றி-அதில்
உருகி யொழுகும மிர்தத்தைத் தேற்றி (இர)

14. நாலிரண் டரைமுழ மான-பிண
நாற்றச் சடலத்துள் நானென்று ஞானக்
கோலம் விளக்கிய மோன-அருள்
குருவடி திருவடி யுருவத்தை மான (இர)

15. எறியும் அகத்தைத்த டுத்தே-அதில்
இச்சித்துப் பட்சமிகவைத்த டுத்தே
அறிவைக்கொண் டறிவைத்தோ டுத்தே-அருள்
ஆனந்தஞ்சேர்க்கின்ற அருளினை யெடுத்தே (இர)

16. பாரினிற் பலவிதங் காட்டி-நல்ல
படிகத்தின் குணமெனப் பரவொளி சூட்டி
ஆரிய னருளினைக் கூட்டி-குரு
அருள்செய்த வுடனேயென் வினைகளை யோட்டி (இர)

17. மண்டப வுள்ளறை விண்டு-வரும்
மாமண மூறிய தேமது வுண்டு
உண்டு களிப்போரைக் கண்டு-யானும்
உள்ளத் திருக்கினைத் தள்ளிக்கைக் கொண்டு (இர)

18. மாதவந் தன்னைப்பு ரிந்து-ரச
வாதங்கள் செய்கிறோ மென்றுதி ரிந்து
சூதோடு வாதைப்பு ரிந்து-கெட்ட
சூதரைச் சந்திய மாகப்பி ரிந்து (இர)

19. பொறிபுல னடங்கிய காலே-பரி
பூரணப் பொருள்வந்து வாய்க்குமப் பாலே
அறிஞரு மறியாது போலே-காணும்
ஆனந்த வெள்ளத்தி னாடி தாலே (இர)

20. நினைவுங் கனவு மறந்து-நின்ற
நிலையு மறந்தெழு கலையு மறந்து
இனமு மனமும் மறந்து-பின்னர்
இதனிடை தோற்றிய விதங்களு மறந்து (இர)

21. கற்பட்டுப் பாய்கின்ற தோயம்-போலக்
காட்டி மறைக்கும் பிரபஞ்ச மாயம்
அற்பர்க்குத் தெரியாது பாயம்-என்று
ஆலோ சனைசெய் தழியுமுன் காயம் (இர)

---

16. ஆரியன் - உயர்ந்தவன், கடவுள்.

17. உள்ளறை - பிரமரந்திரம்; விண்டு - திறந்து; திருக்கு - மயக்கம்.

21. தோயம் - வெள்ளம்.

22. எனையானென் றறியாத பாடு-என்னை
இக்கோல மாக்கிய தேயதன் கேடு
தனையானு மெதிர்க்கையி னோடு-கொண்டு
சாபத் துடனடர்ந்து கோபத்தி னோடு (இர)

23. விண்ணுக்குள் வெளியிருள் மாற்றி-அதில்
வேதாந்த மூல விளக்கினை யேற்றிக்
கண்ணுக்குள் மணியாகத் தோற்றி-வருங்
காரணமான கடவுளைப் போற்றி (இர)

24. எல்லாரு மானிடர் தாமோ-இந்த
இழிவான பிரமைக ளெல்லார்க்கும் போமோ
கல்லெல்லா மாணிக்க மாமோ-என்று
கற்பித்த காரண குருவடி போற்றி (இர)

25. நாதமுங் கீதமுங் கேட்கும்-அந்த
நாயகன் சந்நிதி தன்னிடை சேர்க்கும்
மாதவ நின்னிலை யாக்கும்-நல்ல
மாசறு தேசிகன் பொற்பதம் போற்றி (இர)

26. கட்டுப் படுங்கன்மக் குட்டை-வருங்
காலத்தச் சன்கையால் வெட்டிடுங் கட்டை
துட்டத் தொழில் படைத்த மட்டை-இந்தத்
தூலமென் றெண்ணிக் குருவருள் போற்றி (இர)

27. போக்கு வரவற்ற போதம்-பஞ்ச
பூதாதி யாலடங் காதெழு நாதம்
வாக்கி லமையாத வேதம்-தன்னை
வடித்துப் புகட்டு மகத்துவைப் போற்றி (இர)

28. நரம்பு தசைதோ லெலும்பு-கொண்டு
நாட்டும் வினைகளுக் காட்டுத் துரும்பு
நிரம்புந் துயர்கொ ளுடம்பு-என்று
நில்லாதென் றெண்ணியில்லலல்லாவைப் போற்றி (இர)

29. ஆழித் திரளெனப் பொங்கும்-அருள்
ஆனந்தஞ் சேர்க்கு மறிவிற் கடங்கும்
நாளுக்கு நாளங்கு மிங்குஞ்-சற்றும்
நாதாந்த வேதாந்த நாதனைப் போற்றி (இர)

30. இன்றைக் கிருப்பதும் பொய்யே-இனி
என்றைக் கிருப்பது மெய்யென்ப தையே
என்று மிருப்பது மெய்யே-என
எண்ணி யெண்ணியரு ளுண்மையைப் போற்றி (இர)

---

27. போதம்-ஞானம் , கடவுள். மகத்து-மகத்தானது கடவுள்.

28. இல்லல்லா-லாயிலாஹா இல்லல்லாஹ்; முன்னே காண்க.

30. ஐயே-சந்தேகமே.

31. பார்க்கப் பலவித மாயும்-ஆகப்
பல்லாயி ரங்கோடி யண்டம தாயும்
காக்கு நிலைக்குயி ராயும்-நின்ற
காரண பூரண நாதனைப் போற்றி (இர)

32. கரும்புசர்க் கரைகற்கண் டாலே-பாகங்
காய்ச்சி யெடுத்துத் திரட்டிய பாலே
அரும்பாவிக் கருத்துங்கை யாலே-அணைத்
தாட்கொளு நாயகன் றாள்களைப் போற்றி (இர)

33. கற்பங்க ளுண்டோநா மென்றே-வெறி
கஞ்சாவுங் கள்ளு மபினியுந் தின்றே
துப்புக்கெட் டலையாம னின்றே-அருள்
தூயமெய்ஞ் ஞானச் சுடரினைப் போற்றி (இர)

34. கருவி வழிதனி லோடி-யானுங்
காலுக ளோய்ந்தும் விடாமலே தேடி
அருவிக் கயர்ந்துளம் வாடி-அலை
யாம லெனக்கருள் வாமனைப் போற்றி (இர)

35. நாசி நுனியிடை நின்று-நல்ல
நடனம் புரிவதைக் கலீர்கலீ ரென்று
வாசியி லேறிக்கொண் டின்று-காண
வைத்த குருபர னற்றாளைப் போற்றி (இர)

36. தேடிய பொருள்புதைப் போரும்-தேசா
தேசங்கள் ராஜாங்க மாண்டிருப் போரும்
ஈடெனக் கில்லையென் போரும்-செத்
திறப்போரென் றேமனந் திறப்படப் போற்றி (இர)

37. ஆனை குதிரைக ளொட்டை-ரதம்
ஆசையோ டேறும் உடலொட லொட்டை
ஞானமி லாதகண் பொட்டை-என்று
நாதன் குருவறி வித்ததைப் போற்றி (இர)

38. அரச ரரண்மனைக் கோட்டை-சூழ
அன்பர் நடனம் புரிகின்ற பாட்டை
இரவும் பகன்மனச் சேட்டை-வைத்த
இன்பக் குணங்குடி யானருள் போற்றி (இர)

மொத்தம் பாடல் - 281

32. அருத்தும்-ஊட்டும்.

33. கற்பம்-காயகற்பம்

34. அருவி-உருவமில்லாதது, பொய்; வாமன்-கடவுள்.

37. ஒட்டை -ஒட்டகம்.

நிராமயக் கண்ணி

ஆதி முதலே யகண்டபரி பூரணமென்று
ஓதுங் குணங்குடிகொண் டோனே நிராமயமே. 1

தேசிகனா னென்றே திருநடன மாடுகின்ற
வாசாம கோசரமே வாழி நிராமயமே. 2

சுத்தத் திருவடியிற் சொக்கி யருள்பெறுமுன்
செத்திறந்து போனாலென் செய்வேன் நிராமயமே. 3

கண்ணே மணியேயென் கண்ணிறைந்த காரணமே
விண்ணேமெய்ஞ் ஞான வெளியே நிராமயமே. 4

எந்தவிதமென் னிதயந் தெளிவதற்கே
பந்த வினையகலப்பாராய் நிராமயமே. 5

இறந்தான் முதலகத்தில் என்னதுயா னென்பதெல்லாந்
துறந்தானே அந்நிலையே சொல்வாய் நிராமயமே. 6

வற்றாச் சமுத்திரமே வள்ளலே வான்பொருளே
சித்த ருளத்தில் தெளிவே நிராமயமே. 7

உம்பர்க்கும் எட்டாதென்று ஒன்றிமறை யோலமிட்ட
செம்பொற் கிரியே செயமே நிராமயமே. 8

பேச்சுக் கடங்காத பேரின்பத் தேனமிர்தங்
காய்ச்சி வடித்த கடலே நிராமயமே. 9

அந்தரத்தி னுள்ளேநின் றாடுதிருக் கூத்தனை
சிந்தை அறிகிலனென் செய்வே னிராமயமே. 10

மோன மவுனமணி மூடிவைத்த பெட்டகமே
தேனமுத இன்பத் தெளிவே நிராமயமே. 11

மண்பட்ட நெஞ்ச மயக்க மெலாந் தீரவருள்
பண்பட்டார்க் கல்லோ பயன்காண் நிராமயமே. 12

மனவாக் கணுகா மறைந்தவான் செஞ்சுடரே
இனமாதி யற்ற இறையே நிராமயமே. 13

பார்க்குமிட மெல்லாம் பரிபூ ரணமாக
ஏர்க்கையுடன் நின்ற இயல்பே நிராமயமே. 14

நிராமயம்-நோயற்றது, பரம்பொருள்; கண்ணி-ஈரடியாலாகிய பாவகை.

8. உம்பர் - வானவர்.

13. இனம் - சுற்றம்.

14. ஏர்க்கை - நன்மைதரும் அபயக்கை.

விண்ணுமுதன் மண்ணாய் விளங்கி நின்ற மெய்ச்சுடரே
கண்ணேயென் னின்பக் கடலே நிராமயமே. 15

துன்புறுமென் னெஞ்சத் துயரமெலாந் தீர்க்கவெனக்கு
அன்புருவாய் நின்ற வருளே நிராமயமே. 16

அங்கிங்கென வொண்ணா அகண்டபரி பூரணமாய்
எங்கும் நிறைந்த இறையே நிராமயமே. 17

நாட்டும் இருவினையும் நாட்டா ருனதருளின்
தேட்டாள ரென்ற திறமே நிராமயமே. 18

படர்ந்த மணங்குடியாம் பக்குவர் சாடவியைத்
தொடர்ந்து தொடர்ந்துவெட்டத் துணிவார் நிராமயமே. 19

உத்தமர்கட் காகா வுலுத்தப் புலையரெனும்
பித்தர் நெறியுளரோ பேசாய் நிராமயமே. 20

பாவபுண் யத்தைப் பறக்கவிட்ட பத்தர்தமக்
கேவல் விலகலிலை யென்றாய் நிராமயமே. 21

முத்திதரும் வேத மொழிந்த வழிநடக்கப்
பெற்ற குருவென் பிணைகாண் நிராமயமே. 22

ஊத்தைப் பிணமாம் உடலை இடிசுவரை
ஏற்ற படிவிடுதல் ஈனம் நிராமயமே. 23

வஞ்ச மழிந்து வருபாசம் விட்டொழிந்து
நெஞ்சந் தெளியநெறிநிற்பார் நிராமயமே. 24

தொந்தங் கடிந்தே சுபமணையின் அல்லாலென்
புந்தி மயக்கம்விட்டுப் போமோ நிராமயமே. 25

வாராக் கருணைமழை வந்துபொழிந் தாலொழியத்
தீரா மனமயக்கந் தீரேன் நிராமயமே. 26

---

18. நாட்டார் - நிலையுறச் செய்யார்; தேட்டாளர் - செல்வம் ஈட்டுவோர்.

19. பாசாடவி - பற்றுக்களாகிய நாடு.

20. நெறியுளரோ - நன்னெறியைச் சார்ந்தவர்களோ?

21. பத்தர் - பக்தர்; ஏவல் விலகல் - விதித்தன ஒழுகலும் விலக்கியன ஒழிதலும்.

22. பிணை - பதிற்பொருள்; புறந்தருகை.

25. சுபம் - நன்னெறி குருவருள்.

மாயும் பசுபாச மடிய மடியஅருள்
தாயனைய இன்பந் தருவாய் நிராமயமே. 27

அய்யனே யென்னை யணைத்தாட்கொண் டாளவந்த
மெய்யனே நாத வெளியே நிராமயமே. 28

கூறும் அவத்தைக் குணங்குடிபோம் அன்பருக்கு
யாரை நிகரிடுவது ஐயா நிராமயமே. 29

பித்தம் பிடித்தலையும் பேய்க்குரங்கு போற்கரணம்
புத்தி தனையலைக்கப் போமோ நிராமயமே. 30

தஞ்சமெனும் ஞானத் தடாகத்தின் மூழ்குநர்க்கு
விஞ்சிய நாத விளக்கே நிராமயமே. 31

ஆரிருந்தென் னார்போயென் ஆவிக் குறுந்துணையாம்
பேறுபெறச் செய்தாற் பிழைப்பேன் நிராமயமே. 32

போகாக் கவலைப் புழுக்கமெலாந் தீருதற்கு
வாகா யருள்புரிய வாராய் நிராமயமே. 33

காமக் கடல்கடக்கக் கர்த்தவியக் கப்பல்வைத்தால்
நேமநிட்டைக் கம்பன் நிலைகாண் நிராமயமே. 34

நின்னைச் சரண்புகுந்தால் நிர்மூட மாகவெனை
என்னத்துக் காட்கொண்ட தியம்பாய் நிராமயமே. 35

சிந்தை யறிவைச் சிதையவிட்டுன் னருள்பெறவே
வந்தேற்குன் திருக்கருணை வைப்பாய் நிராமயமே. 36

தேனமுதே பாகு திரண்ட பெருங்கடலே
வானவர்க்கும் எட்டா மணியே நிராமயமே. 37

இந்த இதயம் இணங்கி வணங்க அருள்
தந்தடிக்காட் கொண்ட தாணே நிராமயமே. 38

இடம்பொருள் ஏவல் எவையும் மறந்தகுணங்
குடியார்க் குவமை குறியேன் நிராமயமே. 39

---

27. பசுபாசம் - ஆன்மாவின் கட்டு.
30. கரணம் - அந்தக் கரணம்.
34. கர்த்தவியம் - செய்யத் தக்கது.
35. என்னை-என்ன.
38. தாணு-புகலிடம், பற்றுக்கோடு.
39. குறியேன்-கூறமாட்டேன்.

ஆழாழி தானும் அணைகடவாது ஆணைதனில்
தாழ விலையோ வென் தாயே நிராமயமே. 40

தீதுநலமறியேன் திசைநாகம் மற்றெவையும்
ஈதென் றறியேன் எளியேன் நிராமயமே. 41

மீளா வெளியில் விழற்கிரைத்த நீரெனவும்
பாழில் அலைவதுமென் பாவம் நிராமயமே. 42

ஈன்றெடுத்த மாதா எனையாட்கொண் டாள்வதென
ஆணுடணைப்ப தென்றோ அருளாய் நிராமயமே. 43

சாத்திரங்க ளோதுஞ் சழக்கர் தமக்குமருள்
மாத்திரைப்போ தென்றோ அருளாய் நிராமயமே. 44

அய்யனே மெய்யருளில் ஆசையற்ற நீசனுக்கு
உய்யுந் திருக்கருணை உண்டோ நிராமயமே. 45

காதல்தருங் கண்ணீக் கரைபுரள நின்றவர்க்குச்
சூதுதருங் கண்ணீர் தொலையும் நிராமயமே. 46

வஞ்சங் குடியிருந்து வாமும் மனத்தினருக்கு
எஞ்சா திருக்கும் இருப்பே நிராமயமே. 47

பற்றற்று நின்ற பரம பதத்தினருக்கு
எத்தொழிலுஞ் செய்ய இயல்போ நிராமயமே. 48

வாதே யகன்றகுணங் குடி வாழ வைத்தாயே
ஈதே பெருமையெனக் கென்றாய் நிராமயமே. 49

என்றுமிருப் போமென் றெண்ணியெண்ணி யென்னிதயஞ்
சண்டை பிடிக்கச் சரியோ நிராமயமே. 50

மட்டுக் கடங்கா மயக்கமெல்லாந் தீர்த்துவெளிப்
பட்டோர்கட் கல்லோ பயன்காண் நிராமயமே. 51

மன்னும் உயிர்க்கு மறலி வரும் பொழுதில்
உன்னையன்றி யார்தாம் உளரோ நிராமயமே. 52

எண்ணாத எண்ணமெல்லாம் எண்ணி யிடைந்துமனம்
புண்ணாவ தற்கோ புகுந்தேன் நிராமயமே. 53

---

41. திசைநாகம்-எட்டுத்திக்கு மலைகள்

46. காதல்-இறைக் காதல்.

49. வாது-வீண் வாதம்; 52. மறலி-மரணம்.

உள்ளது உரியதெல்லாம் ஒளியா துரைத்தஎனைத்
தள்ளி விடத்தான் தகுமோ நிராமயமே. 54

வன்னத் திருக்கருணை வாழுந் திருவடிக்கே
என்னத்தைச் செய்வேன் எளியேன் நிராமயமே. 55

கற்ற படி நடக்கக் கல்லாத பாவியெனைச்
சித்தந் தெளியவருள் செய்வாய் நிராமயமே. 56

பேச்சற்றுச் சிந்தை பிரக்கினையு மற்றபதம்
வாய்ச்சார்க்கல் லோமவுனம் வாய்க்கும் நிராமயமே. 57

நிட்டை நிருவிகற்ப நித்திரைகொண் டேயிருக்க
அட்டாங்க யோக மெனக்கு அருளாய் நிராமயமே. 58

தொல்லுலகில் அல்லல் துயரமெலாந் தீர்க்கவொரு
சொல்லருள வந்த துரையே நிராமயமே. 59

உயிர்த்துணைவ வேனும் உளந்தெளியா வுலுத்தரையோர்
மயிர்க்கு நிகர்குறிக்க மாட்டேன் நிராமயமே. 60

கொல்லா விரதத்தைக் கொல்லக் கொலைஞருளங்
கல்லாகத் தானோ கணித்தாய் நிராமயமே. 61

எத்தனையோ உத்தி எடுத்தெடுத்துச் செய்யும்உடல்
உற்றா ரிருக்க உடையும் நிராமயமே. 62

வாயே புலம்பி வருபாசப் பேய்பிடித்த
தீயனெனச் சொன்னாலென் செய்வேன் நிராமயமே. 63

தாயிருக்கப் பிள்ளை தளரா தொருபோதும்
நீயிருக்க நான்தளர நேரோ நிராமயமே. 64

சொல்லுங் கடங்காச் சுகங்காண் துறவிகட்கு
நல்லறிவா சற்றே நகுங்காண் நிராமயமே. 65

மத்திபத்தி னூடே மறைந்த மணிவிளக்கை
நித்தம் விளங்கவருளு நேராய் நிராமயமே. 66

மெத்தப் படித்த வெறும்பாசப் பித்தருக்கே
சித்தந் தெளியாதென் செய்கேன் நிராமயமே. 67

---

57. பிரக்கினை-உணர்வு; வாய்ச்சார்-வாய்த்தவர்.; 64. நேரோ - நியாயமோ.
65. ஆசற்று - குற்றமற்று; நகும் - ஒளிவீசும்.; 66. மத்திபம் - புருவநடு.

கள்ள இருளைக் கடிந்துகரை யேறுதற்குத்
தெள்ளியவான் சோதித் திரளே நிராமயமே. 68

ஓட்டாதே உன்னைவிட்டும் ஓட்டி நயம் இடரில்
மாட்டாதே யான்பொறுக்க மாட்டேன் நிராமயமே. 69

தன்னை யறிந்தால் தலைவன் தனையறிந்தது
என்னும் மொழியே இதங்காண் நிராமயமே. 70

அபயம் எனைக்காப்பது அண்ணலே உன்னுபயம்
உபயம் உபய முனதுபயம் நிராமயமே. 71

பிரியா உனதடியைப் பின்தொடர்ந்தார் பின்தொடர
அறியாச் சிறியேனென் ஐயா நிராமயமே. 72

துற்குணமே கொண்ட தொழும்பன்யான் தொல்லுலகில்
கற்குணத்தார் என்போலுங் காணேன் நிராமயமே. 73

பொய்யுங் கவடுமுள்ளே பூட்டிவைத்த பெட்டகமாய்
நையு முடலெடுத்தேன் நான்காண் நிராமயமே. 74

கங்குல் பகலொழித்த காரணர்க்கோ நின்னருளைப்
பங்கு கொடுத்தாய் பகராய் நிராமயமே. 75

தேறாப் ப்ரபஞ்சத் திடுக்கமெல்லாந் தீர்ந்தவர்க்கு
மாறா அருள்நிலைதான் வாய்க்கும் நிராமயமே. 76

சருவ தயாநிதியாய்ச் சஞ்சரித்த நெஞ்சினர்க்குப்
பிரியா அருள்நிலைதான் பேறாம் நிராமயமே. 77

பாத முடிநடுவும் பக்கமுன்னும் பின்னுமற்ற
நாடி வடிவே நவமே நிராமயமே. 78

பேசா இடமறித்தும் பேய்க்குரங்கு போற்கருவி
ஊசா டுவதேன் உரையாய் நிராமயமே. 79

எனையாட்கொண் டாளவரும் என்குருநா தன்வடிவந்
தனையார்க்குஞ் சொல்லத் தகுமோ நிராமயமே. 80

கொப்புவித்தி னுள்ளே குடியிருந்த கொள்கையென
எப்பொருட்குஞ் சித்தாய் இருந்தாய் நிராமயமே. 81

கூறுங் கருவி குடிபோன அன்பருக்கே
யாரும் நிகரோஎன் ஐயா நிராமயமே. 82

69. நயமிடர் - இன்பம் துன்பம்; 82. கருவி குடிபோன - ஐம்புலன்களை வென்ற

சிந்தை சிதையாச் சிவராச யோகநிலை
வந்தோர்க் கருள்புரிய வந்தாய் நிராமயமே. 83

கோடானு கோடிமறை கூறஅறி யாதவுனைத்
தேடுகின்ற தென்னோஎன் திறமே நிராமயமே. 84

பிரியா அருள்நிலையைப் பெற்றார்பெற் றாரெனவும்
அறியா வெறியன்ஐயா ஐயா நிராமயமே. 85

எமனார் விடுதூது எனும் பாசக் கட்டறுத்தோர்
நமனார் தமக்கும் நமனாம் நிராமயமே. 86

துலங்கும் அருள்மயத்தைத் தோன்றாது இருள்மயமாம்
புலனைத் தொலைப் பாய்உனக்குப் புண்யம் நிராமயமே. 87

மன்னிக்க வொண்ணா மனக்குறையும் தாய் பொறுப்பாள்
நின்ன தருளுமந்த நேராம் நிராமயமே. 88

எந்த அறிவை யெடுத்தெடுத்தே ஓதினும்என்
புந்தி மயக்கு அணுவும் போகா நிராமயமே. 89

செகத்துள் மயக்கஞ் சிதறிப் பறக்கவும்என்
தகைப்பறவோர் முத்தந் தருவாய் நிராமயமே. 90

உய்த்த துணர்வதெல்லாம் உயிர்க்குயிர் நீ தானெனவுஞ்
சித்தந் தெளிந்தோர் திறங்காண் நிராமயமே. 91

அனைத் துயிரும் நீயென்று அறிந்தார் மறப்புமுதல்
நினைக்குமா றெங்கே நிகழ்த்தாய் நிராமயமே. 92

நின்செயல்கள் என்றால் நினைப்பு மறப்பு முதல்
என்செயல்கள் உண்டோ இயம்பாய் நிராமயமே. 93

எறும்பூர வூர இரும்புமுதல் தேய்வதுபோல்
இறும்பூரும் அன்பருளம் இத்தகையே நிராமயமே. 94

கும்பிக்கு இரைதேடிக் கொடுப்போர் முகம்பார்த்துச்
சம்பித் திரியத் தகுமோ நிராமயமே. 95

83. சிவராச யோகம் - முன்னே காண்க.

86. நமன் - எமன்.

90. தகைப்பு - இளைப்பு.

94. இறும்பு - காடு, மலை; இறும்பூரும் அன்பர் - காடு மலைகளில் தவம் செய்வோர்.

95. சம்பித் திரிய - உண்டு திரிய

கடலின்மடை கண்டதெனக் கண்ணீர் கரைபுரளும்
அடியன்முகம் பார்த்திரங்கி அருளாய் நிராமயமே. 96

பருவமது செய்யப் படர்பயிராம் பக்குவர்க்குக்
கருவாம் அருள்நிலையே கனிகாண் நிராமயமே. 97

நினைப்பும் உதிப்புமெலாம் நின்செயலென்று அன்பருளம்
தினைப்போதும் விட்டுத் திரும்பார் நிராமயமே. 98

சிவராச யோகந் தெளித்த திறத்தினருக்கு
எவரைச் சரியிடுவது எந்தாய் நிராமயமே. 99

அந்திபக லற்ற அகண்டபரி பூரணர்க்கே
சிந்தை நிறைந்த தெளிவே நிராமயமே. 100

வேதங்க ளாலும் வெளிப்படாச் சுந்தரமாஞ்
சோதியெனக்கு என்றோ துலங்கு நிராமயமே. 101

எப்பொருளுந் தானாய் இயங்குமுனைப் பூசைசெய்யப்
புட்பம் எடுக்கவுந்தான் போமோ நிராமயமே. 102

கைப்பொருளைத் தேடிக் கடலோடிப் போவரென
மெய்ப்பொருளைத் தேடி மெலிந்தேன் நிராமயமே. 103

உயிர்க்கு ளுயிராயென் உள்ளுள் உலாவியநீ
தயிர்க்குளுறு வெண்ணெயெனத் தானே நிராமயமே. 104

மூடும் விழிக்கிடையாம் மூக்குநுனிக் கட்கிடைக்கீழ்
ஆடுந் திருநடனத் தாட்டம் நிராமயமே. 105

நீளுங் கரண முதல் நெக்குருகி மட்கினர்க்குத்
தாழா அருள்நிலையைத் தந்தாய் நிராமயமே. 106

கொல்லுதற்கு வந்த கொலைஞரெனப் பாவிமனம்
மல்லுப் பொருதுதற்கேன் வைத்தாய் நிராமயமே. 107

பல்லுயிரும் போற்றும் பரம் பதத்தினர்க்குச்
சொல்லுஞ் செயலுந் தொலையும் நிராமயமே. 108

தன்னை அறிந்தால் தனக்கொருகே டில்லையெனச்
சொன்ன மொழியே சுகங்காண் நிராமயமே. 109

புண்ணாய்க் கசிந்துமனம் பூணுகின்ற அன்பருக்குக்
கண்ணீர் கரை புரளக் கண்டாய் நிராமயமே. 110

---

102. புட்பம் - மலர்.; 105. கட்கிடைக்கீழ் - கண்களுக்கு இடையே; புருவநடு.
107. மல்லுப் பொருதுதல் - போராடுதல்.

முன்னால் சுருதி முறையால் எனையறிதல்
உன்னை அறிதற்கு உளவாம் நிராமயமே. 111

அண்டபகி ரண்டம் அகண்டபரி பூரணமாய்க்
கொண்டநின்னை யாரறிந்து கொண்டார் நிராமயமே. 112

உன்னையன்றி வேறொன்று உளதோவுண் டாயினதை
இன்னதுவாம் என்றே இயம்பாய் நிராமயமே. 113

நெஞ்சகத்தில் வஞ்சம் நெகிழாக்கட் டுண்டவருக்கு
அஞ்சலென்ன நீயொன்று அறியாய் நிராமயமே. 114

துற்கவலையற்ற துரியாதீ தத்தினார்க்கு
நற்கவலைத ானே நடிக்கு நிராமயமே. 115

விண்ணோடு மண்ணுமுதல் வேணதெலாம் உன்கருணைக்
கண்ணூ டிடைகிடக்கக் கண்டேன் நிராமயமே. 116

நாய்க்கு விருந்தோ நரிக்கோ புழுக்கூடு
தீக்கு விறகோ தெரியேன் நிராமயமே. 117

ஈக்கள் எறும்புமுதல் என்னதுவாம் என்னும்உடல்
பேய்கள் தமக்குப்பெறு பேறோ நிராமயமே. 118

விண்ணாதி யாவும் விளங்குவது நீயெனஎன்
கண்ணார வுங்கனவு கண்டேன் நிராமயமே. 119

இல்லாமை யில்லதென்று இதயந் தெளிவதற்கென்
வல்லாண்மை கொண்டு வருமே நிராமயமே. 120

உன்னையன்றி யாவும் உளவோயென்று ஓதியபின்
என்னையென்னத் தில்வைத்து இசைப்பாய் நிராமயமே. 121

கானற் சலமாங் கவிபாசக் கட்டுண்டார்
தான்ஆனேன் என்னத் தகுமோ நிராமயமே. 122

காட்டுக் கொலைவேடன் கைக்குள்சிக்கும் மானெனவும்
மாட்டித் துயருறவும் மாட்டேன் நிராமயமே. 123

கல்லும் உருகு மொரு காலத்தில் என்னிதயம்
அல்லல் இறுவதில்லை ஐயா நிராமயமே. 124

---

115. துரியதீதத்தினர் - ஆன்மா மிகத் தூய்மையடைந்த நிலையினர், பக்குவத்தின் இறுதி நிலையாகிய ஐந்தாவது நிலையை அடைந்தோர். நற்கவலை- நல்ல அக்கறை; நடிக்கும் - ஆடும்.

116. வேணதெல்லாம் - வேண்டியதெல்லாம்

117. புழுக்கூடு - உடல்.

காயக் கருவி கரணமுதற் காயவைத்த
நேயர் உளத்தின் நிறைவே நிராமயமே. 125

பல்லாயி ரங்கோடி பகிரண்ட மும்எவையும்
எல்லாம் உனதடிமை என்றாய் நிராமயமே. 126

எனக்கோர் நிகருமில்லை இல்லாரில்; வல் லாரில்
உனக்கோர் நிகரொருவர் உண்டோ நிராமயமே. 127

செப்பஞ் செயுஞ்செயலுட் சிந்தித்தல் வந்தித்தல்
எப்போ தெனைவிட் டியங்கும் நிராமயமே. 128

நீரால் திரள்குமிழி நேர்மைதரும் இவ்வுடலம்
யாரார்க்குக் கைகொடுத்த தையா நிராமயமே. 129

ஒன்றாய்ப் பலவாய் உருஅருவா யும்முயிராய்
நின்றவுனை யாரறிய நின்றாய் நிராமயமே. 130

பெற்றெடுத்த மாதா பிதாக்களிருந் தாலுமெனைச்
செத்தவுடன் மண்ணில் திணிப்பார் நிராமயமே. 131

எந்தம் உயிர்க்கே யமனாய் வரும்பாச
பந்தம் அகலமும் பாராய் நிராமயமே. 132

அபயம் எனைக்காப்பது அண்ணலே உன்கடமை
உபயம் இனியொருவர்க்கு உண்டோ நிராமயமே. 133

என்னை யுனதடிக்கீழ் இதைத்தாட் கொண் டாளாத
இன்னலையே எண்ணி இளைத்தேன் நிராமயமே 134

நாமத்தை அற்ற நவநாத சித்தர்தமைக்
காமங் கரைபுரளக் காணேன் நிராமயமே. 135

தேங்காய்க்கு இளநீர் செழிப்பில் திரட்சிதரப்
பாங்காய் அருளுவதுன் பாரம் நிராமயமே. 136

கன்னலென இன்பங் கனிந்தொழுகும் உன்னடிக்கென்
தன்னாலுங் என்னபலன் தாயே நிராமயமே. 137

அமையா மனமமைந்தே அருட்கடிமைப்பட்டவரை
எமனாலும் என்செயலாம் எந்தாய் நிராமயமே. 138

ஒன்றுக்கும் எட்டாது உறைந்தசுயஞ் சோதியுயர்
அண்டர்க்கும் எட்டாதென்று அறிந்தேன் நிராமயமே. 139

---

129. நேர்மை தரும் - ஒப்பாகும்.

135. நாமம் - அச்சம்.

136. திரட்சி தர - பக்குவம் தர.

வஞ்சமின்றி என்னை வழிப்படுத்தி வைக்கவுனை
அஞ்சலற நானடைந்தேன் ஐயா நிராமயமே. 140

தாயனைய இன்பந் தருபேரின் பக்கடலில்
வாய்மடுக்கில் தாகம் வருமோ நிராமயமே. 141

முன்னாள் எமக்கிருந்த மூதறிவி னோர்வசனஞ்
சொன்னால் அதுவே சுகங்காண் நிராமயமே. 142

அட்டதிக்கு மண்விண் அடங்கும் பெருவெளியில்
நட்ட நடுவிருந்த நாதா நிராமயமே. 143

தீது நலமுதலாஞ் செய்கை அகலவைத்தால்
ஃதொன்று போதுமெனக்கு எந்தாய் நிராமயமே. 144

கெர்ப்பத்தில் என்னைக் கிடத்தியமு தூட்டுமுனக்கு
ஒப்புவமை யாதென்று உரைப்பேன் நிராமயமே. 145

எவ்வுலகும் ஏவற் கிணங்காதோ நின்னருள்தான்
செய்விக்கப் பட்டோர்க்குச் செப்பாய் நிராமயமே. 146

தன்தேசம் விட்டுத் தனித்த தபோதனர்க்குச்
சென்றுழி யெல்லாஞ் சிறப்பாம் நிராமயமே. 147

சிந்தைக் கலக்கஞ் சிதறிவிடச் செய்வதுவே
எந்தத் தவத்தினும் நன்று எந்தாய் நிராமயமே. 148

தேடுவதும் நாடுவதும் சிந்தைத் திருநடனம்
ஆடுவதும் உன்னடியார்க்கு ஆசை நிராமயமே. 149

கண்ட பகலிரவுங் காணார்க்குச் சூரியனார்
என்றெழுந்தால் என்ன இயம்பாய் நிராமயமே. 150

செத்த சவமென்றுச் சின்னஞ் சிறியரென்றும்
முத்தர்க் கிருக்கு முறைகாண் நிராமயமே. 151

சட்ட ரசங்கள்முதல் சர்வவில் லங்கசுத்தி
இட்டார்க் குனதருள்வந்து எய்தும் நிராமயமே. 152

ஆகமத்துக் கெட்டா அகண்டபரி பூரணமாம்
ஏகவெளி யன்றோ இயம்பாய் நிராமயமே. 153

---

140. அஞ்சல் அற - அச்சம் நீங்க

152. சட்ட ரசங்கள் - அறுசுவைகள்; வில்லங்கம் - தடை; சுத்தி இட்டர் - தூய்மையாவதை விரும்புவோர்.

தேகம் உடையுமெனத் தேர்ந்த மனத்தினர்போல்
பாகபக்கு வத்தைப் படையேன் நிராமயமே. 154

நாழிஉப்பும் நாழிஅப்பும் நாழியாந் தன்மைமுப்
பாழெய்தி னார்க்கோ பகராய் நிராமயமே. 155

கொத்தோ டடிமை குடியரசு என்றனையுன்
பத்தருக் கென்றோ படைத்தாய் நிராமயமே. 156

எந்த வுயிரும் எமதுயிரென் றெண்ணியெண்ணிச்
சிந்தை தெளியவருள் செய்வாய் நிராமயமே. 157

அந்திபக லற்ற அகண்டிதா காரமுமென்
புந்தி வெளிக்குட் புகுமோ நிராமயமே. 158

உள்ளுள் ளுயிராய் உறைந்த உனைத்தொழவே
பள்ளி யறையேன் பகராய் நிராமயமே. 159

மேலிட்ட ஆணவத்தை மெலியவிட்ட மேலவர்க்கு
மூலத் தெழுந்த முளையே நிராமயமே. 160

மூலதல் ஆறுதல் முடிநின்ற குண்டலியின்
பாலிற் கலித்தேகப் படுமோ நிராமயமே. 161

பஞ்சசுத்தி செய்த பழவடியார் என்னவுன்னை
அஞ்சலி செய்தே யடைந்தேன் நிராமயமே. 162

தொண்டர்பணிக் காளாய்ச் சுதைப்படுத்தி விட்டுவிடற்கு
என்றிரங்கு வாய்கருணை எந்தாய் நிராமயமே. 163

---

154. பாகபக்குவம் - பரிபக்குவம்.
155. நாழி உப்பும் நாழி அப்பும் நாழியாம் தன்மை - ஒரு நாழி உப்பும் ஒரு நாழி நீரும் கலந்தபின்பு ஒரு நாழியளவே இருப்பது போல்; முப்பாழ் எய்தினோர் - பரம்பொருளோடு ஒன்றானோர்; முப்பாழ் - முன்னே காண்க.
158. அகண்டிதாகாரம் - பரிபூரண வடிவம்; பரம்பொருள்.
162. பஞ்ச சுத்தி-ஐந்துவகைத் தூய்மைகள். சூஃபி மரபுப்படி அவையாவன; 1. செய்த பாவங்களுக்கு வருந்தி அவற்றினின்றும் விடுபடல், 2. பழக்க வழக்கங்களினின்றும் விடுபடல், 3. உறவினர் பாசத்தினின்றும் விடுபடல், பொருளாசையினின்றும் விடுபடல், 4. காம இச்சையினின்றும் விடுபடல், 5. 'தான்' என்பது பரம்பொருளினின்றும் வேறானது என எண்ணும் 'அனிய்யத்' என்னும் மாயையலிருந்து விடுபடல்.
163. சுதைப் படுத்தி-தூய்மை செய்து.

ஓவியத்தைப் போலே உறைந்த மனத்தினரென்
ஆவிக் குறுதுணையாம் ஐயா நிராமயமே. 164

விரிந்த சரியைமுதல் மேவிநின்ற மெய்ஞ்ஞானம்
கரும்புமுதற் கண்டெனவுங் கண்டேன் நிராமயமே. 165

அஞ்ஞானம் விட்டே அறந்தாங்கி வந்தவர்க்கு
மெய்ஞ்ஞானந் தானே விளங்கும் நிராமயமே. 166

தின்றுடுத்திப் பூண்டு திரியவெனப் பாவிமனச்
சண்டி புரளச் சரியோ நிராமயமே. 167

எம்மா விசைந்த இருவினையும் போவிட்டுச்
சும்மா இருக்கச் சுகந்தான் நிராமயமே. 168

பாசவினை யெல்லாம் பயந்திடமெய்ஞ் ஞானவைவாள்
வீசவருள் தானே விளக்காய் நிராமயமே. 169

தன்னி லிருந்து தலைவன் தனியறியாது
என்னையறிந் தென்னபலன் எந்தாய் நிராமயமே. 170

உன்னைமறப் பிக்க உருவெடுத்த ஆணவப்பேய்
தன்னைமறப் பிக்கத் தகாதோ நிராமயமே. 171

இல்லாத மாயை எனைத் தொடரா வண்ணமொரு
சொல்லருள் செய்யென் துரையே நிராமயமே. 172

பொல்லாஎன் னெஞ்சம் புழுங்க வருகவலை
சொல்லுக் கடங்காச் சுகங்காண் நிராமயமே. 173

அலையும் மனத்தை அகத்தடக்கும் அன்பருளம்
உலையின் இடுமெழுகுக்கு ஒப்பாம் நிராமயமே. 174

எழுகடலும் ஓர்கடுகுன் இடையிருத்தக் கற்றாலும்
வழுவும் மனத்தினற்கு வாயேன் நிராமயமே. 175

போருக்கே வந்தெதிர்த்த போக்கிரிபோல் என்னிதயம்
தீரம்பே சுவதென்ன செய்வேன் நிராமயமே. 176

---

164. உறைந்த மனத்தினர்-சலனமற்ற மனத்தினர்.

165. சரியை, கிரியை, யோகம், ஞானம் என்பன முறையே கரும்பு, சாறு, பாகு, கற்கண்டு போன்றவை. ஒன்றிலிருந்து ஒன்று பக்குவப்படுவது.

169. வைவாள்-கூர்மையான வாள்; விளக்காய்-விளக்குவாயாக.

173. இரண்டாவது அடி 'இல்லா தடங்க இதங்காணிராமயமே' என்றிருக்க வேண்டும்

175. வழுவும்-தவறும்; வாயேன்-வாய்ப்பேச்சு எதற்காக.

சோம்பே றிகள்போற் சுருண்ட மனத்தினர்க்குக்
காம விகாரங் கசப்பாம் நிராமயமே. 177

ஒழியாப் ப்ரபஞ்சத்து உறவை மறவார்க்குக்
கழியிற் படுநாரைக் கதிகாண் நிராமயமே. 178

புந்தி இதம்அகிதப் பூட்டுவிட்ட போகர் தமக்கு
அந்தி பகலறுமென் ஐயா நிராமயமே. 179

நானே நெருப்பாறு நடக்கும்மயிர்ப் பாலமும்யான்
தானே யெனுமறிவைத் தாராய் நிராமயமே. 180

மின்னனைய பொய்யுடலை மெய்யென்ற பொய்யரினி
என்ன கதிபெறுவார் எந்தாய் நிராமயமே. 181

கருவிப் பெருவெளியிற் கருத்தைச் செலுத்தாருக்கு
அருவி சொரியவருள் ஆங்காண் நிராமயமே. 182

தேயாப்பஞ் சாட்சரவாள் தீட்டுந் திறத்தினார்க்குக்
காயா புரிக்கோட்டை களங்காண் நிராமயமே. 183

பூமிப் பரப்பைவலம் போய்வரினும் பாவிகளைக்
காம வினையகலக் காணேன் நிராமயமே. 184

கோணற் கரும்பிரசங் கோணாத கொள்கையென்றன்
ஆணவத்தில் உன்தன் அறிவாம் நிராமயமே. 185

கானலைநேர் பொய்யுடலைக் கல்லாக் கண்டவர்க்கு
நாணாமை நின்றே நடிக்கும் நிராமயமே. 186

செலக்குமிழிபோன்ற வென்றன் சிற்றுடற்கும் இத்தனையோ
கலக்கமதை வைத்தாயென் கண்ணே நிராமயமே. 187

---

177. சுருண்ட மனத்தினர்-துறவியர்.

178. கழியிற் படுநாரை-உப்பங் கழியில் மீனிருக்கும் எனக் காத்திருக்கும் நாரை.

180. நெருப்பாறு, மயிர்ப்பாலம் -முன்னே காண்க.

182. ஆங்காண்-ஆகும்.

185. கோணல் கரும்பில் இனிமையான சாறு இருப்பதுபோல் ஆணவம் உள்ள என்னிடமும் உன்னைப்பற்றிய அறிவு இருக்கிறது. 'கோணாது' 'அறிவால்' என்பன பாடங்களாயின் என் ஆணவத்திலும் உன் அறிவு இருப்பதால் கோணல் கரும்பிலிருந்து வருவது என விலக்காமல் அதன் சாற்றை மனம் வெறுக்காமல் ஏற்கிறேன் என்று கூறலாம்.

187. செலம்-ஜலம்.

பொய்வாழ்வை நம்பும் புலையர் தமக்குனது
மெய்வாழ்வு வந்து விடுமோ நிராமயமே. 188

கனக்கும் இருவினையாங் காவடியைத் தூக்குவதற்கு
எனக்குமுடி யாதினிமேல் எந்தாய் நிராமயமே. 189

துறவின்றிச் செய்வினையின் தொகைப்பலனே தென்பவர்க்கு
நரகசொர்க்க மென்றே நவின்றாய் நிராமயமே. 190

காதொடுகண் வாய்மூக்குங் கண்டமெய்யோ டையறிவும்
வாதாடு தற்கோ வளர்த்தேன் நிராமயமே. 191

மாதா பிதாவும் வருந்தி வருந்திவைத்த
போர்தனையும் பார்க்கிற் பிழைகாண் நிராமயமே. 192

செல்லும் அளவுஞ் செலுத்துகின்ற சிந்தையினோர்க்கு
அல்லும் பகலும்அறும் ஐயா நிராமயமே. 193

வேதச் சுமையதனை வீம்புக் கெடுத்தவுடல்
மாதவத்திற் கெங்கே வளையும் நிராமயமே. 194

நரம்பென்பு தோலால் நடிக்கின்ற பாவைதனிற்
குறும்புமுத லெல்லாங் குடிகாண் நிராமயமே. 195

தூலத்துள் இச்சை தொலைத்தோரிஞ் ஞாலமுதல்
ஆலத்துக்கு ஒப்பென்று அறைந்தாய் நிராமயமே. 196

வானேற நூலேணி வைத்தாற்போல் உன்னடிபால்
நானேறு வேனென்ற நாட்டம் நிராமயமே. 197

மைந்தர்களைப் பெற்று மறலிக்களித் தாரெனவுஞ்
சிந்தைநெருப் பாயெரியச் செய்தாய் நிராமயமே. 198

நாலுதிக்கி னும்விசயம் நாட்டுமன்னர் கோட்டையெல்லாம்
பாலர்மணற் சோற்றின் படியாம் நிராமயமே. 199

பாட்டைப் படித்ததனாற் பகர்ஞான வானென்பது
ஏட்டுச் சுரைக்காய்க் கியல்பாம் நிராமயமே. 200

நின்னரு ளன்றி நிறைவுகுறைவு என்பாருக்கு
என்ன கதிமுடிவில் எந்தாய் நிராமயமே. 201

---

192. போதனை என்பது தவறான பாடம்.

193. வேத... உடல் - வேதத்தின் உட்பொருளை உணராமல் வேண்டுமென்றே அதன் வெளிப்பொருளை ஏற்றல்.

194. தூலம்-உடல்; ஆலம்-ஆலமரம்.

நிராமயக் கண்ணி ❖ 213

தேகாபி மானத் திரைகடந்த தேசிகர்க்கு
மோகங்க ளெங்கே முயலும் நிராமயமே. 202

சித்தந் தெளிந்த கிவஞா னியருலகப்
பித்த ருறவைப் பிடியார் நிராமயமே. 203

புத்தி தெளியாப் புலத்தோர் தமைத்தவத்துஉன்
மத்த மனுசரென மாட்டேன் நிராமயமே. 204

தொல்லைப் பெருமல்லல் தொலைத்தாருக் கேதொன்றுஞ்
சொல்லத்தா னுண்டோதான் சொல்லாய் நிராமயமே. 205

போக்கும் வரத்துமெல்லாம் பொய்யென்ற புண்ணியர்க்கு
நீக்கும் அருளுண்டோ நிகழ்த்தாய் நிராமயமே. 206

எத்தனையோ கற்றும் இதயந்தெளி யாதிருந்த
பித்தருடன் நேசம் பிழைகாண் நிராமயமே. 207

வஞ்சப்ர பஞ்ச மயக்கொழிந்தா லல்லாதுன்
அஞ்சலெனும் பேரருளில் ஆகேன் நிராமயமே. 208

அண்டும் இருவினைப்பேய் அண்டா தடிப்பவாக்குத்
தொண்டுசெய்வார்க் கன்றோ சுகங்காண் நிராமயமே. 209

என்னெஞ்சந் தானே எனைக்கெடுக்கும் இன்னுமெனைச்
சின்னப் படுத்திலென்ன செய்வேன் நிராமயமே. 210

மூடும் எனதறிவே மூடி யிருந்தாலுன்
ஆடுமறி வெங்கேநின் றாடும் நிராமயமே. 211

ஓடியே யுள்ளமட்டும் ஓடியித யம்மயங்கி
வாடியே நின்சமுகம் வந்தேன் நிராமயமே. 212

முட்டாளெனும்பட்டம் முழுதுமெனக் கீயவுனக்கு
இட்டமிருந்தா லியம்பாய் நிராமயமே. 213

ஆலமுறுந் தூலம் அநித்தியமென் போர்க்காசை
மாலெங்கே நின்று வருங்காண் நிராமயமே. 214

ஆர்ப்புக் குயிரான அண்டபக் ரண்டமுமாந்
தாற்பரிபஞ் சொல்லத் தகுமோ நிராமயமே. 215

எண்டிசையுந் தானா யியங்கு முனைத்தொழுதற்கு
அண்ட சராசரம்நின் றாடும் நிராமயமே. 216

---

20. சின்னம்-சிறுமை.

214. ஆலம் (அ) - உலகம்.

காற்றாடி போலக் கருத்துவந்து தேடியுனை
ஆற்றா தயர்ந்தேனென் ஐயா நிராமயமே. 217

எல்லாம் படித்தநடப் பெய்தினர்இன் புற்றனர்மற்று
அல்லாரை யாரென் றறியேன் நிராமயமே. 218

அன்னை சுற்ற மெல்லாம் அகலவிட்ட அன்பர் தமக்கு
இன்னல் அகலுமற் றெவர்க்காம் நிராமயமே. 219

சாருதல்நீ யன்றியில்லைச் சத்தியம் என்மனத்தை
ஆராய வேண்டாமென் அரசே நிராமயமே. 220

தத்தும் மனத்தினர்க்குத் தாரபலன் போகிறதை
எத்தனையென் றேயுரைப்ப தெந்தாய் நிராமயமே. 221

கொல்லும் கொலைக்கஞ்சா கொலைஞனெனும் பாவிமனத்
தொல்வினையைத் தீர்க்கச் சுகங்காண் நிராமயமே. 222

உன்னையன்றி யென்னை ஒதுக்கிவைப்ப தெந்தநெறி
அன்னையின்றிச் சேய்தானுண் டாமோ நிராமயமே. 223

பொங்கு கருணைப் புறஞ்சுழித்தாற் கள்ளமன
வங்கமங்கே ஓடி வருங்காண் நிராமயமே. 224

கல்லாத கல்வியெல்லாங் கற்றுமுயர் ஞானகலை
இல்லார்க்கும் இன்பநிலை ஏதோ நிராமயமே. 225

விளக்குஞ் சுடரினையும் வேறுவே றெண்ணாருக்கு
உழக்குள்அப்பும் உப்பெனவும் ஒன்றாம் நிராமயமே. 226

சார்ந்தோரைத் தூடணிக்குந் தப்பிலிக ளைப்புவியில்
ஏன்தான் படைத்ததுதான் எந்தாய் நிராமயமே. 227

புத்தி யகங்காரம் பூணும் மனம் இறக்கில்
சித்தம் மகத்துவத்தைச் சேரும் நிராமயமே. 228

நானோ திருவடியை நாடுவதுந் தேடுவதும்
ஆனா லதுபெரிதாம் ஐயா நிராமயமே. 229

---

221. தார - தருகிற.

224. கருணை வெள்ளம் சுழன்றால் மனக்கலம் அங்கே ஓடிவரும்.

226. உழக்குள் அப்பும் உப்பெனவும் ஒன்றாம் - கண்ணி 155 காண்க. அப்பு - நீர்.

227. தூடணிக்கும் - ஏசும்.

காற்றுத் துருத்தியைந்து கள்ளர் புலைக்குடிலே
சாற்றாலெடுத்த சுவர்காண் நிராமயமே. 230

மன்னுங் கலைஞான மார்க்கமறிந் தோர்க்குமுறும்
அந்நியங்க ளேதும் அறியார் நிராமயமே. 231

சென்னிக் கிசையச் சிவராச யோகநிலை
வன்ன மலர்ப்பதத்தை வைத்தேன் நிராமயமே. 232

சென்ம மெடுத்தாற் செகமாயை விட்டொழிந்து
நன்மை பெறுதல் நயங்காண் நிராமயமே. 223

பாச மறவார் பரம பதத்தினர் போற்
பேசுசிலர் கடவும்நான் பேசேன் நிராமயமே. 234

நேராம் வழிகாட்டி நிச்சயத்தைச் சொல்லவெனக்கு
ஆருன்னை யன்றி யரசே நிராமயமே. 235

வாசகத்தின்ஞானமெல்லாம் வந்ததுபோற் பேசியையோ
மோசப் படவு முறையோ நிராமயமே. 236

பெட்டி நிறையப் பெருக்கிவைத்த பெட்டகத்தாற்
குட்டிச் சுவரென்றோ குறித்தாய் நிராமயமே. 237

மனம்பாச மற்றுநிற்க வாயாலுனைப் புகழும்
இனங்கள் முழுதுமெனக் கெதிர்காண் நிராமயமே. 238

வாசனையைப் போக்கும் வரமுண்டென வொருசொல்
நீசருக்கும் உண்டோ நிகழ்த்தாய் நிராமயமே. 239

அன்னை பிதாவும் அணைந்தகுற்ற ஆக்கினைக்கா
என்னைப் பிறக்கவைத்தாய் எந்தாய் நிராமயமே. 240

மாதா பிதாவும் மயல்தீருந்த வாற்றினுக்கு
வாதோ எனைப்பிறக்க வைத்தாய் நிராமயமே. 241

பின்னை யொருவர்செய்யும் பிழைக்குப் பரிகாரம்
என்னைத் தெருவில்விட்டது ஏன்காண் நிராமயமே. 242

தொண்டாசை கொண்டோர் துயிலார் முகத்தணைக்கக்
கண்துயிலார் அன்பரெனக் கண்டாய் நிராமயமே. 243

ஈனத்துக் கேற்றவுடல் என்னதென்ன தென்பதுவும்
ஞானத்துக் கேற்றவர்க்கு நன்றோ நிராமயமே. 244

230. ஐந்து கள்ளர் - ஐம்புலன்; புலைக் குடில் - மாமிசத்தாலான குடில்.

ஆசைக் கடலின் அலைவாய்ப்பட் டேயலைந்து
மோசப் படுதல் முறையோ நிராமயமே. 245

எட்டிரண்டு மின்னதென்றும் ஏழையறி யாதபடி
வெட்டவெளிப் பேதையென விட்டாய் நிராமயமே. 246

பித்தம் பிடித்தபிர பஞ்சத்தார் போலன்றோ
முத்தர்க் கிருக்கு முறைகாண் நிராமயமே. 247

காமக் குரோதமத மாச்சரியக் காரருக்கே
ஆமோ திருக்கருணை ஐயா நிராமயமே. 248

செகத்த மயமாயுந் தேசோ மயமாயும்
அகத்தூ டணுவான தன்றோ நிராமயமே. 249

கேசாதி பாதமுதல் கொ்ப்பக் குவட்டில்வைத்த
ஈசா வுனக்கே யியல்பாம் நிராமயமே. 250

எக்கலைக்குஞ் சொக்காது இயங்கும் உனைத்தொழுதல்
நிற்கவலைக் கெல்லாம் நிலைகாண் நிராமயமே. 251

அகத்து விழியுமறி தற்கரி தாயவுன்பால்
முகத்து விழியோர் முயலும் நிராமயமே. 252

திக்கு விசயஞ் சிவராச யோகியார்க்காந்
துக்க வலையோர்க்குந் துறையோ நிராமயமே. 253

வாழுகிறோ மென்றே வலக்காரம் பேசிலையோ
ஏழாம் நரகுக் கிரைகாண் நிராமயமே. 254

ஈடெனக் காரென்றே எதிர்பேசும் மட்டியுடல்
நீடுழி கால நிலையோ நிராமயமே. 255

பாகாய்க் கசிந்துருகும் பரம பதத்தினர்க்குத்
தேகாபி மானமெல்லாந் தீயும் நிராமயமே. 256

ஆவியுடல் பொருளுமடங் கக்கொள்ளை கொண்டுமெனைப்
பாவியென்று தள்ளப் படுமோ நிராமயமே. 257

அளந்தாலும் இந்தவுல கவ்வளவும் எவ்வளவும்
உளந்தெனியா ருக்கருள்தான் உண்டோ நிராமயமே. 258

246. எட்டிரண்டு - முன்னே காண்க.

251. நிற்கவலைக்கெல்லாம் நிலைகாண்-உன்னைப் பற்றிய பல நினைவுகளும் ஒன்று பட்டு நிற்கும் இடம்.

254. வலக்காரம்-பலவந்தம், தந்திரம்; ஏழாம் நரகு- 'ஹாவியா' எனும் நரகு; மிகக் கொடுமையான நரகு; கபட வேடதாரிகளுக்குரியது.

சொன்ன படிக்கிணங்காத் துட்டன்யா னாகிலுமுன்
வன்ன மலர்ப்பதத்தை வைப்பாய் நிராமயமே. 259

பாத முடியின் பரமார்த்த மானவுனக்கு
ஏது வடிவென்றே யிசைப்பேன் நிராமயமே. 260

முன்னா ளிருந்த முறைபோலும் மூர்த்திகராய்
எந்நாள் வருவதெனக் கெந்தாய் நிராமயமே. 261

மடக்கெடுத்து வீசி மணல்குடித்த நீரதனால்
கடற்குறை யுண்டோவென் கண்ணே நிராமயமே. 262

தானேதா னெவ்வுயிர்க்குந் தற்பரமாய் நிற்பதுடல்
ஊனாகிக் கொண்ட வுளவே நிராமயமே. 263

பாசம் ஒழித்துநெறி பற்றிநின்ற வித்தகர்க்கு
வீசுந் திருக்கருணை வீசும் நிராமயமே. 264

கற்றகல்வி யற்றுக் கன்மமுதல் பாசமற்று
உத்தமர்க்குச் சித்தம் ஒடுங்கும் நிராமயமே. 265

சித்தம் நிரஞ்சனத்திற் சென்றிருக்க வல்லார்க்குப்
புத்தி நிருவிகற்பம் பூணும் நிராமயமே. 266

நீட்டிக் குறுக்கநெடும்பகையென் பாரதுபோற்
காட்டி மறைக்கக் கணக்கோ நிராமயமே. 267

கற்பூர வுண்டை கரைவதுபோ லக்கரையுந்
தற்போத கக்கருணை தந்தாள் நிராமயமே. 268

தேனோடு பாகாய்த் திரண்டமுத மென்னவுமென்
ஊனோ டுடலோ டுறைந்தாய் நிராமயமே. 269

கண்டித்த எள்ளுங் கரும்பும்போ லும்மெனது
சண்டித்தன மெய்யதற்குச் சார்நீ நிராமயமே. 270

---

260. பாத முடியின் பரமார்த்தம்-அடிமுடி காணமுடியாத.

261. மூர்த்திகர்-குருவடிவம்.

263. உயிராகவும் உடலாகவும் இருப்பது பரம்பொருளே.

266. நிரஞ்சனம் - நிறைவு; பரம்பொருள். நிருவிகற்பம்-வேறுபாடற்ற தன்மை.

267. நேசத்தை நீட்டிப் பின் குறுக்கினால் பகை ஏற்படும்; அதுபோல் உன்னைக் காட்டிப் பிறகு மறைக்கலாமா?

268. தற்போதகம்-ஆன்ம ஞானம்; தந்தாள்-தந்து ஆள்வாயாக.

270. கண்டித்த-துண்டாக்கிய; சார்நீ-சார்புநீ, புகலிடம் நீ.

ஐந்துபுல வேடருக்கே யாளாக்கி னாலுனக்கு
வந்தபல னென்னோ வழுத்தாய் நிராமயமே. 271

ஓயாக் கவலைக் குரித்தாம் புழுக்குரம்பை
ஆயே னெனவகுத்த தையா நிராமயமே. 272

ஐவர்க்கு மென்னை யடங்கச்சிறை யாக்குவது
உய்யுங் கருணைக் குளதோ நிராமயமே. 273

ஊசிதனைக் காந்தம் உகந்தணைக்கு மாறெனவே
பாசத்தைப் போக்கியருள் பாராய் நிராமயமே. 274

உள்ளந் தெளிந்தே யொளியாய்ப் பிறங்கினர்க்குக்
கள்ளந்தெளி யக்கனவு கண்டேன் நிராமயமே. 275

அற்புதமே நிர்க்குணமே யன்பர்க் கருள்புரியுஞ்
சற்குருவே யெங்கள் சலுவே நிராமயமே. 276

அழியா அருள்வாரி யள்ளியடி யேன்றனக்கா
மழையாய்ப் பொழிந்தாய்நீ வாழி நிராமயமே. 277

முத்தரும் வாழியெங்கள் முன்னோரும் வாழியருள்
வித்தகரும் வாழியெங்கும் விளங்கும் நிராமயமே. 278

ஒழியா அருள்வாழி வுத்தமர்க ளும்வாழி
அழியாப் பதிவாழி ஐயா நிராமயமே. 279

குன்றாக் குணங்குடிகொண் டோராமெம் வித்தகரும்
எந்நாளும் வாழியரு ளெந்தாய் நிராமயமே. 280

மொத்தம் பாடல் - 561

★★★

பராபரக்கண்ணி

அண்ட புவனமென்றும் ஆடுதிருக் கூத்தினையான்
கண்டு மகிழ்ந்திடவே காட்டாய் பராபரமே. 1

---

272. புழுக்குரம்பை-புழுக்கூடு.

273. ஐவர்-ஐம்புலன்.

276. சலு-பொருள் விளங்கவில்லை; பிழையாக இருக்கலாம்.

1. திருக்கூத்து-இடையறாத இக்கம்.

ஆதியா யாண்டவனா யஃததுவாய் நின்றபெருஞ்
சோதியாய் நின்மலமாய்ச் சூழ்ந்தாய் பராபரமே. 2

வேத மறைப்பொருளை வேதாந்தத் துட்கருவை
ஓதி யுனையறிந்தா ருண்டோ பராபரமே. 3

அண்ட புவனமுடன் ஆகா மென்றுசும்பிக்
கொண்டாடும் மெய்ஞ்ஞானக் கூத்தே பராபரமே. 4

நாவாற் புகழ்க்கெட்டா நாயகனே நாதாந்தம்
பூவாய் மலர்ந்திருக்கப் பூத்தாய் பராபரமே. 5

பேராற் பெரிய பெரும்பொருளே பேதைதனக்கு
ஆரா ரிருந்தும்பல னாமோ பராபரமே. 6

மாராய நற்கருணை மாவருள்சித் தித்திடவே
பாராயோ ஐயா பகராய் பராபரமே. 7

ஆனாலும் உன்பாதம் யாசித் திருப்பதற்குத்
தானா யிரங்கியருற் தாராய் பராபரமே. 8

நாதாந்த மூல நடுவீட்டுக் குள்ளிருக்கும்
மாதவத்தோர்க் கான மருவே பராபரமே. 9

உடலுக் குயிரேயென் உள்ளமே உன்பதத்தைக்
கடலுமலை யுந்திரிந்துங் காணேன் பராபரமே. 10

மாந்திரத்துக் கெட்டா மறைப்பொருளே மன்னுயிரே
சேர்ந்தவெழு தோற்றத்தின் சித்தே பராபரமே. 11

தனியேனுக் காதரவு தாரணியி லில்லாமல்
அனியாய மாவதுனக் கழகோ பராபரமே. 12

ஓடித் திரிந்தலைந்தும் உன்பாதங் காணாமல்
வாடிக் கலங்குகிறேன் வாராய் பராபரமே. 13

---

4. உசும்பிக் கொண்ட - எழும்பிக் கொண்ட, இயங்கிக் கொண்ட.

7. மாராயம் - நற்செய்தி.

9. நடுவீடு பிரமரந்திரம்; ஆறாதாரங்களுக்கு மேலானது; மரு - மணம்.

11. எழு தோற்றம் - அஹ்திய்யத் வஹதிய்யத், வாஹிதிய்யத், ஆலமுல் அர்வாஹ், ஆலமுல் மிசால், ஆலமுல் அஜ்சாம், ஆலமுல் இன்சான் என்னும் பரம்பொருளின் ஏழுவகைத் தோற்ற நிலைகள்; விளக்கம் முன்னே காண்க; உயிரணு, தாவரம், நீர்வாழ்வன, ஊர்வன, பறப்பன, விலங்கு, மனிதன் எனும் ஏழுவகைப் பரிணாமத்தையும் குறிக்கும். இதுவே எழு பிறப்பாம்.

தூராதி தூரந் தொலைத்துமதில் உன்பாதம்
பாராத பாவத்தாற் பயந்தேன் பராபரமே. 14

தேடக் கிடையாத திரவியமே தேன்கடலே
ஈடுனக்கும் உண்டோ இறையே பராபரமே. 15

அரிய பெரும்பொருளே அன்பா யொருவார்த்தை
பரிபூ ரணமாய்ப் பகராய் பராபரமே. 16

ஐயோ எனக்குதவும் ஆதரவை விட்டுவிட்டுத்
தையலரைத் தேடித் தவித்தேன் பராபரமே. 17

எத்திசையும் நோக்கில் இசையாத் திருக்கூத்தாய்
வித்தைவிளை யாட்டு விளைப்பாய் பராபரமே. 18

எப்பொழுதும் உன்பதத்தில் என்கருத்தே எய்துதலுக்கு
இப்பொழுதே கைப்பிடித்தாள் இறையே பராபரமே. 19

வாதுக்கு அடரவரும் வம்பரைப்போல் தோசிமனம்
ஏதுக் கடர்வதுயான் எளியேன் பராபரமே. 20

கண்ணே மனோன்மணியே கண்பார்வைக் கெட்டாத
விண்ணடங்கா வெட்ட வெளியே பராபரமே. 21

அடக்கவரி தாமாய ஐம்பொறியைக் கட்டிப்
படிக்கப் படிப்பெனக்குப் பகராய் பராபரமே. 22

எத்தவங்கள் செய்தாலும் இன்பமுட னுன்பதத்தை
முத்த ரொருபோது முற்றார் பராபரமே. 23

சொல்லுக் கிணங்க சூத்திரத்தைப் பார்த்திருக்க
அல்லும் பகலுமெனக் காசை பராபரமே. 24

நாற்றச் சடலமதை நம்பார் முகர்ந்திருக்க
பூத்து மலர்ந்திருக்கும் பூவே பராபரமே. 25

சோற்றுப் பொதியைச் சுமந்தே திரிந்தலைந்தே
ஆற்றாமல் நின்றுகளைத் தழுதேன் பராபரமே. 26

காற்றுத் துருத்திதனைக் கல்லா யணைந்திருக்கச்
சூத்திரமாய் நின்றாய் சுழியே பராபரமே. 27

20. அடரவரும் - போர் செய்ய வரும்; தோசி - தோஷமுள்ள.

23. முற்றார்-மறவார்; 24. சூத்திரம்-மறைபொருள்.

27. சூத்திரம் - குறிப்பு; சூட்சவேலை; சூத்திரக்காரி; சூழி-எல்லாவற்றையும் சூழ்ந்திருப்பவன்.

கோலத் திருவடிவு கோதையர்கள் ஆசையினால்
ஆலைக் கரும்புபோல் ஆனேன் பராபரமே. 28

கேளாயோ என்கவலை கேட்டிரங்கி யேயென்னை
ஆளாயோ ஐயாபாழ் ஆனேன் பராபரமே. 29

எத்தனைதான் குற்றம் எதிர்த்தடிமை செய்தாலும்
அத்தனையும் நீபொறுப்ப தழகே பராபரமே. 30

அல்லல் வினையால் அறிவுகெட்ட ஆன்மாவாய்
நெல்லும் பதருமென நின்றேன் பராபரமே. 31

சொல்லரிய ஞானச் சுடரே ஒருவார்த்தைச்
செல்வம் பொழிந்திடநீ செப்பாய் பராபரமே. 32

நித்தம் உனைத்தொழா நிர்மூட னாயிருக்கும்
பித்தனாய் ஏன்காண் பிறந்தேன் பராபரமே. 33

உற்றார்க ளாலும் உறவின்முறை யோராலும்
பெற்றார்க ளாலுமுனைப் பிரிந்தேன் பராபரமே. 34

ஏழை முகம்பார்த் தெளியேனை யெப்பொழுதும்
ஆழாம லாண்டருளென் அழகே பராபரமே. 35

பாவ வுடலெடுத்தப் பாதகனா யான்பிறந்துள்
ஆவி கெடுவதுனக் கழகோ பராபரமே. 36

வாராயோ என்னிடத்தில் வந்தொருக்கா லென்றன்முகம்
பாராயே சற்றே பகராய் பராபரமே. 37

பார்க்கப் பலவிதமாய்ப் பல்லுயிருக் குள்ளிருந்தும்
ஆர்க்குந் தெரியாம லானாய் பராபரமே. 38

ஆனாலும் பொல்லா தரும்பாவி யாகவுடல்
ஏனோ எடுத்தேனான் எந்தாய் பராபரமே. 39

கர்ப்பூர தீபக் கனலொளிபோற் காட்சிதர
முப்பாழும் பாழாய் முடித்தாள் பராபரமே. 40

கரும்பே நவரசமே கடலமுதே கண்மணிக்குள்
அரும்பொருளாய் நின்ற அழகே பராபரமே. 41

ஏழை அடியேனை யெப்படியுங் கைப்பிடித்து
ஆளா திருப்பதுனக் கழகோ பராபரமே. 42

35. ஆழாமல் - தீவினையில் ஆழ்ந்துவிடாமல்.
40. முடித்தாள் - முடித்து ஆள்வாயாக.

ஆளாயோ ஐயா அடியேன் பிதற்றுதலைக்
கேளாயோ என்றன் கெதியே பராபரமே. 43

ஊனாகி யுள்ளுயிரில் ஒட்டாத அக்கருவாய்த்
தானாகி நின்ற தனுவே பராபரமே. 44

பொன்னால் மயக்கெடுத்துப் புத்திகெட்டு நானெனவே
பன்னாளும் நின்றாற் பலனோ பராபரமே. 45

இல்லல்லா கூவென் றெனைமறந்து கொண்டுனையே
சொல்லவருள் மெய்ஞ்ஞானச் சுடரே பராபரமே. 46

ஐயோ அடிமைதனக் காரிருந்து மென்னபலன்
கையாற் கவிந்தணைக்கக் காணேன் பராபரமே. 47

ஆனாலும் ஏழை யடியேனுக் காதரவாய்த்
தானா யிரங்கியருள் தாராய் பராபரமே. 48

தூங்கி யிருந்து தொழுவோர் முகம்பார்க்கும்
வேங்கைப் புலியாக்கு விப்பாய் பராபரமே. 49

கண்ணே கருத்தேயென் கண்மணியே கண்ணிறைந்த
வண்ணடங்கா வெட்ட வெளியே பராபரமே. 50

காசாசை கொண்டு கலங்கியே கெட்டலைந்த
தோசியாய் நின்றேன் துணையே பராபரமே. 51

ஐயோ எனதுதுயர் ஆரிடத்திற் சொல்லிநின்று
கையெடுக்கப் போறேனென் கண்ணே பராபரமே. 52

என்னதான் செய்திடுவேன் என்விதியைச் சொல்லியழ
உன்னையன்றி வேறெனக்கும் உண்டோ பராபரமே. 53

முகக்கண் விழியொளியே முத்திதரும் உத்தமனே
அகக்கண் திறந்தோர்க் கறிவே பராபரமே. 54

முப்பாழும் பாழாய்நன் முத்திபெற் றிருக்கவெனைக்
கைப்பிடிப்ப தெப்போதென் கண்ணே பராபரமே. 55

உல்லாச மாக வொளிதான் பரந்திடவுன்
செல்வம் பொழிந்திடவே செப்பாய் பராபரமே. 56

---

44. தனு-நுண்மை.; 45. மயக்கெடுத்து - மயங்கி.

46. இல்லல்லாகூ (அ)-'லாயிலாஹா இல்லல்லாஹு'; முன்னே காண்க.

49. தூங்கியிருத்தல்-தூங்காமல் தூங்கும் தியானநிலை; வேங்கைப் புலி-வீரத்தை, வலிமையைக் குறிப்பது.

மாச்சரியஞ் செய்யு மதமொடுங்கி முத்திபெறக்
காட்சி தருவதெப்போ கண்ணே பராபரமே. 57

சண்டாள னென்றென்னைச் சகலருரை யிட்டாலுங்
கொண்டணைப்ப துன்பாரங் குருவே பராபரமே. 58

முத்திதரு மெய்ஞ்ஞான முச்சுடரைக் காணாமற்
செத்திறந்து போனாலென் செய்வேன் பராபரமே. 59

தன்னை யறிந்துணரத் தயையா யொருவார்த்தை
இன்னபடி யென்றே யியம்பாய் பராபரமே. 60

களியேகண் டுன்னுடைய கைப்பிடிப்போ மென்றுசற்றே
எளியேன் முகம்பார்த் திரங்காய் பராபரமே. 61

பாசவினை போக்கிப் பலவினையைப் பாழாக்கி
ஆசைவைப்போர் தங்கள் அருளே பராபரமே. 62

ஆளவரு வோமென் றன்பா யொருவார்த்தை
ஏழை முகம்பார்த் தியம்பாய் பராபரமே. 63

நிலைகாட்டுங் காயம் நிசமென்று நிச்சயித்த
புலையாட்டல் என்றுதள்ளப் போமோ பராபரமே. 64

பார்க்கப் பலவிதமாய்ப் பலசமய மாகவொரு
வாக்கை வெளிப்படுத்தி வைப்பாய் பராபரமே. 65

ஆனால் எளியேனுக் காதரவே யில்லாமற்
போனால் உனக்கழகோ புகலாய் பராபரமே. 66

நீச்சாப் பெருகிவர நிரம்புமா னந்தவெள்ளம்
பாய்ச்சாயோ ஐயா பகராய் பராபரமே. 67

எத்தனையோ கெஞ்சும் எளியேன் தனக்குதவி
உற்றா ருனைத்தவிர வுண்டோ பராபரமே. 68

கன்ன மிடுங்கருவி கரணமதைச் சுட்டோர்கள்
தன்னுக்குள் தானாம் தனுவே பராபரமே. 69

காயாமற் காய்த்துக் கனிந்து சொரிவதற்கு
மாயமாய்ப் பூத்த மலரே பராபரமே. 70

உயிருக் குயிரான வுட்கருவுக் குள்அமைவே
தயையா யெனக்குதவி தந்தாள் பராபரமே. 71

59. முச்சுடர்-சந்திர, சூரிய, அக்கினி.

64. புலையாட்டல்-கீழான ஆட்டம்.

71. உள் அமைவு-உள்ளே அமைந்தவன்.

அறிவை யறிவோருக் கானந்த வெள்ளமதாய்க்
கரையறவே பொங்குங் கடலே பராபரமே. 72

மறைப்பொருளைக் காணா மடையனிவன் என்றியம்பிச்
சிரிப்பார் சிரிக்கிலென்ன செய்வேன் பராபரமே. 73

குறிவிளக்குங் குருவடியைக் கொள்கையுடன் போற்றாமல்
அறிவு மயங்குகின்றேன் ஐயா பராபரமே. 74

வல்லாரைக் கெஞ்சி வலியாரைக் கால்பிடித்திட்டு
இல்லாரை நம்பி இருந்தேன் பராபரமே. 75

சொல்லும் பதர்தூற்றிச் சூத்திரத்தைப் பாராமல்
கல்லும்நெல்லும் போலக் கலந்தேன் பராபரமே. 76

செகமுழுதுஞ் சுற்றியுமுன் சீர்பாதங் காணாமல்
திகைத்தழுதேன் நீயுந் தெரிவாய் பராபரமே. 77

கள்ளக் கருத்துகளைக் கட்டோ டறுத்தவருக்கு
உள்ளிருக்கும் மெய்ஞ்ஞான ஒளியே பராபரமே. 78

கும்பிக் கிரைவிரும்பிக் கொடுப்பார் தமைத்தேடிச்
சம்பித் திரிந்தே சலித்தேன் பராபரமே. 79

காண்கலா ஆசை கடித்தாலென் கால்முகமும்
வீங்காதோ ஐயா விதியே பராபரமே. 80

தூங்காமல் தூங்கித் தொழுதிருக்க என்னுடைய
ஆங்கார மெல்லாம் அகற்றாய் பராபரமே. 81

தேனமிர்தம் ஊறத் திவ்யமது ரஞ்சொரியத்
தானா யொருவார்த்தை தாராய் பராபரமே. 82

சாத்திரங்கள் ஏதுஞ் சதுர்மறையோர்க் கெட்டாத
சூத்திரமாய் நின்ற சுழியே பராபரமே. 83

வேற்றொருவர் காணாத வேதாந்தத் துட்பொருளைப்
பார்த்தோர்க ளெய்தும் பலனே பராபரமே. 84

சாதி சனத்துடனே சார்ந்திருந்து பட்டதுயர்
போதும்போ தும்போதும் போதும் பராபரமே. 85

உற்றாரை நம்பியிருந் தொருபலங் காணாமற்
செத்தா லெனக்கதுதான் சின்னம் பராபரமே. 86

---

74. குறி விளக்கும்-இலட்சியத்தை விளக்கும்; குறிப்பால் விளக்கும்.

80. காண்கலா ஆசை-கண்ணுக்குத் தெரியா ஆசை

86. சின்னம்-சிறுமை.

செல்லும் முறையறிந்து சித்திவழி காணாமற் கல்லுமரம் போலானேன் கண்ணே பராபரமே.	87
ஓகோ வுனையறிந்தும் ஒருபலனுங் காணாமற் போகாமற் காத்தருளென் புணையே பராபரமே.	88
உன்னை யறிவதற்கோ வுடலெடுத்தே னென்றென்னைச் சின்னஞ்சொல் வார்கட்கென் செய்வேன் பராபரமே.	89
தெரியாத இன்பத் தெளிவாய் அருள்மயமாய்ப் பரிபூ ரணமுடனே பாராய் பராபரமே.	90
ஆச்சி தனைத்தேடி யாசைவைத் தலையாமற் பூச்சியாய் ஏனோ பிறந்தேன் பராபரமே.	91
காசை விரும்பிக் கலங்கிநின்று உன்பாத ஆசை விரும்பாது அலைந்தேன் பராபரமே.	92
சாகாமற் செத்துதயச் சச்சிதா னந்தமயப் பாகமா யாகமுகம் பாராய் பராபரமே.	93
வாராயோ ஐயா வந்திரங்கிக் கொண்டணைக்கப் பாராயோ சற்றே பகராய் பராபரமே.	94
ஆசைவழிப் பாசநெறி யத்தனையுங் கட்டறுத்து வாசிதனி லேற்றியெனை வைத்தாள் பராபரமே.	95
வேசந் தனைப்போட்டு வேதாந்த சாத்திரத்தைக் காசு பணம்பறிக்கக் கற்றேன் பராபரமே.	96
செய்ததெல்லாங் குற்றஞ் சிறியேன் தனக்கிரங்கிக் கைதூக்கிக் கொண்டருளென் கண்ணே பராபரமே.	97
மாளா மயக்கறுத்து மனக்கறையைத் தான்கழுவி ஆளாக்கிக் கொள்வாயென் ஐயா பராபரமே.	98
நாட்டமங்கு மிங்கிருக்க நாதாந்த முத்திநிலை காட்டா யணைந்தருளென் கண்ணே பராபரமே.	99
சிந்தை தனைத்தெளிந்து சித்திமுத்தி பெற்றுயர்ந்த உன்றன் குணங்குடியார்க் குயிரே பராபரமே.	100

மொத்தம் பாடல் - 661

---

91. ஆச்சி-ஆட்சி; வீட்டாட்சி

றகுமான் கண்ணி

பார்க்கப் பலவிதமாய்ப் பல்கஅண்டந் தன்னையடை
காக்குந் திருக்கருணைக் கண்ணே றகுமானே. 1

ஈறும் முதலுமற்றே இயங்குகின்ற முச்சுடராய்க்
காரணிக்கும் பூரணமே கண்ணே றகுமானே. 2

பாணிக்க வொண்ணாப் பதம்பெறுதற் கென்சிரசை
காணிக்கை வைத்தேனென் கண்ணே றகுமானே. 3

பொய்யடிமை யாயினுமுன் பொன்னடிக்கா ளாக்கியெனைக்
கையைக் கொடுத்தணைத்தாள் கண்ணே றகுமானே. 4

பெண்டுபிள்ளை யென்றே பிதற்றுதல்பொய் யல்லாமற்
கண்டபல னொன்றுமில்லை கண்ணே றகுமானே. 5

பேதலித்தே னுன்னடிமை பேதகமில் லாமலுனைக்
காதலித்தே னாண்டருள்செய் கண்ணே றகுமானே. 6

ஏகப் பெருவெளியில் இருட்கடலிற் கம்பமற்ற
காகமது வானேன் கண்ணே றகுமானே. 7

ஐயோ வுனதருளில் ஆசையற்ற பாவியென்னைக்
கையைநெகிழ்த் தாதுஅருளென் கண்ணே றகுமானே. 8

போதமய மாகவெங்கும் பூரணித்த காரணத்தைக்
காதலித்து நின்றேனென் கண்ணே றகுமானே. 9

எல்லார்க் கமுதளிக்கும் இயல்புபோல் தேரைகட்குங்
கல்லுள் அமுதளிக்குங் கண்ணே றகுமானே. 10

சொல்லுட் பதர்நீக்கிச் சும்மா விருந்தருளைக்
கல்லாருங் கல்லேயென் கண்ணே றகுமானே. 11

வெட்டவெறும் பாவியென்ன வீணிலெனைத் தள்ளாமற்
கட்டியணைத் தாண்டருள்செய் கண்ணே றகுமானே. 12

றகுமான்-றஹ்மான் (அ); அருளாளன்; இறைவன் திருப்பெயருள் ஒன்று.

1. பல்க-பெருக, பரிணாம வளர்ச்சியடைய.

2. காரணிக்கும்-மூல காரணமாய் நிற்கும்.

3. பாணிக்க வொண்ணா-மதிப்பிட முடியாத.

7. கம்பமற்ற-அமர்வதற்குக் கப்பற் கம்பமும் அற்ற.

11. கல்லாருங் கல்லே-கல்லாதவர்களும் கல் போன்றவர்களே.

யானைரதம் ஏறும் அரசர்பெரு வாழ்வுமுதற்
கானற் சலமன்றோ கண்ணே நகுமானே. 13

எவருடைமை யும்மெடுத்திட் டென்னுடைமை யென்னார்க்குக்
கபறில் வருந்துணையே கண்ணே நகுமானே. 14

ஊனெடுத்த நாள்முதலாக வுபயோக மற்றயான்
கானில்நில வானேயென் கண்ணே நகுமானே. 15

வாசிதனி லேறி மனமகிழ்ந்து வாழாமற்
காசாசை கொண்டேனென் கண்ணே நகுமானே. 16

வீடோஎன் தேகம் விழுமிடந்தான் வீதிகளோ
காடோ செடியோஎன் கண்ணே நகுமானே. 17

பாக முடன்வளர்த்த பாழுடல்தான் நாய்க்கிரையோ
காகங் களுக்கிரையோ கண்ணே நகுமானே. 18

ஏங்காமல் அங்குமிங்கும் ஏகாந்த மாகவுனைக்
காண்கவந்து பாங்கருள்செய் கண்ணே நகுமானே. 19

தொண்டுசெய்ய நின்ற துறவியர்க ளேயருளைக்
கண்டுகொள்ளக் கண்டாயென் கண்ணே நகுமானே. 20

அல்லும் பகலும் அடிமைமனந் தேம்புதற்குக்
கல்லுங் கரைந்திடுமென் கண்ணே நகுமானே. 21

வேட்டை பெரிதென்றே வெறிநாயைக் கைப்பிடித்து
காட்டிற் புகலாமோ கண்ணே நகுமானே. 22

அடைத்த மனக்காட்டை யாளுமைந்து கள்வரையுங்
கடத்த முடிவதில்லை கண்ணே நகுமானே. 23

மடம்புகு நாய்போல மயங்குமென்னை யுன்னைவிடக்
கடத்துவாரைக் காணேனென் கண்ணே நகுமானே. 24

வையம்பொய் யென்றே மறையோல மிட்டதெல்லாங்
கையுமெய்யு மாச்சுதென்றன் கண்ணே நகுமானே. 25

---

14. என்பவர்க்கு என்பது தவறான பாடம்.
கபறு (அ) - சவக்குழி.
18. பாகம்-பக்குவம்.
19. காண்க - காண.
22. வெறிநாய்-மனம், ஐம்புலன்; காடு-உலகம்.
25. கையும் மெய்யும் ஆச்சு-உண்மையானது.

சொல்லறு மெய்ஞ்ஞானச் சுடரொளிகண் டாலென்மனக்
கல்லுங் கரைந்திடுமென் கண்ணே றகுமானே. 26

மாதா பிதாவுமென்னை மயக்கி மயக்கியுன்னைக்
காதலிக்க வொட்டாரென் கண்ணே றகுமானே. 27

வெற்றிதரு மெய்ப்பொருளை வேதாந்தத் துட்கருவைக்
கற்றோர்க் கருள்புரியுங் கண்ணே றகுமானே. 28

உடைஆ பரணமென வுன்னியுன்னிப் பாவிமனங்
கடையா விடலாமோ கண்ணே றகுமானே. 29

ஓயாக் கவலையினா லுள்ளுடைந்து வாடுதற்கோ
காய மெடுத்தேனென் கண்ணே றகுமானே. 30

நேசம்வைத்த துன்னடிமை நின்பதத்திற் கல்லாது
காசு தனக்கோவென் கண்ணே றகுமானே. 31

எண்ணாத எண்ணமெல்லாம் எண்ணியெண்ணி யுன்னடிமை
கண்ணிக்குட் சிட்டானேன் கண்ணே றகுமானே. 32

பொய்யெடுத்தா னென்று புறக்கணித்தா யாகிலெனைக்
கையணைப்பா ருண்டோவென் கண்ணே றகுமானே. 33

விண்ணாடர் காணா விரிகருணைச் செஞ்சுடரைக்
கண்குளிரத் தந்தருள்செய் கண்ணே றகுமானே. 34

தங்குபே ரின்பமதைச் சார்ந்தகுரு நாதனுக்கே
கங்குல்பகல் தானறுமென் கண்ணே றகுமானே. 35

தூங்காமல் தூங்கித் தொழுதுதொழு துன்னருளைக்
காண்க வெனக்கருள்செய் கண்ணே றகுமானே. 36

இன்றுள்ளோர் நாளைக் கிருப்பதுபொய் யென்பதையான்
கண்டுகொண்டேன் ஐயாவென் கண்ணே றகுமானே. 37

பீற்றல் துருத்திதனைப் பீக்குழியைச் சாக்கடையைக்
காத்தேன் வளர்த்தேனென் கண்ணே றகுமானே. 38

போதத் தனம்புதைத்த புல்லர்க்கு இருப்பூசி
காதற் றதும்வருமோ கண்ணே றகுமானே. 39

---

29. கடையா-இழிந்ததாகும்படி

39. போதத் தனம் புதைத்த-போகும்படியாகப் பணத்தைப் புதைத்த; போதத்தமன்-அறிவு என்றும் கூறலாம். இருப்பூசி... வருமோ- காதற்ற ஊசியும் அவர்க்குக் கிடைக்காது.

பாடிப் படித்தறிந்தும் பற்றறார் பாசமலைக்
காடுகொண்டு போவாரென் கண்ணே றகுமானே. 40

நிறைந்தபரி பூரணமே நிர்க்குணமே நின்மலமே
கருணைக் கடலேயென் கண்ணே றகுமானே. 41

பார்ப்பாயோ வென்றன்முகம் பாவியா காமலெனைக்
காப்பாயோ் ஐயாயென் கண்ணே றகுமானே. 42

மெய்யெடுத்த நாள்முதலா மெய்யறியாப் பாவியெனைக்
கைவிடவே வேண்டாமென் கண்ணே றகுமானே. 43

சோற்றுப் பொதியைச் சுமந்தே யலைந்துசுழற்
காற்றுத் துரும்பானேன் கண்ணே றகுமானே. 44

சேர்ந்தசுற்றந் தன்னைச் சிதறவிட்ட சிந்தையர்க்குக்
காந்த மலையேயென் கண்ணே றகுமானே. 45

உலையி லிடுமெழுகின் ஒப்பாக என்றனுள்ளம்
கலைதலது காரியமோ கண்ணே றகுமானே. 46

ஆவி தனைக்குரங்கா ஆட்டுகின்ற ஐயறிவைக்
காவ லிடவருள்செய் கண்ணே றகுமானே. 47

வேசந் தனைப்போட்டு மெய்ம்மயக்கும் பொய்க்குருவாய்க்
காசு பணம்பறித்தேன் கண்ணே றகுமானே. 48

எட்டிப் பிடிக்கும் இதமறிந்தா லுன்பதத்தைக்
கட்டிப் பிடித்திடுவேன் கண்ணே றகுமானே. 49

அவியா மனமவிய ஆய்கலை யோர்கள்தமைக்
கவியுந் திருக்கருணைக் கண்ணே றகுமானே. 50

சித்திதரும் வேதாந்தச் செழுஞ்சுடரைச் சின்மயத்தைக்
கற்றவர்க்கு முத்திதருங் கண்ணே றகுமானே. 51

அருவிசொரி யும்படிக்கு அம்பரத்தில் அன்புவைத்தால்
கருவி பிரியாதென் கண்ணே றகுமானே. 52

மாராய வெள்ள மருங்கமிழ்ந்தால் நின்கருணைக்
காரா மழைபொழியுங் கண்ணே றகுமானே. 53

40. பற்றறார்-பற்று விடாதவர்கள்.

50. ஆய்கலையோர்-சாத்திரங்களை ஆய்வோர்.

52. அம்பரம்-வெளி; பரம்பொருள்; கருவி பிரியாது-ஐம்புலன்கள்சேட்டை செய்யா.

53. மாராயம் - நற்செய்தி, நன்னெறி.

எண்படா தெண்ணமெலாம் எண்ணியெண்ணி நெஞ்சமொரு
கண்படாது அலங்குவதோ கண்ணே றகுமானே. 54

கோலங் குறியில்லாக் குருவடிதொ ழூர்கள்மனம்
காலன் இருப்பிடமோ கண்ணே றகுமானே. 55

உள்ளுயிரி னுள்ளே உறைந்தபரஞ் சோதிவரின்
கள்ளமனந் துள்ளாதென் கண்ணே றகுமானே. 56

சேர்க்குந் திரவியமுஞ் சித்ரமணி மண்டபமுங்
காக்குந் துணையோவென் கண்ணே றகுமானே. 57

பட்டுடையும் ஒப்பனையும் பாதகமு மென்னைவிட்டுக்
கட்டோ டொழிவதிலை கண்ணே றகுமானே. 58

எண்ணாத எண்ணமெல்லாம் எண்ணா திருக்குமனக்
கண்ணாடிக் குள்முகமாங் கண்ணே றகுமானே. 59

மண்டபமுந் தண்டிகையு மாளிகையுஞ் சாளரமுங்
கண்டு கழிக்கவருள் கண்ணே றகுமானே. 60

மன்னுங் கருவி மவுனமணிப் பெட்டகத்தைக்
கன்னமிடப் போமோவென் கண்ணே றகுமானே. 61

என்றுமன்னை சுற்றமுதல் எற்குப்பழி காரரெனக்
கண்டறிந்து கொண்டேனென் கண்ணே றகுமானே. 62

கொடிய மனத்துயரைக் கூடா திருப்பவர்க்குக்
கடுக முடுகிவருங் கண்ணே றகுமானே. 63

ஏச்சும் மதிமயக்கும் இல்லார்க ளாலுடைதேங்
காய்ச்சிறட்டை யானேனென் கண்ணே றகுமானே. 64

விள்ளரிய வேதம் வினாவுதலை யுங்கடிந்து
கள்ளமனந் துள்ளுவதென் கண்ணே றகுமானே. 65

---

54. அலங்குவதோ-தத்தளிப்பதோ.

55. கோலம் குறியில்லாக் குரு-வடிவும், பெயரும் இல்லாத குருவாகிய பரம்பொருள்.

59. மனக் கண்ணாடிக்குள் முகமாம்-மனக் கண்ணாடிக்குள் தெரியும் முகம் ஆகின்ற.

60. தண்டிகை - பல்லக்கு; மண்டபம், மாளிகை - பரவெளியாகிய பிரமரந்திரம்; தண்டிகை-அங்கே கொண்டு செல்லும் யோகநெறி; சாளரம்-உச்சித் துளை.

61. கருவி-ஐம்பொறி.

64. சிறட்டை-தேங்காய் ஓடு.

வேதக் கருவை விளைகருணைக் குஞ்சரத்தைக்
காதலித்தே னாதரித்தாள் கண்ணே றகுமானே. 66

அரும்பே மலரேயென் னாசைதரும் வாசனையே
கரும்பே ரசமேயென் கண்ணே றகுமானே. 67

பூரணமே யற்புதமே பொங்குகரு ணைக்கடலே
காரணமே யென்றனருட் கண்ணே றகுமானே. 68

ஓயாதோ என்கவலை யுன்னருளா லென்கருவி
காயாதோ ஐயாஎன் கண்ணே றகுமானே. 69

ராசாங்கம் வேண்டி ரதகசங்க ளேறுதற்குக்
காசெங்குங் கேளேனென் கண்ணே றகுமானே. 70

தந்தைதா யென்றே தயங்குகின்ற பாவிமனக்
கண்திறக்க வந்தருள்செய் கண்ணே றகுமானே. 71

அச்சமெமக் கில்லையென ஐம்புலனாம் பாழ்மனத்தைக்
கைச்சூறை யாட்டிவிடென் கண்ணே றகுமானே. 72

இனியவமிர் தம்பொங்கி யெங்குங்கரை தத்திவரக்
கனிவாய் திறந்தருள்செய் கண்ணே றகுமானே. 73

ஆணையிட்டே னாணையிட்டேன் ஐயனே யுன்னருளைக்
காண வெனக்கருள்செய் கண்ணே றகுமானே. 74

அல்லும் பகலும் அறிவிலய மாவோர்க்குக்
கல்லும் பிளந்திடுமென் கண்ணே றகுமானே. 75

புவியும் எழுவானும் பொன்னுலகும் பல்லுயிருங்
கவியுந் திருக்கருணைக் கண்ணே றகுமானே. 76

எண்ணரிய தாக இருந்திடுஞ் சூத்திரமோ
கண்ணிலொளி பாய்ந்ததுவோ கண்ணே றகுமானே. 77

உழையோ அழுக்கோஎன் உள்ளங்கழு வக்கழுவக்
கழுவாத் தொடக்கோவென் கண்ணே றகுமானே. 78

உற்ற கிளைத்திரை யுறவின் முறைத்திரையுங்
கத்திரித்து விட்டருள்செய் கண்ணே றகுமானே. 79

நற்பவளக் கொம்பே நவமணிக்கும் அற்புதமே
கைப்பொருட்கும் மெய்ப்பொருளே கண்ணே றகுமானே. 80

66. குஞ்சரம்-யானை.; 78. உழை-உளை, சேறு; தொடக்கு-தீட்டு.

ஒப்புரவு தப்பிஉணர் வற்றுனைக் கைவிட்டுக்
கப்பரைகைக் கொண்டேனென் கண்ணே றகுமானே. 81

பசப்பிப் பணம்பறிக்கும் பாவிக் குருமுகத்தைக்
கசப்பாகக் கண்டேனென் கண்ணே றகுமானே. 82

வேதியர்க்கும் மாதவர்க்கும் மெய்யடியார் கட்குமுனைக்
காதலிப்போ ருக்குமருள் கண்ணே றகுமானே. 83

வேரைவே ரோடறுத்து மெய்யடிமை யாக்குதற்கென்
காரியத்தில் தாமதமென் கண்ணே றகுமானே. 84

பழகப் பழகிவரும் பாக்கியத்தைப் பைமுதலைக்
களவு கொடுக்கேனென் கண்ணே றகுமானே. 85

நாமாண்மை கள்முழுது நாசமாக் கார்தமக்குங்
காமவினை போமோவென் கண்ணே றகுமானே. 86

அடிமை யுனதபயம் ஆகா திருக்கினுமென்
கடைவழிக்குங் கட்டமுதே கண்ணே றகுமானே. 87

வேதாந்த வேதமெல்லாம் விட்டேறி யேகடந்து
காதலித்து நின்றேனென் கண்ணே றகுமானே. 88

இனமுஞ் சனமுமென எண்ணியெண்ணி யுன்னடிமை
கனசழக்குப் பட்டேனென் கண்ணே றகுமானே. 89

நவசூத்தி ரத்தைவிட்டு நன்னினைவெண் ணாதுமனங்
கவலைப் படுவதென்ன கண்ணே றகுமானே. 90

மடிப்புங் கொலைகளவும் வஞ்சமுமென் னெஞ்சைவிட்டுக்
கடக்க நடப்பதில்லை கண்ணே றகுமானே. 91

பலவிடத்தைச் சுற்றிப் பரிதவித்துப் பாவிமனங்
கலங்கி மயங்குவதென் கண்ணே றகுமானே. 92

உள்ளக் கருத்தால் உவந்துறுவு கொள்ளாமற்
கள்ளமனந் துள்ளுவதென் கண்ணே றகுமானே. 93

மண்ணுமுதன் மற்ற மயக்கமறக் கல்லாரைக்
கண்ணெடுத்துப் பாரேனென் கண்ணே றகுமானே. 94

---

81. ஒப்புரவு-உலகநடை; 84. வேர்-பாசம்.
86. நாமாண்மை-அச்சந்தரும் அகங்காரம்
89. சழக்கு-அறியாமை, தீமை, குற்றம்; 91. மடிப்பு-பொய்.

தேசிகன் நான்என்னுந் திருட்டுக்குருக் கள்சொல்லோர்
காசாய் மதியேனென் கண்ணே றகுமானே. 95

தன்னை யறிந்து தவம்புரியாத் தன்மையினாற்
கன்னெஞ்சன் ஆனேனென் கண்ணே றகுமானே. 96

மாடகூ டங்கள்மணி மண்டபமும் மன்றுகளுங்
காடுகொள்ளக் கண்டேனென் கண்ணே றகுமானே. 97

குரல்நெரிய வேகதறிக் கூப்பிட்டுங் காணாக்
கருவே குருவேயென் கண்ணே றகுமானே. 98

மருளாத் தவத்தான் மறப்புநினைப் பற்றவர்க்குக்
கருணைக் குணங்குடியாங் கண்ணே றகுமானே. 99

உதிக்கு முணர்வன்றி யுணர்வோ டுணர்வொன்றில்
கதிக்குங் குணங்குடியென் கண்ணே றகுமானே. 100

மொத்தம் பாடல் -761

★ ★ ★

எக்காலக்கண்ணி

முத்திதரும் வித்தை முனையில்வைத்துச் சீராட்டி
நித்தம் மறவாமல் நினைப்பதினி யெக்காலம். 1

ஆதியின்மே லாசை அடர்ந்தெரித்த அக்கினியின்
சோதியினால் வெந்து சுகம்பெறுவ தெக்காலம். 2

காமக் கடல்கடக்கக் கர்த்தவியக் கப்பல்வைத்து
நேமநிட்டைத் தம்பம் நிறுத்துவது மெக்காலம். 3

பங்கப் பழிப்புஏய்ந்த பையன்யான் தையலர்கள்
கொங்கையைநான் பாராக் குருடாவ தெக்காலம். 4

கொங்கைதனைப் பாராக் குருடா யிருப்பதுடன்
அங்கம்உமிழ் மோகம் அழிவதினி யெக்காலம். 5

---

97. காடுகொள்ள-இடுகாடடைய, அழிய.

98. நெரிய-நொறுங்க; கரு-உட்பொருள், காரணம், மேன்மை.

100. கதிக்கும்-எழும், மிகும்.

1. முனை-மூக்குநுனி, முதன்மை.

3. கர்த்தவியம்-செய்யத்தக்கது, யோகம்; தம்பம்-கம்பம்.

4. ஏய்ந்த-பொருந்திய.

அங்கம்உமிழ் மோகம் அழிந்தே அறமெலிந்து
வன்கிழடு போல வறண்டுணர்வ தெக்காலம். 6

வாசியினால் ஏறி வலமிடந்தி ருப்பாமல்
தேசிநடை போலத் திடப்படுவ தெக்காலம். 7

தேசி நடைபோலத் தியங்காச் சுழுமுனையை
நாசி நுனியிலதை நான்மறிப்ப தெக்காலம். 8

நாசி நுனிகடந்து நாசமாய்ப் போகாமல்
வாசியுமென் கையில் வசப்படுவ தெக்காலம். 9

மையலெனு மாலை மார்புநிறை யப்பூண்ட
தையலர்க ளெல்லாமென் தாயாவ தெக்காலம். 10

கஞ்சா அபினரக்குங் கற்பமென வுண்ணாமல்
எஞ்சாண் பனங்கள் இறக்கியுண்ப தெக்காலம். 11

பொய்யே மிகுந்த புதர்ப்பாவிப் பையல்யான்
அய்யோவென் றேயமுதுன் னடிபணிவ தெக்காலம். 12

அய்யோகூ என்றே அலறவடி யுண்டவென்றன்
பொய்யான மெய்யின் பிழையறுவ தெக்காலம். 13

மருவு தகைமறந்து மனமும் மதமிறந்து
இருகையு மேந்தி யிரந்துண்ப தெக்காலம். 14

இருகையு மேந்தி யிரந்து குடித்தேநான்
சருகா யுலர்ந்து சலிப்பறுவ தெக்காலம். 15

ஆசான்நற் காலை அணைத்திருந்து மோந்துகலந்து
ஊசாடிப் பேசி உணர்வருள்வ தெக்காலம். 16

வாசிவா என்று வருந்தெள் ளமுதமுண்டு
பேசிநான் வாழ்ந்தே பிழைதீர்வ தெக்காலம். 17

மொத்தம் பாடல் - 778

---

7. தேசி-குதிரை.

11. அரக்கு (அ)-சாராயம்; பனங்கள்-முன்னே காண்க.

12. புதர்-தூறு, புல்; புதர்ப்பாவி-இழிந்த பாவி.

13. 'பிழை' என்பது 'புலை' யென்றிருக்க வேண்டும்.

14. தகை-பெருமை; மதம்-கர்வம்.

16. ஊசாடி-ஊடாடி, உலவித் திரிந்து.

17. வாசி வா-சுவாசப் பயிற்சியே, வா.

கண்மணி மாலைக் கண்ணி

அத்து விதமே யறிவகண்டி தாகாரக்
கர்த்த வியமேயென் கண்ணே பராபரமே. 1

தற்பரமே சிற்பரமே தானென்று நின்றுதவுங்
கற்பகமே யற்புதமே கண்ணே பராபரமே. 2

உடலே யுயிரே யுளங்குளிர்ந்த செந்தேனே
கடலே நிறையமுதே கண்ணே பராபரமே. 3

கொட்டிவைத்த முத்தே குவித்தநவ ரத்தினமே
கட்டிப்பசும் பொன்னேயென் கண்ணே பராபரமே. 4

சட்டரச வர்க்கமே சார்ந்ததோர் குஞ்சரமே
கட்டழகுப் பெண்ணேயென் கண்ணே பராபரமே. 5

செல்வப் பெருக்கே திரண்டமணிப் பொக்கிசமே
கல்விக் களஞ்சியமே கண்ணே பராபரமே. 6

இன்னமுதே கண்டே யெனக்கேற்ற முக்கனியே
கன்னலரும் பாகேயென் கண்ணே பராபரமே. 7

பீச்சாத் திரண்டமுதே பிரியாப் பெருவாழ்வே
காய்ச்சாச்செம் பொன்னேயென் கண்ணே பராபரமே. 8

நற்பவளக் கொம்பே நவின்றமணிப் பெட்டகமே
கைப்பொருட்கு மெய்ப்பொருளே கண்ணே பராபரமே. 9

பட்டைக் கருப்புவட்டே பானைகொண்ட சர்க்கரையே
கட்டிக் கரும்பேயென் கண்ணே பராபரமே. 10

துன்பக் கடலைத் தொலைத்தோர் துயர்தீர்க்குங்
கம்பமற்ற பாற்கடலே கண்ணே பராபரமே. 11

பொய்ப்பொருள்க ளெல்லாம் புறக்கணித்த புண்ணியர்தங்
கைப்பொருள்சித் தேயென்றன் கண்ணே பராபரமே. 12

கண்மணி மாலைக் கண்ணி-பராபரக் கண்ணி என முன்பே ஒன்றிருப்பதால் அதனின்றும் பிரித்துக்காட்ட, பராபரம் என்ற சொல்லிற்கு முன்னுள்ள 'கண்ணே' என்ற சொல்லைக் கொண்டு பெயரிடப்பட்டது; கண் என்னும் சொல் மணியைத் தொடுத்துக் கட்டிய மாலை.

5. சட்டரசம்-அறுசுவை.

10. பட்டைக் கருப்புவட்டு-பனைவெல்லக்கட்டி.

11. கம்பம்- அசைவு.

பவக்கடலை நீக்கிப் பரிவாய்க் கரையேற்றுங்
கவிழா மரக்கலமே கண்ணே பராபரமே. 13

தம்பனங் கொண்டே தரித்துநின்ற ஓங்காரக்
கம்பத்தடி யானேயென் கண்ணே பராபரமே. 14

மலிகாதல் கொண்டகையான் மண்ணிற் கவிழ்ப்பதற்கோ
கலகம் விளைத்துவிட்டாய் கண்ணே பராபரமே. 15

தெள்ளிய வான்சோதி தெளிந்துமெள்ள வந்ததையுங்
கள்ளப் படுத்திவிட்டாய் கண்ணே பராபரமே. 16

புண்ணீரொழுகிப் புழுங்கு மனத்தினர்போற்
கண்ணீர் கலங்கிவிட்டாய் கண்ணே பராபரமே. 17

பித்தர்கள் போலும் பிதற்றிக்கா கம்போலுங்
கத்திகத்திச் சாகவிட்டாய் கண்ணே பராபரமே. 18

போற்றாமற் சிந்தை பொருதுசமர்க் காற்றாமற்
காற்றாய்ப் பறக்கவிட்டாய் கண்ணே பராபரமே. 19

நெற்பதர்க்கே யொப்பாக நிற்பதற்கோ என்தலையில்
கற்பித்து விட்டுவிட்டாய் கண்ணே பராபரமே. 20

சொல்லாச் சுயஞ்சோதிச் சுடர்கொழித்த நெஞ்சுகருங்
கல்லாகச் செய்துவிட்டாய் கண்ணே பராபரமே. 21

அவிழ்ந்தவிழ்ந்து சிந்தையுன்மீ தாசைவைத்த தத்தனையுங்
கவிழ்த்துப்பா ழாக்கிவிட்டாய் கண்ணே பராபரமே. 22

ஓசைமணி மண்டபத்தி னுட்புகா வண்ணமெனைக்
காசினியிற் சுற்றவிட்டாய் கண்ணே பராபரமே. 23

வீண்காதல் தந்ததல்லால் வேற்றிலுனைக் கண்ணாலுங்
காண்கஅரி தாக்கிவிட்டாய் கண்ணே பராபரமே. 24

சேட்டுமத்தின் ஈப்போலென் சிந்தைநைந் தேங்கவுனைக்
காட்டி மறைந்துவிட்டாய் கண்ணே பராபரமே. 25

துட்டமா மாயையினிற் சுட்டெரிந்ததோர் கொள்ளிக்
கட்டைவிற காக்கிவிட்டாய் கண்ணே பராபரமே. 26

வேல்விழியார் காம வேட்கை யளற்றிலெனைக்
கால்மாற்ற விட்டுவிட்டாய் கண்ணே பராபரமே. 27

---

14. தம்பனம்-அசைவற்றிருக்கும் யோகநிலை; ஓங்காரம்-முன்னே காண்க.
19. சமர்-போர்; 25. சேட்டுமம்-சிலேட்டுமம், கபம்; 27. அளறு-சேறு.

வீடுகா டென்று விதித்ததுவும் அல்லாமற்
காடுவீ டாகவிட்டாய் கண்ணே பராபரமே. 28

ஓடாமல் ஓடி யுலகைவலஞ் சுற்றுதற்கோ
காடோட ஆக்கிவிட்டாய் கண்ணே பராபரமே. 29

ஈடோயான் உன்றனக்கும் என்மீதில் ஏனோவிக்
காடிநியஞ் செய்துவிட்டாய் கண்ணே பராபரமே. 30

அச்சமிலாப் புல்வேடர் ஐவருக்கும் என்னறிவைக்
கைச்சூறை யாக்கிவிட்டாய் கண்ணே பராபரமே. 31

வில்லங்க மற்று விளக்கொளிபோ னின்றநெஞ்சைக்
கல்லங்க மாக்கிவிட்டாய் கண்ணே பராபரமே. 32

மண்ணாதி மூவாசை மாமாயை முக்கூட்டுக்
கண்ணியுட்சிட் டாக்கிவிட்டாய் கண்ணே பராபரமே. 33

கொண்டணைத்துக் கொள்ளுங் குணங்குடியான் சீரடியைக்
கண்டணைக்க நீயருளாய் கண்ணே பராபரமே. 34

ஏட்டி லெழுதவொண்ணா இறையேயுன் றன்வடிவைக்
காட்டிக் கொடுத்தருளாய் கண்ணே பராபரமே. 35

மைச்சினிச்சி போலும் மணக்கோலப் பெண்போலுங்
கைச்சரசஞ் செய்தருளாய் கண்ணே பராபரமே. 36

நிதியாசை யற்று நிரஞ்சனமாய் நின்றிடநற்
கதியாசை தந்தருளாய் கண்ணே பராபரமே. 37

நாதவிந்தாய் நின்றதுவும் நானென் றுபதேசங்
காதி லுரைத்தருளாய் கண்ணே பராபரமே. 38

மாதவசி யாகி மலைமுழையிற் புக்குமென்மேற்
காதலொன்று தந்தருளாய் கண்ணே பராபரமே. 39

நிற்குணத்தைக் கொண்டு நிருவிகற்பஞ் சாதிக்கக்
கற்கணத்தைத் தீர்த்தருளென் கண்ணே பராபரமே. 40

சென்மந் தொலைத்தடிமை சின்மயமாய் நின்றிடவுங்
கன்மந் தொலைத்தருளாய் கண்ணே பராபரமே. 41

சிந்தை யொளிபரப்பிச் சிதறுவன் கண்டாய்யோ
கந்தனையுந் தந்தருளாய் கண்ணே பராபரமே. 42

---

30. காடிநியம் - கடினம்.

38. நாதவிந்து - முன்னே காண்க.

42. வன்கண்டாய் - வலிமையான தீத்தழலாய்.

அட்டாங்க யோகமதில் ஆசையுற வேயெனது
கட்டைவெட்டு முன்னருளாய் கண்ணே பராபரமே. 43

விற்புருவ வத்தூடு விளங்குமொளி பந்தாடக்
கற்பித் தருளாயென் கண்ணே பராபரமே. 44

ஒப்பி லருளாழி ஓடஅடி யேற்குமொரு
கப்பலாய் வந்தருளாய் கண்ணே பராபரமே. 45

உனையாள்வோம் என்றடிமை உள்ளங் குளிர்ந்திடநின்
கனிவாய் திறந்தருளாய் கண்ணே பராபரமே. 46

பொய்கோத்த மெய்யதனைப் போட்டுவிடு முன்னமெனைக்
கைகோத் தணைத்தருளாய் கண்ணே பராபரமே. 47

வாய்ச்சதெனக் கென்று மகிழ்ச்சிகொண்டு நின்றிடநின்
காட்சி யளித்தருளாய் கண்ணே பராபரமே. 48

மலைக்கு மலைதிரிந்து மனுவாக ஏழைமனக்
கலக்கந் தவிர்த்தருளாய் கண்ணே பராபரமே. 49

நாணா மடவாரை நான்கைதழு வக்கனவுங்
காணாது காத்தருளாய் கண்ணே பராபரமே. 50

தொண்டரிடஞ் சென்றிடவுந் தொண்டுசெய்து நின்றிடவுங்
கண்டித்து வைத்தருளாய் கண்ணே பராபரமே. 51

மூலவர்க்க மாக முழுமதிப்பா லுங்கொடுத்துக்
காலபயந் தீர்த்தருளாய் கண்ணே பராபரமே. 52

சோற்றா லெடுத்த சுவரிடியா மற்பாது
காத்துமுகம் பார்த்தருளாய் கண்ணே பராபரமே. 53

மூலக் கனல்மூட்டி மூட்டிவரு காலரையுங்
காலா லுதைத்தருளாய் கண்ணே பராபரமே. 54

சிட்டனென வும்பூசை செய்தேனும் இப்பாவிக்
கட்டைகடைத் தேறவைத்தாள் கண்ணே பராபரமே. 55

எட்டுமோ ரெட்டையுமெட் டெட்டுக் கயிறதனாற்
கட்டவும்நல் லிட்டம்வைத்தாள் கண்ணே பராபரமே. 56

---

49. மனுவாக - மனிதனாக.

54. காலர்-மரணத் தூதுவர்.

55 சிட்டன்-ஞானி, உயர்ந்தவன்.

56. எட்டு-முன்னே காண்க.

ஆதாரம் ஆறும் அடுக்கடுக்கா கக்கடத்திக்
காதுக்குமே லேற்றிவைத்தாள் கண்ணே பராபரமே. 57

கும்பித்து ரேசித்துட் கொள்ளும் படிக்குதவிக்
கம்பமுனைக் காட்டிவைத்தாள் கண்ணே பராபரமே. 58

பட்டிப் பசும்பாலைப் பக்குவத் துடன்காலைக்
கட்டிக் கறந்தளித்தாள் கண்ணே பராபரமே. 59

நில்லா வுடற்கு நிலையங் கொடுக்குமொரு
கல்லாவின் பாலளித்தாள் கண்ணே பராபரமே. 60

சோமப்பா லூட்டிச் சுரந்தவா மப்பாலுங்
காமப்பா லுங்கொடுத்தாள் கண்ணே பராபரமே. 61

மண்டைநடு மண்டலத்துள் மண்டியமு துண்டிடவுங்
கண்டங் கடத்திவைத்தாள் கண்ணே பராபரமே. 62

மூலாதா ரத்துள் முளைகொண் டுயர்ந்தெழுந்து
காலாற் கனல்எரித்தாள் கண்ணே பராபரமே. 63

ஆயுங் கலையிரண்டும் ஆயா தடக்கியென்றன்
காயம் நிலைக்கவைத்தாள் கண்ணே பராபரமே. 64

அற்பவுட லால்அருந் தவமே புரிந்திடவுங்
கற்பமுறை கைக்களித்தாள் கண்ணே பராபரமே. 65

---

57. காதுக்குமேல்-பிரமரந்திரம் எனும் மேல்நிலை.

58. கம்பமுனை-சுழுமுனைக் கம்பத்தின் உச்சி.

59. பட்டிப் பசும்பால்-ஐம்பொறிகளின் நற்பயன்; பசு ஆன்மாவையும் குறிக்கும்; காலைக்கட்டி-வாயுவை அடக்கி.

60. கல்லாவின் பால்-சந்திர அமிர்தம்.

61. சோமப்பால்-பிரமரந்திரத்திலிருந்து ஒழுகும் சந்திர அமிர்தம்; வாமப்பால்-வாமயோகப் பயன்; காமப்பால்-அத்துவித இன்பம். (சோமப்பால் அக்கினி என்றும், காமப்பால் சூரியன் என்றும், நிஜானந்த போதம் கூறும்)

62. கண்டம் கடத்தி-சுழுமுனை மேலேற்றத்தில் உச்ச நிலையடைய கழுத்தைக் கடத்தி; சிலேடைப் பொருளில் ஆபத்திலிருந்து காத்து.

63. காலால் கனல்எரித்தாள்-அடக்கிய காற்றால் கனல் உண்டாக்கி ஆள்வாயாக.

64. கலையிரண்டு-இடைகலை, பிங்கலை.

65. கற்பமுறை-காய கற்ப முறை.

அண்டபிண்ட மென்றுநின் றாடுந் திருக்கூத்தைக்
கண்டுகுளி கூரவைத்தாள் கண்ணே பராபரமே. 66

எண்ணாத எண்ணமெல்லாம் எண்ணாமல் என்றன்மனக்
கண்ணாடிக் குள்ளளித்தாள் கண்ணே பராபரமே. 67

எவ்வுலகுந் தானா யிருந்தவுனை யான்தொழவுங்
கவ்வுமலக் கட்டறுத்தாள் கண்ணே பராபரமே. 68

அற்ப வுடலம் அழிந்திடுமுன் தீபமிட்ட
கற்பூர மாக்கிவைத்தாள் கண்ணே பராபரமே. 69

விலங்கினங்க ளோடு நான் வீற்றிடவும் ஏழைநெஞ்சு
கலங்காத வண்ணம்வைத்தாள் கண்ணே பராபரமே. 70

அடுத்துக் கெடுக்கும் அரிவையர்க்கா ளாகாமல்
கடக்கக் கடத்திவைத்தாள் கண்ணே பராபரமே. 71

நாற்றந் தொலைய நறைஅணையு நாரியர்தங்
காற்றும் படாதுவைத்தாள் கண்ணே பராபரமே. 72

ஆணிப்பொன் மேருமலை ஆமுனையும் உன்னடிமை
காணுங் கருணைவைத்தாள் கண்ணே பராபரமே. 73

வனவாசம் ஏக வரமளித்துன் பொற்பதத்தைக்
கனமா யிறைஞ்சவைத்தாள் கண்ணே பராபரமே. 74

எட்டிப் பிடித்தாலும் எட்டாது நின்றவுனைக்
கட்டிப் பிடிக்கவைத்தாள் கண்ணே பராபரமே. 75

மதபேத மோதி மறைக்குமறை சொல்வதெல்லாங்
கதையாய் முடித்துவைத்தாள் கண்ணே பராபரமே. 76

அண்டபிண்ட மாயுமதற் கப்பாலு நின்றுவெளி
கண்டவுனைக் காட்டிவைத்தாள் கண்ணே பராபரமே. 77

உலையி லிடுமெழுகா யுள்ளம் பதைத்துருகிக்
கலங்கியதுங் கண்டிலையோ கண்ணே பராபரமே. 78

வெம்பிமிக நொந்தேன் மெலிந்தேனென் கண்ணீருங்
கம்பலையுங் கண்டிலையோ கண்ணே பராபரமே. 79

மெத்த மயலுற்று விருப்பமொடு பன்னூலுங்
கற்றும்பா ழாக்கிவிட்டேன் கண்ணே பராபரமே. 80

---

66. பிண்டம்-உடல்.

72. நறை-நறுமணம், சந்தனம்; அணையும்-பூசும்.

பாலங் கடந்துபெரும் பாதம்நட வாமலும்வீண்
காலங் கடத்திவிட்டேன் கண்ணே பராபரமே. 81

பூத்த மலரெடுத்துன் பொன்னடியை யானுமென்றுங்
காத்திருந்து பூசைசெய்வேன் கண்ணே பராபரமே. 82

விண்கொண்டு நின்று விளங்குமுனை யெக்காலங்
கண்கொண்டு காண்பேனென் கண்ணே பராபரமே. 83

ஐயோஎன் செய்கிற்பேன் ஆருமற்ற பாவியைநீ
கையைவிட லாமோவென் கண்ணே பராபரமே. 84

நட்டநடு வீடுசென்று நானொளித்தி ருந்துனையுங்
கட்டித் தழுவேனோ கண்ணே பராபரமே. 85

அல்லும் பகலும் அடியேன் படுந்துயர்க்குக்
கல்லுங் கரைந்திடுமென் கண்ணே பராபரமே. 86

பொன்னைப் புதைத்துவைத்துப் போவார் உளந்தோறுங்
கன்னங் கருநிறங்காண் கண்ணே பராபரமே. 87

பணத்தைப் பணமெனவும் பார்த்ததுண்டோ வுன்றனுக்கென்
கணக்குத் தெரியாதோ கண்ணே பராபரமே. 88

நிற்கும் பொழுதாடை நெகிழ்ந்தால் உபசாரங்
கைக்குஞ் சொலுவதுண்டோ கண்ணே பராபரமே. 89

தடையில் உலகனைத்துந் தானா யிருந்துமொரு
கடுகிடையும் ஆனாயென் கண்ணே பராபரமே. 90

உனக்குள் எனைமறந்தோர் உள்ளக் கருத்தினுள்மாங்
கனிக்குளூறு வண்டானாய் கண்ணே பராபரமே. 91

நெக்குருகி நின்ற நிலைதோன்றா நிர்க்குணத்தார்
கைக்குட்பந் தாடிநின்றாய் கண்ணே பராபரமே. 92

---

82. பூத்தமலர்-பக்குவமான மனம்.

85. நடுவீடு-பிரமரந்திரம்.

89. உபசாரம் கைக்குஞ் சொல்லுவதுண்டோ-உதவி செய் என்று கைக்குச் சொல்ல வேண்டுமோ? தானே உதவுமன்றோ? அதைப்போல நீயும் உதவ வேண்டும்.

90. கடுகிடையும்-சிறிய கடுகினுள்ளும்

91. எனை மறந்தோர் என்பது 'தமை மறந்தோர்' என்றிருக்க வேண்டும்.

பதித்த மனம்வாழி பரமார்த்த மும்வாழி
கதித்த நிலைவாழி கண்ணே பராபரமே. 93

அத்துவிதம் வாழி யறிவகண்டி தம்வாழி
கர்த்தனே நீவாழி கண்ணே பராபரமே. 94

தற்பர மேவாழி தாராதும் தந்துதவுங்
கற்பகமே வாழியென் கண்ணே பராபரமே. 95

சிற்பரமே வாழி சிவயோ கியர்வாழி
கற்பனையெல் லாம்வாழி கண்ணே பராபரமே. 96

நற்பதவி யும்வாழி நவில்நான் மறைவாழி
கற்பதா ரிகள்வாழி கண்ணே பராபரமே. 97

சித்தர் கணம்வாழி சின்மயந் தான்வாழி
கர்த்தவியம் வாழியென் கண்ணே பராபரமே. 98

மாதவத்தோ ரும்வாழி மவுனமுத்தி ரையும்வாழி
காதலித்தோ ரும்வாழி கண்ணே பராபரமே. 99

குவலயத்தோ ரும்வாழி குணங்குடியா ரும்வாழி
கவலையற்றோ ரும்வாழி கண்ணே பராபரமே. 100

மொத்தம் பாடல் - 878

★★★

மனோன்மணிக் கண்ணி

மெய்தொழவு மேலும் மேலும்நந்தி கேஸ்வரனைக்
கைதொழு வுங்கனவு கண்டேன் மனோன்மணியே. 1

---

93. கதித்த-உயர்ந்த.
95. தாராதும்-தாராதவைகளையும்.
96. கற்பனை-போதனை, சங்கற்பம், நியமம்.
97. கற்பதாரிகள்-காயகற்பம் அறிந்த சித்தர்கள்.
99. மவுன முத்திரை-மெய்ப்பொருளை உணர்த்த ஞானகுரு காட்டும் குறிப்பு; காதலித்தோர்-இறைக் காதலர்.
மனோன்மணிக்கண்ணி-சூஃபி நெறிப்படி பரம்பொருளை நாயகியாகப் பாவித்துப் பாடியது; மனோன்மணி-மனத்துள் மணி போன்றிருப்பவள்
1. நந்திகேஸ்வரன் குருவடிவாயுள்ள பரம்பொருள்; விளக்கம் நந்தீஸ்வரக் கண்ணியில் காண்க.

கோப்பாக கவும்உனையான் கொண்டாடிப் பாடவும்நீ
காப்பாக வுங்கனவு கண்டேன் மனோன்மணியே. 2

பெண்கள்நிர்த்தத் தோடுனையான் பிரியா மணம்புணரக்
கண்களுறங் காக்கனவு கண்டேன் மனோன்மணியே. 3

மலர்ந்திருக்கும் பொற்கமல மணவறையில் இருவருங்கை
கலந்திருக்க வுங்கனவு கண்டேன் மனோன்மணியே. 4

மெய்ம்மஞ்சட் குளிப்புங்கண் விழிப்பும்எக் களிப்புமெனைக்
கைமிஞ்ச வுங்கனவு கண்டேன் மனோன்மணியே. 5

மைதீட்ட வுங்கயற்கண் மலரின் மலர்முலையிற்
கைபூட்ட வுங்கனவு கண்டேன் மனோன்மணியே. 6

மெய்தழுவ வும்இருவர் மெய்யோடு மெய்நெருங்கக்
கைதழுவ வுங்கனவு கண்டேன் மனோன்மணியே. 7

வாமப்பா லைப்பெருக மறுவாலி பம்வருக
காமப்பா லுண்ணக் கனவுகண்டேன் மனோன்மணியே. 8

பாலனா கவுங்கான்ற பாலுணவும் என்னைவிட்டுக்
காலனே கவுங்கனவு கண்டேன் மனோன்மணியே. 9

வடியா அருளமிர்தம் வடியவடி யக்குணங்
குடியா ரொடுகனவிற் குடித்தேன் மனோன்மணியே. 10

கோடி பெருமதிகள் கூடும் ஒருமதிபோல்
வாடியெம் மானேபெம் மானே மனோன்மணியே. 11

கண்ணேயென் கண்மணியே கண்குளிர்ந்த கட்டழகுப்
பெண்ணே யமிர்தப் பிழம்பே மனோன்மணியே. 12

பெண்ணே மயிலினமே பேரனமே என்றுனையென்
கண்ணிற் கிடக்களன்று காண்பேன் மனோன்மணியே. 13

வன்ன வுடைக்குமுன்றன் வால வயதினுக்கும்
அன்ன நடைக்குமென்ற னாசை மனோன்மணியே. 14

கூந்தல் இலங்கக் குரும்பைத் தனங்குலுங்க
நேர்ந்து நடம்புரிந்து நிற்பாய் மனோன்மணியே. 15

---

3. நிர்த்தம்-நடனம்; புணர-சேர; 4. கமல மணவறை - பிரமரந்திரம்.
8. வருக-வர; 9. கான்ற-சிந்திய; உணவும்-உண்ணவும்; 13. அனமே-அன்னமே.

துவளுந் துடியிடையுந் தோகை மயில்நடையும்
பவள இதழுமென்று பார்ப்பேன் மனோன்மணியே. 16

மலர்மாலை கள்கிடந்து மார்பிற்பின்ன லாடுமுன்றன்
அலர்முலையும் யானென் றணைவேன் மனோன்மணியே. 17

வெய்யிற்பட் டாலும் வெதும்புமுட லாயுனது
மெய்யில்தொட்டா லுங்கந்தம் வீசும் மனோன்மணியே. 18

காற்றுப்பட் டாலுங் கலங்குமென்றன் மேனியில்நீ
பார்த்துத் தொடவின்பம் படைப்பேன் மனோன்மணியே. 19

பிடியாரைப் போலும் பிடிப்பேன் முலையைக்குணங்
குடியாரைப் போலுங் குடிப்பேன் மனோன்மணியே. 20

கூந்தலுக்கு நெய்தோய்த்துக் குளிர்மஞ்சள் நீராட்டி
வார்ந்துசிங் காரித்து வைப்பேன் மனோன்மணியே. 21

காலிற்பனி நீர்விட்டுக் கழுவிமடி மீதுவைப்பேன்
மேலில்அத் தரும்பூசி விடுவேன் மனோன்மணியே. 22

காதம் பரிமளிக்குங் கத்தூரிப் பொட்டிடுவேன்
போதுஞ் சவாதணிந்து புணர்வேன் மனோன்மணியே. 23

தலைக்குமினுக் கெண்ணெய் தடவிச்சடை பின்னிவைப்பேன்
முலைக்குவன்னக் கச்சிறுக்கி முடிப்பேன் மனோன்மணியே. 24

கட்டாடை வர்க்கமெல்லாங் கண்டு களித்துயர்ந்த
பட்டாடை வர்க்கம்வைத்துப் படைப்பேன் மனோன்மணியே. 25

மூக்குகுத்திக் காதுகுத்தி முழுவயிரந் தூக்கிவைப்பேன்
கோக்குமுத்துந் தூக்குமுத்துங் குவிப்பேன் மனோன்மணியே. 26

கைக்கும் சுரிகடகம் கல்லுமிழைத்துக் கொடுப்பேன்
மொய்குழற்குச் சடைப்பில்லை முடிப்பேன் மனோன்மணியே. 27

தங்கக்கொலு சுஞ்சிலம்புந் தண்டைரத்ந பாடகமுங்
கொங்கைக்கு மோகனமாலை கொடுப்பேன் மனோன்மணியே. 28

காலாழி பீலிமுதற் கல்நகையும் பொன்னகையும்
நாலாட் சுமைவேண்டின் நடக்கு மனோன்மணியே. 29

18. கந்தம்-நறுமணம்.

23. சவாது-ஜவ்வாது.

28. பாடகம்-காலணி

29. காலாழி-கால்விரல் மோதிரம்; பீலி-காலணி

முடிமீ தினும்குட முடிசூட்டு வேன்நற்குணங்
குடிமா தவர்கள்குலக் கொழுந்தே மனோன்மணியே. 30

சந்நிதா னத்திற் சரணஞ் சரணமென்று
சொன்ன மலர்தூவித் தொழுவேன் மனோன்மணியே. 31

கர்ப்பூரம் ஏற்றிக் கரத்தீப ஆலாத்தி
எப்பாரும் போற்ற எடுப்பேன் மனோன்மணியே. 32

முக்கால மும்பூசை முடிப்பேன்முக் காலமல்லால்
எக்கால மும்பொங்கல் இடுவேன் மனோன்மணியே. 33

சாதந்தளி கைசமைத்துச் சாம்பிராணி தூபமிட்டுப்
பாதந் தொழுதிட்டுப் படைப்பேன் மனோன்மணியே. 34

பச்சைப் பருப்புமுதற் பருப்பிற்பத்து வகைகடைவேன்
வச்சநறு நெய்யுக்கி வார்ப்பேன் மனோன்மணியே. 35

முட்டை பொரிப்பேன் முழுக்கோழி யும்பொரிப்பேன்
தட்டைப்பீங் கானில் தருவேன் மனோன்மணியே. 36

ஆட்டுக்கறி யுங்கொள்வேன் அதிலனந்தம் வகைசமைப்பேன்
கூட்டுக்கறி யும்பண்ணிக் கொடுப்பேன் மனோன்மணியே. 37

குட்டிக் கறிதானுங் குழம்புபண்ணித் தாளித்தோர்
சட்டிக் கறியேனுந் தருவேன் மனோன்மணியே. 38

பால்பழமுந் தேனும் பலகார வர்க்கங்களும்
மேலுமே லும்பரப்பி விடுவேன் மனோன்மணியே. 39

அடிக்காயி ரம்பொன்விலை யானாலும் ஈந்துகுணங்
குடிக்குள்மா ளிகைகட்டிக் கொடுப்பேன் மனோன்மணியே. 40

ஆணிப்பொன் மதிலுயர்ந்த அரண்மனையுந் தீர்ப்பாக
மாணிக்க மேவிளக்கா வைப்பேன் மனோன்மணியே. 41

துலங்குமணி மண்டபமுஞ் சொர்க்கமென வும்இலங்காது
இலங்குமலங் காரஞ்செய் திடுவேன் மனோன்மணியே. 42

ரத்தினங்கள் வைத்திழைத்து ராவைப் பகலாக்குஞ்
சித்திரங்கள் வகைவகையாச் செய்வேன் மனோன்மணியே. 43

மண்ணா யமுந்தாமல் மனமே முழுவதினுங்
கண்ணாடி யாயிருக்கக் காண்பேன் மனோன்மணியே. 44

---

31. சொன்னமலர்-பொன்மலர்; நீ சொன்ன மலர்கள்.

34. தளிகை-உண்கலம்; பீடம்.

36. தட்டைப் பீங்கானில்-தட்டையாகச் செய்த தட்டு.

மங்கா தொளிபரப்பும் மவுனமணி யாலுமொரு
சிங்கா சனமேடை செய்வேன் மனோன்மணியே. 45

நாற்காலி கட்டில்பல நற்பவள ஆசனங்கள்
நீக்கமறச் சுற்றும் நிறைப்பேன் மனோன்மணியே. 46

பாதம்பூ சித்துப் பணிவிடைகள் செய்துநிற்க
மாதர்க ளோவனந்தம் வைப்பேன் மனோன்மணியே. 47

புவனத் தரசரெல்லாம் போற்றிப் பணியவென்றன்
மவுன மலரணைமேல் வாழ்வாய் மனோன்மணியே. 48

கட்டிலினுங் கூடி களிகூர்ந்து கொண்டிருப்போம்
தொட்டிலினு மாடிச் சுகிப்போம் மனோன்மணியே. 49

முடிமன்னர் தம்வாழ்வு முதலெவையும் எங்கள்குணங்
குடிமன்னர் தம்வாழ்வுங் கொடுப்பேன் மனோன்மணியே. 50

சொன்னம் மலைமலையாய்த் தொகைவகையி லாதளிக்குங்
கன்னன் எனவுமெனைக் காண்பாய் மனோன்மணியே. 51

போதத் தனங்குவித்தப் பொக்கிசமுங் கைகுவிப்பேன்
பாதத்தி னும்வீழ்ந்து பணிவேன் மனோன்மணியே. 52

கிடையாப் பொருள்களெல்லாங் கிடைக்குமுன்ன நீயுமென்னாற்
படையாப் பொருள்களெல்லாம் படைப்பாய் மனோன்மணியே. 53

தானா சமுத்திரம்போற் சான்றோர்க்கெல் லாமளிப்பாய்
சேனா சமுத்திரமுஞ் சேர்ப்பாய் மனோன்மணியே. 54

முடிதூக்கு மன்னர் முதலெவரும் உன்வாயிற்
படிகாக்கும் வாழ்க்கை படைப்பாய் மனோன்மணியே. 55

கவிராச ரும்விருது கட்டியங்கள் கூறிநிற்பார்
தவராச ரும்போற்றத் தவறார் மனோன்மணியே. 56

உன்மீதில் ஆசித்து உயிர்பொருளுன் தாட்களிப்ப
என்மீதில் ஆசையுனக் கிலையேன் மனோன்மணியே. 57

உள்ளது உரியதெல்லா மொப்புக்கொண்ட பின்னலவோ
கள்ள மனம்படைக்கக் கற்றாய் மனோன்மணியே. 58

---

51. கன்னன்-கர்ணன்.

54. தானா-தானாக.

56. விருது-அடையாளம், வமிசம், வெற்றி; கட்டியம்-புகழ்ச்சி.

57. ஆசித்து-ஆசையுற்று.

வேசைக் குணத்தை விரும்புவாய் என்றறிந்தாற்
காசைப் பணத்தைநான் காட்டேன் மனோன்மணியே. 59

படையாதெல் லாமென்னாற் படைத்துப்பர தேசிகுணங்
குடியாரை யோதேடிக் கொண்டாய் மனோன்மணியே. 60

உத்தமிப் பெண்ணென்று உவந்தேனிப் போதுன்றன்
பத்தினித் தனந்தைநன்றாய்ப் பார்த்தேன் மனோன்மணியே. 61

என்பத் துனக்கிருந்தா லிராச ராசேச்வரியாய்
ஐம்பத்தறு தேசமும்நீ ஆள்வாய் மனோன்மணியே. 62

உள்ள மணவாளன் உனக்கெவனோ என்னைவிடக்
கள்ளமண வாளனிச்சை கடிதோ மனோன்மணியே. 63

வேசியென் பேர்படைத்து வெளியிற்புறப் பட்டவளைத்
தாசியென்று சொல்லத் தகாதோ மனோன்மணியே. 64

ஆடாதும் ஆடி அவுசாரி யானவுனைப்
பாடாதும் பாடிலென்ன பயமோ மனோன்மணியே. 65

மூக்கும் உனக்குமுழம் மூன்றேனோ பத்தினிபோல்
நாக்கும் உனக்குமுழம் நாலேன் மனோன்மணியே. 66

பானைச்சோ றெல்லாம் பதம்பார்த்துத் தின்றிவினி
மானம் அழியிலுயிர் மயிர்தான் மனோன்மணியே. 67

இனிக்கண் டறிந்துகொள இவனாண் பிளையானால்
தனிக்கண்ட போதுபுத்தி தருவான் மனோன்மணியே. 68

பல்லை யிதழ்கடிக்கப் பானை தடியொடிக்கக்
கல்லைத்தேங் காயுடைக்கக் காண்பாய் மனோன்மணியே. 69

தடிபோ லிருந்துனையான் சாதிகெட்ட பாழுங்குணங்
குடியார்க்கெப்படி கூட்டிக்கொடுப்பேன் மனோன்மணியே. 70

போனதெல் லாம்போச்சு பொழுதும் விடிந்ததினி
நானதெல் லாமனத்தில் நாடன் மனோன்மணியே. 71

மல்லாந்து நான்படுத்து மார்பில்துப்பிக் கொண்டும்இனும்
பல்லைக்குத்தி யும்முகர்ந்தோ பார்ப்பேன் மனோன்மணியே. 72

என்னைவிட்டாமல் மாப்பிள்ளையமார் எத்தனையோ உன்றனுக்கே
உன்னைவிட்டால் பெண்ணெனக்கும் உண்டோ மனோன்
மணியே. 73

---

62. பத்து-பற்று.

தடித்தனமே செய்தாலுஞ் சமுசாரத் திற்படிந்து
குடித்தனஞ்செய் தாலென்மனக் குறையோ மனோன்மணியே. 74

தொடுத்தணைத்துக் கொண்டே துயில்வன்மற்ற நேரமெல்லாம்
எடுத்தணைத்துக் கொண்டே யிருப்பேன் மனோன்மணியே. 75

படுத்துப் படுத்துநெஞ்சிற் பளிச்சுபளிச் சென்றுமுத்தங்
கொடுத்துக் கொடுத்துநான் கொள்வேன் மனோன்மணியே. 76

வன்னச் செழும்பவள வாயிதழ்ஊ றல்சுவைத்துன்
கன்னத்தில் வீழ்ந்து கடிப்பேன் மனோன்மணியே. 77

கச்சிறுக்கு மாதரின்பங் கைச்சிறுக்கம் போதவின்பம்
வைச்சிறுக்குக் கொங்கையிற்கை வைப்பேன் மனோன்மணியே. 78

தித்தித் தொழுகுகாம தேனமிர்த வூறலுண்பேன்
முத்திதழு வித்தழுவி முகப்பேன் மனோன்மணியே. 79

படியோர்க்கெல் லாமுயன்ற படியோர்க ளானகுணங்
குடியோர்கள்போலுமின்பங் கொள்வேன் மனோன்மணியே. 80

சேயாயும் என்மடியிற் செங்கீரை யாடியருள்
தாயாயும் அங்கை தருவாய் மனோன்மணியே. 81

அங்கைதந்து தந்தே அணையத்தா யருளமிர்தங்
கொங்கைதந்து தந்தே கொடுப்பாய் மனோன்மணியே. 82

தாவி யணைத்தென்றன் தாயேயுனை யென்றிந்தப்
பாவி மடியில்வைத்துப் பார்ப்பேன் மனோன்மணியே. 83

ஏங்கியழு வேனோஉன் இணையடியைக் காணாமல்
தூங்கிவிழு வேனோஎன் தோழி மனோன்மணியே. 84

உலைபோல் எரியுமென்றன் உளங்குளிர மேல்வளர்ந்த
மலைபோ லெழுந்தருளி வருவாய் மனோன்மணியே. 85

கன்மம் அறுவதெந்தக் காலமோ யானறியேன்
நன்மை தருவதெந்த நாளோ மனோன்மணியே. 86

பன்னீர் ஒழுகுமுன்றன் பாத மலரையென்றன்
சென்னிமீ தென்றுமருள் செய்வாய் மனோன்மணியே. 87

தாயினுமிக் காங்கருணைத் தயாநிதியே யிவ்வுரையை
நாயினுமிக் காங்கடையேன் நவின்றேன் மனோன்மணியே. 88

---

78. கைச்சு இறுக்கும்-கசந்து அழுத்தும்; போதஇன்பம்-ஞானப் பேரின்பம்.
80. படியோர்(1)-உலகத்தோர்; படியோர் (2) - குணமுடையோர்.

மனோன்மணிக் கண்ணி ❖ 249

கால்பிடித்துக் கண்ணில்வைத்துக் கைகுவித்து மெய்மயங்கி
மால்பிடித்துச் சொன்னதெல்லாம் மகிழ்வாய் மனோன்மணியே. 89

அடியானை யுன்னடியார்க்கு அடியானும் ஆக்கிகுணங்
குடியா னெனப்பிரியங் கொடுப்பாய் மனோன்மணியே. 90

உச்சிதவச் சிரமலையே ஒப்பில்லா மாணிக்கமே
கச்சிதப் பச்சைமர கதமே மனோன்மணியே. 91

செப்புறா ஆணிமுத்தே சிறந்தபவ ளக்கொடியே
புட்பரா கக்கமலப் பூவே மனோன்மணியே. 92

கோமே தகமே குளிர்ந்தவயி டூரியமே
மாமேரு வேநீல மலையே மனோன்மணியே. 93

வற்றா அருட்செல்வ வாழ்வேகரு ணாநிதியே
பொற்றா மரைக்கமலப் பொகுட்டே மனோன்மணியே. 94

அல்லி மலரே அலர்செங்கழு நீர்மலரே
மல்லிகைக் கொத்து மலரே மனோன்மணியே. 95

பொன்மலரே பன்மலரே புகழ்தருபன் னீர்மலரே
மன்மத பாணமா மலரே மனோன்மணியே. 96

குடலை நிறைந்ததொரு கொத்தலரிச் செம்மலரே
மடலவிழ்ந்த செந்தாழை மலரே மனோன்மணியே. 97

பூக்கும் அருள்மலரே புளிக்காத மாமலரே
வாக்கு மலரேகண் மலரே மனோன்மணியே. 98

வஞ்சியர்செய் மோசமுடன் மறலிசெயும் நாசத்திற்கு
அஞ்சி யுனக்கடிமை ஆனேன் மனோன்மணியே. 99

அடியாரும் வாழியிந்த அடியேனும் வாழிகுணங்
குடியாரும் வாழிகுணக் குன்றே மனோன்மணியே. 100

மொத்தம் பாடல் - 978

★★★

91. சிரமலை-சிரமாகிய மலை.
92. செப்புறா-சொல்ல முடியாத.
94. பொகுட்டு-தாமரைக் கொட்டை
97. குடலை-பூக்கூடை.
98. புளிக்காத-சலிப்பைத் தாராத.

உமையாள் பாதம் முன்னிற்க*

ஆதியந்தங் கடந்தவுமை யாள்தன் பாதம்
அகண்டபரி பூரணமாம் ஐயர் பாதம்
சோதியந்தங் கடந்தகண பதியின் பாதம்
தொழுதிறைஞ்சிக் கரங்குவித்துப் போற்றி செய்து
வாதியந்தங் கடந்ததந்தி பாதம் என்றும்
வாலைமனோன் மணியம்மை பாதம்என்றும்
ஓதியந்தங் கடந்தண்டம் இரண்ட தாக
ஒன்றுமறி யாவறிஞ னுரைசெய் தானே.

நந்தீஸ்வரக் கண்ணி

ஆதியந்தங் கடந்தவுமை யாளருள் நாதாந்தச்
சோதியந்தங் கடந்தசெழுஞ் சுடரேநந் தீஸ்வரனே. 1

முடியடியாய் நின்றநடு மூல மணிவிளக்கே
அடிமுடியாய் நின்றநடு அணையேநந் தீஸ்வரனே. 2

கர்த்தனே யானுன் கருணைத் திருவடிக்கே
எத்தனைதான் தெண்டன் இடுவேன்நந் தீஸ்வரனே. 3

தீர்க்கதெண்ட னிட்டேன் திருவடியைப் போற்றிசெய்தேன்
வாக்கு நடக்க வரமருள்நந் தீஸ்வரனே. 4

மாசில் பரவெளியே மவுனமணி மாளிகையில்
வாசல் பெருவழியே மகத்தேநந் தீஸ்வரனே. 5

---

* இப்பாடல் சேகனாப் புலவருடையது.
உமை-சக்தி, ஜபரூத்; பரம்பொருளின் படைப்புநிலை; இதை 'உம்ம ஹாதுஸ்ஸிபத் (பண்புகளின் தாய்) எனப் பெண்ணாக உருவகப்படுத்துவது மரபு; கணபதி-படைப்புத் தொகுதியின் தலைவன், பரம்பொருள்; நந்தி-குரு, யோக மரபில் இடைகலை, பூமி, உடல், தீ இவற்றைச் சக்தியென்றும், மூலாதாரத்தில் வைத்துத் தியானிக்கப்படும் பொருளைக் கணபதியென்றும், நேத்திரம், முச்சுடர், வட்டத்தில் குருவடிவாய்க் காட்சி தரும் பரம்பொருள், தூல உடல், இவற்றை நந்தி என்றும் கூறுவர். சித்தர் பாடல் காண்க. உமை-வாஹிதிய்யத்; ஐயர்-வஹ்தத்து; கணபதி-அஹதிய்யத்; நந்தீஸ்வரன்-குரு வடிவான பரம்பொருள்.

1. உமை-சக்தி, ஜபரூத், பரம்பொருளின் படைப்புநிலை; நாதாந்தம் முன்னே காண்க; சோதி அந்தம்-ஒளிப்பாழ்; முடிவு.

2. நடுவணை-பிரமரந்திரம்; ஆறாதாரத்திற்கு மேலுள்ள நிலை.

மகத்தோனே ஞான மழையே யருள்வெள்ள
முகத்தோனே மோன முளையேநந் தீஸ்வரனே. 6

ஞானம் விளைவேற்று நல்லசமு சாரிகட்கு
மோன மழையூற்று முகிலேநந் தீஸ்வரனே. 7

முன்மூல யோகம் முழுதுஞ்சித்தி செய்துதர
உன்னாலே யாகும் உயிரேநந் தீஸ்வரனே. 8

சமர்கொடுத்து வென்றோங்கு சாம்பவியைக் கைப்படுத்தித்
தமர்விடுத்து நீக்கித் தருவாய்நந் தீஸ்வரனே. 9

நல்லோர்க்கு நீகாட்ட நல்குங்குணங் குடிவாழ்வு
எல்லோர்க்கு நேர்காட்ட எளிதோநந் தீஸ்வரனே. 10

இல்லி னிடங்கூட்டி யிதழ்விரியுஞ் செங்கமல
வல்லி னிடங்காட்டி வைப்பாய்நந் தீஸ்வரனே. 11

சாமிதனை யுஞ்சுத்த சைதந்ய மானசவ
காமிதனை யும்என்று காண்பேனந் தீஸ்வரனே. 12

உமையாளும் ஐயா உவந்தடிமை கொள்ளும்வண்ணம்
எமையாளும் ஐயா இறையேநந் தீஸ்வரனே. 13

கேசரத்தைக் காட்டிக் கிளரொளியாள் தன்னருட்பால்
ஆசரித்தே பூட்ட அருள்வாய்நந் தீஸ்வரனே. 14

சக்தி சிவமுதலாச் சாம்பவியம் பாளருளிற்
செத்த சிவமுதலாச் சித்தாம்நந் தீஸ்வரனே. 15

சித்தாளை யீன்ற சிறுபெண்ணாத் தாளிரண்டு
பொற்றாளை யென்றோ புணர்வேன்நந் தீஸ்வரனே. 16

பத்து வயதுடைய பாவையரை யன்றோநீ
சித்தர்க்கெல் லாந்தாயாய்ச் செய்தாய்நந் தீஸ்வரனே. 17

---

8. மூலயோகம்-சிவராசயோகம்.

9. சாம்பவி-யோகத்தில் ஒரு முத்திரை; உள்ளாதாரமுதல் பிரமரந்திரம் வரையிலுள்ள சக்கரங்களுள் தன்னாற் கொள்ளப்பட்ட சக்கரத்தில் இலட்சியமும், உடலுக்குப் புறத்தில் மூடுதலும் திறத்தலும் இல்லாத பார்வையுமாக இருத்தல்; தமர்-சுற்றத்தார்.

11. இல்-வீடு; வல்-வலிமையான இடம்.

12. சைதந்யம்-அறிவோடு கூடிய உரு; சிவகாமி-குண்டலி சக்தி.

14. கேசரம்-கூந்தல்; கிளர் ஒளியாள்-குண்டலி; ஆசரித்து-கைக்கொண்டு.

16. சித்தாள்-சித்தர்கள்; ஆத்தாள்-குண்டலி.

17. பத்து வயது-முன்னே காண்க.

காமரூபி யாம்நித்ய கல்யாண சுந்தரியை
ஓமரூபி யையெற்கும் முதவுநந் தீஸ்வரனே. 18

கேசரியாள் தன்கருணை கிட்டினன்றோ வாசாம
கோசரவாழ் வெல்லாங் கொடுப்பாய்நந் தீஸ்வரனே. 19

மூலவொளி சூட்டி மோனக் குணங்குடிக்கும்
மேலைவழி காட்டி விடுவாய்நந் தீஸ்வரனே. 20

கண்டப்பா லங்கடத்தி கமலாசனத் தேற்றி
அண்டப்பா லுங்கொடுத்தே யருள்வாய்நந் தீஸ்வரனே. 21

செங்கமல பீடச் செல்வியர்தாஞ் சித்தம்வைத்தால்
தங்கமலை கூடத் தருவாள்நந் தீஸ்வரனே. 22

போதகத்தைப் பூட்டிப் புருவமையத்து ஆயுமெற்கும்
வாதவித்தை காட்ட வருவாய்நந் தீஸ்வரனே. 23

ரசயோக சித்து நயனருளி னாலடிமை
நிசயோகம் முற்று நிலைப்பேன்நந் தீஸ்வரனே. 24

மகாவித்தை காய்ப்பதற்கு மதியமிர்த வூறலுண்டே
லகிரியுற்று நிற்பதறகு லபிப்பாய்நந் தீஸ்வரனே. 25

குப்பை வழலையெனுங் கோழையெல்லாம் கக்கவைத்துக்
கற்ப வழலைவரக் காட்டுநந் தீஸ்வரனே. 26

கற்ப வழலைவரக் காட்டிகற்ப முண்டதற்பின்
பற்ப வழலைமுறை பகர்வாய்நந் தீஸ்வரனே. 27

சூதமுத னீற்றிச் சொன்னமதி யமிர்தப்ர
சாதமதி லூற்றித் தருவாய்நந் தீஸ்வரனே. 28

---

18. காம... ஓமரூபி-குண்டலி சக்தி.

19. கேசரி-யோக முத்திரை; சந்திர சூரியர்கள் என்னும் இடைகலை பிங்கலைகளின் நடுவில் நிராலம்பமாகிய உள் ஆகாயத்திலிருக்கும் ஆகாயங்களின் சமுதாயத்தில் செவ்வையாய்ப் பொருந்தி இருப்பது.

22. செங்கமல பீடச் செல்வியர்-மனோன்மணி.

23. போதகம்-உபதேச ஞானம்; வாத வித்தை - ரசவாத வித்தை.

24. ரசயோகம்-ரசவாதயோகம்; மயக்கமுடைய ஆன்மாவைத் தூய்மை செய்தல்.

25. லகிரி-லாகிரி, மயக்கம், லபிப்பாய்-விதிப்பாய்.

26. வழலை-கோழை; கற்ப வழலை-காய கற்ப மருந்து;

27. பற்பம்-பஸ்பம், சாம்பல்; பற்ப வழலை முறை-நீராக்கும் மருந்து முறை, இருவினைகளை ஒழிக்கும் முறை.

28. சூதமுதல் நீற்றி-அசுத்தங்களின் மூலத்தைச் சுட்டெரித்து.

அற்பதே கமதாய் அடியேன் எடுத்தவுடல்
கற்பதேக மாகக் கணிப்பாய்நந் தீஸ்வரனே. 29

உமைநம்பி னோர்வாழும் ஓங்குகுணங் குடியார்க்கு
எமனும் பினையாரும் எதிரோநந் தீஸ்வரனே. 30

முநீஸ்வரரில் ஒன்றாய் முடித்தருள்வா யாகிலெனைச்
சநீஸ்வ ரர்கூடச் சாட்டாய்நந் தீஸ்வரனே. 31

காலனும் போய்விடுவான் காலங் கடந்துசிறு
பாலனும் ஆய்விடுவேன் பரமேநந் தீஸ்வரனே. 32

கவன மணிமுதலாய்க் கட்டியென் கைக்களிக்க
மவுன மணித்தாய்க்கு வகுப்பாய்நந் தீஸ்வரனே. 33

மாயை வலைவீசி மயக்காமல் என்றன்மேல்
நேய வலைவீச நிகழ்த்துநந் தீஸ்வரனே. 34

தோகை யிளமின்னார் சுகபோக மும்பசியும்
போக வழிசொன்னாற் போதும்நந் தீஸ்வரனே. 35

பெண்ணா யுலகமெல்லாம் பிணக்காட தாக்கியையோ
மண்ணா மடிவதென்ன மாயம்நந் தீஸ்வரனே. 36

சையோகப் பித்தைவெல்லச் சமர்த்தோடு கச்சைகட்டும்
மெய்யோக புத்திசொல்ல வேண்டும்நந் தீஸ்வரனே. 37

பாஷாண் டிகள்தோறும் பலனொன்றும் இன்றிவெறும்
வேஷாண்டி யாக்கி விடுகாண்நந் தீஸ்வரனே. 38

பிணம்பிடுங்கித் தின்னும் பேய்போற் சிலநுளையர்
பணம்பிடுங்கித் தின்பதென்ன பாவம்நந் தீஸ்வரனே. 39

பணமுடியா னென்றும் பவம்பிடியா னென்றுமெனைக்
குணங்குடியா னென்றுங் குறிப்பாய்நந் தீஸ்வரனே. 40

---

29. கற்ப தேகம்-அழியாத உடல்.

30. பினை-பின்னை.

31. 'சாட்டாய்' என்பது சாடார் என்றிருக்க வேண்டும்.

33. கவன மணி-நினைக்கும் இடம் சேர்க்கும் கல்; மவுன மணித் தாய்-குண்டலி.

37. சையோகம்-கலவி.

38. பாஷாண்டிகள்-சமய நம்பிக்கைக்கு முரணானவர்.

39. நுளையர்-ஈனர்.

உன்னையன்றி ஏழை ஓரேன் ஒருவரையும்
அன்னையென்றும் ஆள அருள்வாய்நந் தீஸ்வரனே. 41

ஆத்தாளைத் தேடி யலைந்தலைந்து விண்பறக்குங்
காற்றாடி யானென் கண்ணேநந் தீஸ்வரனே. 42

மான்பிரிந்த கன்றாய் மயங்குதற்கென் தாய்வயிற்றில்
ஏன்பிறந்து அகன்றே யிருந்தேன்நந் தீஸ்வரனே. 43

ஏனோ ஏனையீன்றாள் எத்தாயிவ் வாறுசெயத்
தானோ இனுமென்செய்த் தானோநந் தீஸ்வரனே. 44

தாய்தாயே யென்றே தலைபுரட்டக் கொண்டுவெறு
வாய்வாயை மென்றோடி மடிவேனந் தீஸ்வரனே. 45

தாயைவிட்டுப் பிள்ளை தவிப்ப தறிந்தவுடன்
சேயையிட்டம் வைத்தணைக்கச் செய்வாய்நந் தீஸ்வரனே. 46

கன்றினுக் கேயிரங்குங் காலியென என்னனைதான்
என்றும் எனக்கிரங்க இசைப்பாய்நந் தீஸ்வரனே. 47

மாயை மணமுடித்து மயக்கா தெனையீன்ற
தாயை மணமுடித்துத் தருவாய்நந் தீஸ்வரனே. 48

தற்பரத்தின் நல்வெளியே சர்வபரி பூரணமே
சிற்பரத்ததின் நேரொளியே சிவமேநந் தீஸ்வரனே. 49

முத்தரெலாம் வாழியெங்கள் மோனமணித் தாயருளுஞ்
சித்தரெலாம் வாழிசுத்த சிவமேநந் தீஸ்வரனே. 50

குற்றம் பலநீக்கிக் குணங்குடியென் றேமேவுஞ்
சிற்றம் பலம்வாழ் சிவமேநந் தீஸ்வரனே. 51

மொத்தம் பாடல் - 1029

கட்டளைக் கலித்துறை

மடக்கி மடக்கி வருமா யினுஞ்சொல்லும் மாண்பொருளும்
அடக்கி யடக்கிக் கிடக்குங்கண் டீர்பல னாய்ந்துகொள்வார்
நடக்கினு மாமன வுண்மையி னுள்ள நடையொழிந்து
கிடக்கினு மாமென் றறிதர நாடிக் கிளத்தியதே.

★★★

48. தாய்-குண்டலி.

51. சிற்றம்பலம்-சிதம்பரம், சிதாகாயம் ஞானவெளி. சிவம்-பரம்பொருள்.

பிஸ்மில்லாஹி

கீர்த்தனைகள்

1

இராகம்-புன்னாகவராளி-தாளம்-அடசாப்பு

பல்லவி

பரமுத்தன் குணங்குடி தெருவில் வரும்பவனி
பார்த்து வருவோம் வாருங்கள் (பர)

அநுபல்லவி

வரமுத்தர் சுரர்கணந் தரமுற்றவர்களிரு
பரமொய்த் தினியதுதி தரமுத்தியருளுநம் (பர)

சரணங்கள்

1. சாத்திரவேதஞுஞ் சலாம்-சலாம் சலாமென்ன
ஜகஜோதி மின்னல் பளீர்-பளீர் பளீரென்ன
பேர்த்துளம் போற்றும் றகீம்-றகீம் றகீமென்ன
பிசுமில்லா கிற்றகுமா னிற்றகீமென்றுள்
அசையாம லொருநிலை விசுவாச மருளுநம் (பர)

2. கருமமத்தள தாளந் திடீர்-திடீல் திடீலென்ன
கைம்மணி யோசை கணீல்-கணீல் கணீலென்ன
திருவருளாட்டந் திடும்-திடும் திடுமென்ன
தினத்தந்தோத் தினத்தந்தோம்
மனத்தொந்தோ மனத்தொந்தோம்
எனத்தாளனைத்தையு நினைத்தபடியாகநம் (பர)

உள்ளி-நினைத்து.

பரம்-பக்கம்.

1. சலாம் (அ)- 'அஸ்ஸலாமு அலைக்கும்' (உமக்குச் சாந்தி) இஸ்லாமியர் ஒருவரைக் காணுங்கால் கூறும் வாழ்த்துரை; றகீம் (அ)- ரஹீம்; அன்புடையோன், இறைவன்; பிசுமில்லாகிற் றகுமானிற்றகீம் (அ)-பிஸ்மில்லா ஹிர் ரஹ்மா னிர்ரஹீம், பேரருளாளன் பேரன்பினன் பெயரால் என்பது பொருள். ஒன்றைத் தொடங்குங்கால் இஸ்லாமியர் கூறுவது.

2. தாள்-தாளம்.

3. நாசச் சரீரம் நரேல்-நரேல் நரேலென்ன
நஞ்சவினைகள் சரேல்-சரேல் சரேலென்ன
வீசு மருட்கள் விறீல்-விறீல் விறீலென்ன
வேதவா ளெடுத்தோதி சோதிவா சியிலேறி
ஆதி பிசுமிலுட னோதிக் கலிமாவைநம் (பர)

4. நாடாத பேர்கள் பயம்-பயம் பயமென்ன
நம்பிய பேர்கள் ஜயம்-ஜயம் ஜயமென்ன
தேடிய பேர்கள் நயம்-நயம் நயமென்ன
திக்குத் திசைகளெங்கு மிக்க வொளிபரப்பி
ஒக்க வுலகமொரு கைக்குள் ளடங்குநம் (பர)

2

இராகம்-சௌராஷ்டிரம் தாளம்-சாப்பு

பல்லவி

இல்லலல் லாகூவென் றென்னை மறந்துகொண்
டிருப்பா யென் னெஞ்சமே. (இல்)

அநுபல்லவி

அல்லல்லா கூவென்ற வகண்டித கண்டமா
நல்லா யிருக்குது காணும்-ஒரு
சொல்லாலே இப்படித் தோணும்-வெகு
உல்லாச மாலாயிலாக (இல்)

சரணங்கள்

1. அண்ட புவனங்க ளென்று மிருப்பதை
யாதென் றறியாது தானே-எங்கும்
நின்று நிறைந்து மறைந்து சிறந்த
நெடிய நிராமயந் தானே-முதல்
பண்டு பழகிய நாட்டத்துக் கேயது
பாவைக்கூத் தானது தானே-நீ
கண்டு களித்துச் சகலமும் விட்டுக்
கரையேறி னால்நலந் தானே-தன்னைச்

3. நரேல், சரேல். விறீல்-ஒலிக்குறிப்பு; மருட்கள்-மாயைகள்; பிசுமில் (அ)-பிஸ்மில்லாஹி; முன்னே காண்க; கலிமா (அ)- இஸ்லாமிய நெறியின் கொள்கை வாக்கியம், 'லாயிலாஹ இல்லல்லாஹு முஹம்மதுர் ரசூலுல்லாஹ்; அல்லாஹ்வையன்றி இறைவன் இல்லை; முஹம்மத் அல்லாஹ்வின் தூதர் என்பது அதன் பொருள்.

இல்லல்லாகூ (அ)-இல்லல்லாஹு, அல்லாஹ்வைத்தவிர; அல்லல்லாகூ (அ)-அல்லாஹ் அல்லாஹு; அகண்டிதம்- துண்டுசெய்யப்படாதது; கண்டிதம்-துண்டுசெய்தது; லாயிலாக (அ)- லாஇலாஹ, வணங்குதற்குரியோன் இல்லை.

சென்றவிடஞ்செயந் தானே-தன்னைக்
கண்டு கொண்டு லாயிலாக (இல்)

2. கெட்ட மனத்தை யுடைய எருமைக்
கிடாவினைப் போலவு முண்டோ-காசைக்
கட்டிப் புதைத்துக் கடைசியிற் சாகின்ற
கழுதைகட் கும்பல னுண்டோ-சுத்த
மட்டிப் பயல்கள் மனத்தைக் கரைக்க
மருந்துகள் மாத்திரை யுண்டோ-வெகு
சட்டம தாகிய நிட்டை யிராத
சண்டாளர்க்குச் சாஸ்த்ர முண்டோ-இந்தத்
துட்டரைப் போலவு முண்டோ-நீ
கெட்டியுடன் லாயிலாக (இல்)

3. இல்லல்லா கூவென் றேநானிராமல்
இணைபடவு மிருந் தேனே-மெத்த
நல்ல நோன்புடன் தொழுகையும் விட்டு
நலங்களையு மறந் தேனே-தன்னை
வெல்லுங் குருபரன் சொல்லிய தீட்சை
வினவாமல் விட்டிருந் தேனே-அதை
அல்லும் பகலு மறியாம லென்னுள்ளே
ஆபாச மாக்குவித் தேனே-இது
எல்லா மறிந்திடந் தானே-சொல்லுஞ்
சொல்லுஞ் சொல்லும் லாயிலாக (இல்)

4. பூசைகள் செய்கிறே னென்று திரிந்து
புலம்பிய பாபமும் போக்கி-பெண்கள்
ஆசையி னாலே யனேகந் தரங்கள்
அடிபட்ட தும்லகு வாக்கி-எங்கள்
ஈசன் றிருவடி யாசையுள் ளானபின்
என்னைக்கை யாலவர் தூக்கி-அந்தத்
தோசித் தனங்களை தொலையைத் தொழுநற்
றுறைகளைப் போதனை யாக்கி-கெட்ட
பாசங்க ளைவிட்டு நீக்கி-தந்த
வாசியுடன் லாயிலாக (இல்)

5. எண்சா ணுயரத் திருக்கும் பனங்கள்
இறக்கி யுண்ணேன்மனக் கண்ணே-கெட்ட
கஞ்சாவுங் கள்ளும் அரக்கும் அபினுங்
கலப்பதை விடுவெறு மண்ணே-நீ

3. நோன்பு-இஸ்லாமியர் ரமழான் மாதத்தில் நோற்கும் உண்ணா நோன்பு. அவர்தம் ஐந்து கடமைகளுள் ஒன்று.

தஞ்சா வூராளு மகராஜன் பாதந்
தணிந்து நமஸ்காரம் பண்ணே-என்றன்
கொஞ்சப் பெலனுள்ள காயா புரியென்ற
கோட்டை யிடித்திடு மெண்ணே-அவர்
அஞ்சா திடிப்பரென் றெண்ணே-இனிக்
கொஞ்சிக் கொஞ்சி லாயிலாக (இல்)

6. என்ன விதமென்று சொல்வேன் முழக்க
முழங்குவ தென்னுக்குள் ளாலே-ஒரு
அன்ன மிருந்தே யழகு பிறக்க
அசைந்தசைந் தாடுவ தாலே-அதன்
முன்னாலே யான்செய்த பாக்கியங் கண்டு
மூன்றாசை யில்லாத தாலே-அது
தன்னாலே யானந்த வெள்ளம் பெருகித்
தடையறப் பாய்வத னாலே-பயிர்
அன்னம் பிடிப்பத னாலே-உனக்
கென்ன குறை லாயிலாக (இல்)

7. வாசனை யாகிய மாசற்ற வஸ்துவும்
வாக்கு மனத்துக் கெட்டாதே-அதில்
ஆசைக் கடல்பொங்கி யோசை யுடனலை
ஆடிடு மொன்றுங் கட்டாதே-இந்த
நாசச் சரீருத்தை வாசியில் தீட்டிடில்
நாசத்தை யண்ட வொட்டாதே-நல்ல
யோசனை செய்யு குணங்குடி வந்திடில்
யோக முனக்குக் குன்றாதே-ஒரு
மாசற யாகூவென் றோதே காசில்
ஆசைவிட்டே லாயிலாக (இல்)

3

இராகம்-பந்துவராளி; தாளம்-சாப்பு

பல்லவி

பெண்கொண்ட பேர்பட்ட பாட்டையுங் கேட்டையும்
பேசுவோமே நெஞ்சமே (பெண்)

அநுபல்லவி

சங்கையும் போக்கிச் சதிமானமாகச்
சகசண்டி யாக்குவித் திடுவாள்-வெகு
பங்கப் படுத்திவிட் டிடுவாள்-அந்த
மங்கைய ராசைவைத் தையையோ வையத்தில் (பெண்)

---

5. தஞ்சாவூர் - சாவுக்குப் பின் செல்லும் இடம்; மறுமை.
7. யா (அ) -ஏ! எனும் விளி; கூ (அ)-ஹு; அவன்; இறைவன் சங்கை-மதிப்பு; சதிமானம்-வஞ்சனை; சகசண்டி-வெட்க மற்றோன்.

சரணங்கள்

1. தங்க நகையு முகப்பணிச் சேலையுந்
தாவென வேகுரங் காட்டுவாள்-என்றன்
செங்கை வளையுந் தலைக்கெண்ணெய் சீப்புஞ்
சிறப்பொடு தாவென மாட்டுவாள்-வன்னக்
கொங்கைக் கிசைந்த ரவிக்கையுங் கோலப்
பணியுங் கொடுவென மூட்டுவாள்-அட
வெங்கப் பயனியென் ஆமக்கனோ வென்று
வீட்டில் வராதேயென் றோட்டுவாள்-வெகு
பங்கப் பழிப்பினி னாட்டுவாள் அந்த
மங்கைய ராசைவைத் தையையோ வையத்தில் (பெண்)

2. ஆதியைத் தேடி யருள்பெற நாடில்
அழுதழுது மடி பிடிப்பாள்-நீதான்
ஏதென்னை விட்டுப் பிரிவது மென்றவள்
ஏங்கியேங் கித்துடி துடிப்பாள்-இன்னும்
வாதாநீ செய்யுந் தவம்பலி யாதென
வாழ்த்தி வசைகொடை கொடுப்பாள்-கெட்ட
மூதேவி புத்தி படைத்தவளாகி
முரணுக்கு மாரடி துடிப்பாள்-வெகு
வேதனை யாய்மட மடப்பாள்-அந்த
வாதிக ளாசைவைத் தையையோ வையத்தில் (பெண்)

3. நாடிக் குருவடி தேடி நடக்கின்ற
நற்செய லைக்கசப் பாக்குவாள்-எங்கும்
ஓடித் திரிந்தே யலைந்து பணங்கள்
ஒருக்காலே தேடென்று தாக்குவாள்-அவன்
தேடும் பொருள்தனைக் காணி லுமக்கெதிர்
தேசத்தி லாரென்று தூக்குவாள் - இன்னும்
ஆடென்றும் மாடென்றும் வீடென்றுந் தேடென்றும்
ஆண்டவ னைமறப் பாக்குவாள்-பின்பு
ஈடொன் றிலாநினை வாக்குவாள் அந்தக்
கேடிக ளாசைவைத் தையையோ வையத்தில் (பெண்)

4. நீராட்ட மாடிமை யிட்டுப் பொட்டிட்டு
நிரம்ப வுடைமைக ளிடுவாள்-வந்து
போராட்ட மாகவே சீராட்டஞ் செய்துன்றன்
புத்தியைப் போக்கடித் திடுவாள்பின்பு
பாராட்டம் பண்ணியுன் றன்னையும் விட்டுப்
பலர்முகம் பார்த்தவள் கெடுவாள்-சுத்த

1. ஆமக்கன் (அ) - அஹ்மஃக், முட்டாள்; 2. மாரடி - மாரடித்து

மாராட்ட மாகு மனந்தெளி யார்க்கு
மருண்மழை யேபொழிந் திடுவாள்-கெட்ட
சீராட்டி யாய்வந்து முடிவாள்-அந்த
நாரிக ளாசைவைத் தையையோ வையத்தில் (பெண்)

★★★

அறுசீர்க் கழிநெடிலடி யாசிரிய விருத்தம்

பாடையிலே துறவடைந்து பரமடைந்த குணங்குடியார்
பகர்ந்த ஞானம்
பாடையிலே துறவடைந்து பரமடைந்தா னந்தசுகம்
படைத்தி டாரைப்
பாடையிலே போட்டுமிடு காட்டிலிடப் படுமுனையும்
பலரு மந்தப்
பாடையிலே போட்டெடுக்க நாள்வருமென் றறிந்திலையே
பாவி நெஞ்சே.

4

இராகம்-கல்யாணி; தாளம்-சாப்பு

பல்லவி

எத்தனை யாட்டம்நீ யாடினும் பதைப்பற்
றிருந்திடுவாய் நெஞ்சமே (எத்தனை)

அநுபல்லவி

புத்திசற் றேனும் படைத்தா யெனிலந்தப்
போதனை யேயுனைத் தேற்றும்-மூன்று
வாதனை யும்மற மாற்றும்-யோக
சாதனை மீதினு மேற்றும் (எத்தனை)

சரணங்கள்

1. நற்றவஞ் சித்திக்கு முத்தி தருந்தச
நாதத்தை யுஞ்சுத்தி யாக்கும்-கட்டிச்
சுற்று மறுதலக் கட்டு மவிழ்ந்திடச்
சோடசப் பின்னலை நீக்கும்-பாயும்
பத்தோ டிரண்டு கலையுமெட் டாகப்
பராபர மும்முகம் பார்க்கும்-நல்ல
சுத்த மயப்படி கச்சுயஞ் சோதிச்
சுழுமுனை யுந்தலை காக்கும்-எமன்

பாடை (1) - மொழி; பாடையிலே (2)- பாடும் போது; மூன்று வாதனை-காமம், வெகுளி, மயக்கம், ஆணவம், கன்மம், மாயை.

1. தசநாதம்-முன்னே காண்க; சோடசப் பின்னல்-பதினாறு கலைகளின் சிக்கல்.

உத்தியோகந் தனைப் போக்கும்-வந்து
வெற்றிக் குணங்குடி வாய்க்கும் (எத்தனை)

2. காற்பசு தன்னை வெளியல் விடாமலுங்
கட்டித் தொழுவினின் மாட்டும்-வீட்டில்
பாற்பசு வைப்பக்கு வத்தடன் வைத்ததன்
பாலைக் கறந்துனக் கூட்டும்-ஏழை
போற்பசி தன்னையும் போக்கித் தபசுக்குப்
போவென்ன நேர்வழி காட்டும்-அதன்
மேற்படக் காலா லுதைத்து வுதைத்தின்னும்
விட்டேனோ வென்றுகை தீட்டும்-உன்றன்
மாற்படி யாவையுஞ் சாட்டும்-மாட்டை
மேய்ப்பக் குணங்குடி யோட்டும் (எத்தனை)

3. வஞ்ச மறலி வரவிடு தூதான
வஞ்சிய ராசைவிட் டோடும்-மெத்தப்
பிஞ்ச பழங்கந்தை யானபுன் மாயையைப்
பேயர் தலைதனிற் போடும்-நாளுந்
தஞ்சமென் றென்குரு நாதன் திருவடி
தன்னைத் தொழுதிட நாடும்-இனி
என்செய லேது மிலையென் றவரிடம்
ஏங்கியேங்கி நையப் பாடும்-நின்று
அஞ்சாம லஞ்சியே வாடும்-மிகக்
கெஞ்சிக் குணங்குடி தேடும் (எத்தனை)

4. இடைபிங் கலைக்கிடை யில்லடை யுஞ்சுழு
எளிதில் நடையற மீறும்-பாயும்
மடைகண்டு வருமதி யமுதமுட் கொண்டு
வரவரக் காயமுந் தேறும்-இந்த
உடலோ டிருந்து தவஞ்செய்ய வுங்கற்பம்
உண்டெம கண்டமும் மாறும்-பின்பு
குடங்கவிழ் நீரென்ன நீசெய் பவங்களுங்
கொட்டுண்டு மண்மீது சாரும்-முன்னைத்
தொடரிரு வினைவெந்து நீறும்-அருள்
படருங் குணங்குடி யேறும் (எத்தனை)

5. ஆதார மாறினுஞ் சேதாரம் வாராது
அடுக்கடுக்காகவே விடுக்கும்-எமன்

---

2. காற்பசு-சுவாசமாகிய பசு; பாற்பசு-ஐம்பொறி; மால்படி-மயக்கமாகிய பகை; சாட்டும்-போக்கும்.

3. பிஞ்சு-பிய்ந்த.

4. நீறும்-சாம்பலாகும்.

பாதை பார்த்து நிற்குங் கண்ட மெனுமயிர்ப்
பாலத்தையு மெள்ளக் கடக்கும்-பின்பு
காதுகண் ணாக்கொடு மூக்குமொன் றாகக்
கவிந்துமந் நாளத்தை யடக்கும்-என்றுஞ்
சூதான மாகிய வெட்டவெளி சென்று
சொக்கிய மயக்குண்டு படுக்கும்-குரு
நாத னருளடை கிடைக்கும் பரஞ்
சோதி குணங்குடி யடுக்கும் (எத்தனை)

6. உந்தியின் கீழ்நின் றுதித்த சுழுமுனை
ஓங்காரக் கோதண்டம் பிடிக்கும்-வருஞ்
சந்திரன் சூரியன் மேல்வைத்துத் தாக்கிச்
சமர்பொருது ஜெயம் படைக்கும்-சற்றே
குந்தி யிருந்திளைப் பாறித் தெளிந்து
குசலாகச் சாய்ந்தங்கே படுக்கும்-அதற்
கந்தியுஞ் சந்தியும் உச்சிமுக் காலமும்
ஆதரித்துப் பூசை நடக்கும்-தேவ
இந்திரன் போனின்று நடக்கும்-இங்கே
வந்து குணங்குடி கொடுக்கும் (எத்தனை)

7. சொல்லித் திரிதற் கறிவுகற் றதோஷ
தோஷத்தை நாசத்தி லாக்கும்-கற்றும்
நல்ல வறிவுற்ற புலையரைக் காண்கின்
நடுங்கி யுடலெங்கும் வேர்க்கும்-மலை
கெல்லி யெலிபிடித்த கதைபோற் காசுக்
கேயலை யாதுனைக் காக்கும்-பாயும்
வல்லயம் போல்வரு மாயை யாஞ்சண்டி
மாட்டையும் மாசண்டி யாக்கும்-கரு
நெல்லிக் கனிகைக்குள் வாய்க்கும்-அருள்
முல்லைக் குணங்குடி பூக்கும் (எத்தனை)

8. காமக்கு ரோதக் களையைக் களைந்து
கடுஞ்சுழிக் காற்றிலே தூற்றும்-யோக
பூமிக்குள் மோன வித்தைப் பதித்துப்பரி
பூரண மாய்ப்பயி ரேற்றும்-மேற்
சோமன் மதிவட்ட மீது சுழுமுனைச்
சொக்கித் தெளிந்திடத் தேற்றும்-தாயை
வாமம் வைத்துப்பூசை பண்ணிப் பணிந்திட
வாரி யமிர்தத்தை யூற்றும், நல்ல
நேமத் துடனுனைப் போற்றும்-என்றுஞ்
சேமக் குணங்குடி யேற்றும் (எத்தனை)

7. வல்லயம்-ஈட்டி

9. இல்லந் துறந்து வரும்பல தொல்லைகள்
எல்லா மெடுத்தெடுத் தெறியும்-மூடும்
வல்லிரு ளாகிய மாமாயை தந்த
மயக்கும் விட்டுவிட்டுப் புரியும்-ஒரு
எல்லையிற் பேரின்ப வெள்ளப் பெருக்கில்
எடுத்துண்டுந் தன்வயி னிறையும்-பின்பு
அல்லும் பகலுஞ் சுகானந்த நிட்டையில்
அண்டமும் பிண்டமுந் தெரியும்-எங்கும்
சொல்லும் அருள்மழை சொரியும்-மெத்த
நல்ல குணங்குடி புரியும் (எத்தனை)

10. கூசிக் குலாவு மடவாரைக் கொஞ்சிக்
குலவாம லுங்கையை விடுக்கும்-வன
வாசத்துக் கேகித் தவம்புரி தற்கிச்சை
வைத்து வைத்துத்துடி துடிக்கும்-கெட்ட
ஆசைப் பசாசைத் துரத்தித் துரத்திவந்
தண்டவொட் டாமலே யடிக்கும்-ஞான
தேசிகன் பாதார விந்தத்தை யேமோனச்
சின்முத் திரையாகப் பிடிக்கும்-உப
தேசத்துக் காரைப்பந் தடிக்கும்-நமக்
கீசன் குணங்குடி கிடைக்கும் (எத்தனை)

11. செத்தாலும் வைத்தடி வாங்காம னிற்கின்ற
தீரத்தை யேதீர மாக்கும்-சற்றும்
மெத்தாதி புத்திவந் தெற்றாம லுன்றனை
மேவி விழுந்துகை தூக்கும்-எங்கள்
சித்தாதி கட்கருள் செய்தநன் முத்தியுஞ்
சித்தியும் வெற்றியும் வாய்க்கும்-நின்று
எத்தா லினிப்பிழைப் போமென வெண்ணாமல்
எங்கோ னருட்பாது காக்கும்-ஒரு
மித்த பவங்களைப் போக்கும்-மோன
வித்தைக் குணங்குடி வாய்க்கும் (எத்தனை)

12. எண்ணாத எண்ணத்தி னூடே படர்ந்தெழும்
இன்ப வினோதத்தை வீட்டும்-கெட்ட
மண்ணான மூவாசை புண்ணாக வும்நல்ல
மானாபி மானத்தை யோட்டும்-என்றன்
கண்ணே மணியேயென் கண்ணுத லேயெனக்
கண்ணீரு முண்ணீரு மூட்டும்-பின்பு

11. மெத்தாதி புத்தி - மந்த புத்தி.
12. வீட்டும் - அழிக்கும்; கண்ணுதலே - புருவ நடுவில் தரிசனம் தருபவர்.

தண்ணீரு மண்ணுங் கலந்தது போற்சிந்தை
தத்தளிக்கநிலை நாட்டும்-நடம்
பண்ணும் பரவெளி சூட்டும்-உய்யும்
வண்ணக் குணங்குடி காட்டும் (எத்தனை)

13. வித்தக னார்சொன்ன புத்திபுண் மாயையை
வேங்கைப் புலியெனச் சாடும்-நம்மை
வெற்றிகொண் மாதர் முயக்களற் றுக்கேணி
விரிவோ டவுங்காயப் போடும்-உன்னைப்
பெற்றார் பிறந்தார் சுற்றத்தார் முதலான
பித்தர்க் கெல்லா முகம் வாடும்-நல்ல
பத்தரை மாற்றுப் பசும்பொன்னை யொத்த
பரவெளிப் பம்பர மாடும்-மேலுங்
கத்த னருளுங்கை கூடும்-நாளுஞ்
சித்துக் குணஙகுடி யாடும் (எத்தனை)

14. எங்கு நிறைந்த பெரும்பொரு ளென்னுள்ளே
இருந்துகொண் டேவிளை யாடும்-ஒரு
கங்கு கரையறப் பொங்கிப் பரவிக்
கருணைக் கடல்வந்து மூடும்-அருள்
வங்கமுந் தங்காம லிங்குவந் தென்னை
மகிழ்ந்தடுத் தேற்றிக்கொண் டோடும்-நாளும்
மங்காத தங்க மவுனப் பொருளும்
மலைமலை யாகக்கை கூடும்-இன்னும்
பங்கு கொடுக்கவு நாடும்-யோகந்
தங்குங் குணங்குடி சூடும் (எத்தனை)

15. வாசாம கோசர வான்பொரு ளென்றன்
மடிமீது செங்கீரை யாடும்-மோன
தேசிகன் பாதார விந்தத் தெய்தத்தத்
தெய்யெனக் கூத்துகள் போடும்-எங்கள்
ஈசன் றிருவருள் தானாணை கொட்டிப்போர்
இன்பக் கோலாகலம் பாடும்-எம
பாச மறித்துக்கொண் டென்னச்சு மட்டமும்
பாய்ந்து மடமடென் றோடும்-கோட்டை
வாயிற் கடந்துட்சென் றாடும்-மேலே
பேசுங் குணங்குடி கூடும் (எத்தனை)

கொச்சகக்கலிப்பா

ஐயையோ என்விதியை யாரிடத்திற் சொன்னாலும்
ஐயையோ என்றே யழுங்கவலை கொள்வார்தாம்
ஐயையோ வையகத்தி லாருமிலை யுன்னையன்றி
ஐயையோ அடிமையைக்கை யணைப்பாய் குருபரனே.

5

இராகம்-பைரவி: தாளம்-சாப்பு

பல்லவி

ஐயையோ நானென்செய் வேன்என் விதிவசம்
ஆருடனே சொல்லி யழுவேன். (ஐயை)

அநுபல்லவி

மெய்யெடுத்தும் பொய்யா வீணாள் கழிந்துபோச்சு
பொய்யி லாதவென் னையனருளது
கையுமெய்யுமாய்க் கண்ணிற் காணேனே (ஐயை)

சரணங்கள்

1. பார்க்கப் பலவித மறைவாய்ச் சமையலான
பதினாலு லோகமு நிறைவாய்
வாக்கு மனமுமதி னோக்க மதுவாய்நின்றுந்
தீர்க்கமா யறியாமற் றேடியே
பார்க்குள்ளே யலைந் தலைந்துங் காணேனே (ஐயை)

2. முன்னோர் செய்திடு பாவலாபமோ பாதகமோவென்
மூதேவித் தனங்கொள்பிர தாபமோ
என்ன கொடுமைகளோ வென்றலை விதிதானோ
இன்ன பேதமில் லாத சோதியை
இன்னு மென்னுட் கண்ணிற் காணேனே (ஐயை)

3. ஆசாபாசங்க ளெவற்றையும்விட்டும் அநுதினம்
ஆனந்த வெள்ளத்து ளகப்பட்டும்
ஓசைமணி பூரகத் துள்ளெங்குந் தேடியும்
வாச மொய்த்த குணங்குடிப்பர
தேசி யெய்த்து மிளைத்துங் காணேனே (ஐயை)

6

இராகம்-கேதாரகௌளம்; தாளம்-ஆதி

பல்லவி

சூத்திரப் பாவைக் கயிறற்று வீழுமுன்
சூட்சக் கயிற்றினைப் பாரடா-அதி
சூட்சக் கயிற்றினைப் பாரடா. (சூத்தி)

அநுபல்லவி

நேத்திரமி ரண்டினும் நேரே யிலங்கிய
நீடொளி போன்றது தேடரி தாகிய

காத்திர முள்ளது யாவும் பொதிந்தது
கையிலுங் காலிலு மெட்டப் படாததோர் (சூத்தி)

சரணங்கள்

1. சாத்திர வேதஞ் சதகோடி கற்றாலும்
சமய நெறிகளி னாசாரம் பெற்றாலும்
பாத்திர மேந்திப் புறத்தி லலைந்தாலும்
பாவனை யாலுட லுள்ள முளைந்தாலும்
மாத்திரைப் போது மெமன்வரு மப்போது
மற்றொன் றுதவா துதவா துதவாது
சூத்திரமாகிய தோணி கவிழுமுன்
சுக்கானை நேர்படுது திக்கணமே சொன்னேன் (சூத்தி)

2. உற்றுற வின்முறை யார் சூழ்ந் திருந்தென்ன
ஊருட் சனங்களெல் லாரும் பணிந்தென்ன
பெற்றாரும் பெண்டீரும் பிள்ளை யிருந்தென்ன
பேணும் பெருஞ்செல்வ ஆணவத்தா லென்ன
கத்தன் பிரிந்திடிற் செத்த சவமாச்சு
காணாது காணாது கண்டதெல் லாம்போச்சு
எத்தனை பேர்நின்று கூக்குர லிட்டாலும்
எட்டாமற் போய்விடுங் கட்டையல் லோவிந்தச் (சூத்தி)

3. மாயப் பிறவி வளையை யடைத்திட
மாறாத் தியான மனத்தி னினைத்திட
காயா புரிக்கோட்டை கைக்கு ளகப்பட
காணு மணிச்சுடர் தானே விளங்கிட
ஆயு மறிவுடன் யோகத்தி னாலெழும்
ஆனந்தத் தேனையுண் டன்புடனே தொழும்
தாயா யுலகத்தை யீன்ற குணங்குடித்
தற்பரனைக் கொண்டு வப்புடனே சென்று (சூத்தி)

அறுசீர்க் கழிநெடிலடி யாசிரிய விருத்தம்

வங்கெனுமோர் மொழியாதி பீடமியோ கத்தினது
மகிமை பெற்றோர்
வங்குசொறி யுங்கொடுக்கும் பெண்களல்குற் புண்களுக்குள்
மடிய மாட்டார்.
வங்குசொறியுங் கொடுக்கும் பெண்களல்குற் புண்களுக்குள்
மடியா வண்ணம்
வங்கெனுப தேசமெங்கள் குணங்குடிமா தவனெனக்கும்
வைத்தி டானோ

காத்திரம்-உடல். வங்கு- பீஜமந்திரம்.

7

இராகம்-சாவேரி; தாளம்-சாப்பு

பல்லவி

வங்கெனு முபதேச மெங்கள் குணங்குடி
வள்ளலென் றோதுவனோ.

அநுபல்லவி

அங்கென்ற னுட்சரங் கும்பித் தடங்கவும்
ஐம்பத்தோ ரட்சரந் தம்பித் தொடுங்கவும் (வங்)

சரணங்கள்

1. உடல்பொரு ளாவியோ டெவையுங்கைக் கொள்ளவும்
உவந்தென்னை யுமுய்யக் கொள்ளவும்
நொடிக்குமுன் மனவாசி மேலேறிக் கொள்ளவும்
நூலேணி மேலேறிக் கொள்ளவும்
படிமுடிச் சானவா றாதாரம் விள்ளவும்
படிக்குப்படி கடந்து கொள்ளவும்
கடினத்துடன் கண்டதையுகீழ் தள்ளவும்
காதளவுக்குமேற் கொள்ளவும்
நடனமிடும்பரி துள்ளாட்ட மெடுக்கவும்
நடித்துநடித்துக் கொண்டாட்டங் கொடுக்கவும்
இடைபிங்கலை கண்டத் தாட்ட மொடுக்கவும்
எனக்குப் பயந்தெம னோட்டம் பிடிக்கவும் (வங்)

2. கம்பமற்றவருட் கடலுள்வாய் மடுக்கவும்
களகளென்றே சும்மா குடிக்கவும்
செம்பொற் கமலா சனமீதிற் படுக்கவும்
செங்கீரை யாடித் துடிக்கவும்
வம்பரைப் போல்விளை யாட்டுப் படிக்கவும்
வாசியி லேறி நடிக்கவும்
ஒன்பது வாயிலி னிலையைப் பிடிக்கவும்
ஒளியினோடு காலை மடிக்கவும்
தம்பிரா னெனு மெல்லை சூட்டவும்
தாக்குச் சுழிமுனை வில்லைப் பூட்டவும்
எம்பிரானென்னுங் கல்லை யோட்டவும்
எனக்குப் பயந்தெமன் பல்லைக் காட்டவும் (வங்)

3. தொட்டுப தேசித்த வுடன் சோதி தட்டவுந்
தொடுமுன்னே சிவயோகங் கிட்டவும்
எட்டுக் கயிற்றிலென் காலிரண்டுங் கட்டவும்
எட்டியவன் காலைக் கட்டவும்
கட்டைப் பனைதனி லுங்கள்ளுக் கட்டவும்
கள்ளுக்கள்ளாகச் சும்மா கொட்டவும்

கொட்டிய கள்ளுண்ட பின்போதை முட்டவும்
குதிகொண்டு கெக்கரி கொட்டவும்
நிட்டை படைத்தனு பூதி மிஞ்சவும்
நிருவிகற்ப சமாதி துஞ்சவும்
இட்டப் படிக்கரு ணின்று கொஞ்சவும்
எனக்குப் பயந்தெம னின்று கெஞ்சவும் (வங்)

4. கத்தன்றிருவடி பெற்றவ னாகவும்
கட்டை கடைத்தேற லாகவும்
நற்றவ முற்றவுஞ் சித்தனு மாகவும்
நாவுமந் நாளத்து ளேகவும்
பத்து வகை நாத முஞ்சுத்த மாகவும்
பத்தோ டிருகலை சாகவும்
ஒற்றைக்கா லான்மயிர்ப் பாலத்தி லேகவும்
ஒருபாய்ச்ச லில்தாண்டிப் போகவும்
வைத்த தீட்சையுந் திருத்த மாகவும்
வாலை யம்பிகை பொருத்த மாகவும்
எய்த்த வருத்த மருத்த மாகவும்
எமக்குப் பயந்தெம னொருத்தன் சாகவும் (வங்)

8

இராகம் - புன்னாகவராளி: தாளம் - ஆதி

பல்லவி

யானே யுனைநம்பினேன்-குணங்குடி
யானேயென் னாண்டவனே

அநுபல்லவி

யானே யுனைநம்பி னேன்சாகச் செய்வையோ
யானாக நின்றென்னை நான்சாகச் செய்வையோ
பேய்நாய் கண்டசிறு மானாகச் செய்வையோ
பெருமானு மெம்பெரு மானாகச் செய்வையோ (யானே)

சரணங்கள்

1. பாவைய ரைப்பாவி கூடிடச் செய்வையோ
பாவையர்க் குப்பயந் தோடிடச் செய்வையோ
பாவங்கள் வந்தெனை மூடிடச் செய்வையோ
பாவமெல் லாம்விட்டுச் சாடிடச் செய்வையோ
பாவிகள் போல்முகம் வாடிடச் செய்வையோ
பரஞ்சோதி யம்பர மாடிடச் செய்வையோ
பாவாணர் போல்வீணிற் பாடிடச் செய்வையோ
பரிபூர ணானந்தம் பாடிடச் செய்வையோ (யானே)

2. சண்டாள ரைவாழ்த்திக் கொண்டாடச் செய்வையோ
சற்குரு வைப்போற்றிக் கொண்டாடச் செய்வையோ
தொண்டாசை யென்னையுந் துண்டாடச் செய்வையோ
தொண்டாசை தன்னையுந் துண்டாடச் செய்வையோ
முண்டரைப் போற்றிண்டு முண்டாடச் செய்வையோ
முத்திதந் துதுதி கொண்டாடச் செய்வையோ
வண்டாய்த்து வண்டுது வண்டாடச் செய்வையோ
வந்தருள் தந்தெனைப் பந்தாடச் செய்வையோ (யானே)

3. வெட்ட வெளியிலென்னை விட்டிடச் செய்வையோ
வித்தகன் பாதத்தைக் கட்டிடச் செய்வையோ
பட்டதெல் லாங்கேடு கெட்டிடச் செய்வையோ
பட்டதற் குப்பலன் கிட்டிடச் செய்வையோ
நெட்டை மரம்போலப் பட்டிடச் செய்வையோ
நீசனுக் குமருள் எட்டிடச் செய்வையோ
மட்டியென் றென்கையை விட்டிடச் செய்வையோ
வாசியும் பாவிக்குக் கிட்டிடச் செய்வையோ (யானே)

4. மதபேத மோதப் படுத்திடச் செய்வையோ
மதமற்ற ஞானம் படித்திடச் செய்வையோ
விதியற்றுப் பிச்சை யெடுத்திடச் செய்வையோ
வேதாந்த தீட்சை யெடுத்திடச் செய்வையோ
விதிவந்தென் னுயிரைப் பிடித்திடச் செய்வையோ
விதியென்று காலைப் பிடித்திடச் செய்வையோ
மதுவென்று கள்ளைக் குடித்திடச் செய்வையோ
மதியமிர் தத்தைக் குடித்திடச் செய்வையோ (யானே)

★★★

அறுசீர்க் கழிநெடிலடி யாசிரிய விருத்தம்

எல்லாரு மானிடரோ வெங்கள்குணங் குடியானை
யிறைஞ்சி னோர்கள்
எல்லாரு மானிடரா மெங்கள்குணங் குடியானை
யிறைஞ்ச வேண்டும்
எல்லாரு மானிடரே யெங்கள்குணங் குடியானை
யிறையே யென்றே
எல்லாரு மிறைஞ்சுமெங்கள் குணங்குடியான் பொற்பதமெற்
கெய்தி டாதோ.

9

இராகம்-அசாவேரி; தாளம்-சாப்பு

பல்லவி

எங்கள் குணங்குடி யாண்டவன் பாதத்தை
என்றிந்தப் பாவிகண் கண்டிடுமோ

அநுபல்லவி

பொங்குந் திருவருளும் தங்கும் படிக்கருளும்
பூரண மயமா நின்ற காரணக் கடவுளான (எங்)

சரணங்கள்

1. கூட்டிக் கருணைவிழி காட்டிக் காட்டிக் கையைக்
கொடுத்துக் கொடுத்தணைத்துப்பிடித்துப் பிடித்து மெய்யைப்
பூட்டிப் பூட்டியருள் சூட்டிச் சூட்டித்தரும்
பூரண மயமாநின்ற காரணக் கடவுளான (எங்)

2. முத்திவித் தாய்ப்பதிந்தும் மொய்த்தபயி ராயெழுந்தும்
மூன்று மண்டலத்தைமுட்டி மூடியொளியால் விளைந்தும்
புத்தியு மெட்டாது பூத்த பொற் பையற் புதத்தருளும்
பூரண மயமாநின்ற காரணக் கடவுளான (எங்)

3. வாதனை மாற்றியோக சாதனை யேற்றியேற்றி
வாக்கு மனமணுகா வாழ்வினை வாழ்த்தியேத்தப்
போதும்போ துமெனப் போதித் தருள்புரிய
பூரண மயமாநின்ற காரணக் கடவுளான (எங்)

4. சிற்பரத்துக் குட்சிறந்த தற்பரத்துக் குட்பிறந்த
சிற்பரத்துக் குட்பிறந்து சொற்படிகம் போற்சிறந்து
பொற்பிரபைக் கொப்புளிக்கும் அற்புதகர்ப் பூரமாகி
பூரண மயமாநின்ற காரணக் கடவுளான (எங்)

அறுசீர்க் கழிநெடிலடி யாசிரிய விருத்தம்

அன்றெழுதி னவனெவர்க்க மெங்கள்குணங் குடியானா
மவன்கை யாலே
அன்றெழுது மெழுத்தையழித் தெழுதிடவல் லபமெவர்க்குண்
டார்க்கு மில்லை
அன்றெழுது மவனேதா னழித்தெழுத வல்லவன்கா
ணாத லாலே
அன்றெழுது மெழுத்தழித்தென் மண்டையிற்றா னல்லெழுத்தொன்
றெழுதி டானோ.

---

2. பொற்பு-அழகு

10

இராகம்-பியாகடை: தாளம்-சாப்பு

பல்லவி

ஆண்டவ னென்செய்வனோ-குணங்குடி
ஆண்டவ னென்செய்வனோ

அநுபல்லவி

ஆண்டவனணைத்தென்னை யருகில்வைத்திடுவனோ
தீண்டியும் பார்க்காமற் றெருவில்விட் டிடுவனோ (ஆண்)

சரணங்கள்

1. தேனைப் பழித்தபே ரின்பங் கொடுப்பனோ
தேவடி யார்கள்சிற் றின்பங் கொடுப்பனோ
மோன வருட்பரி வட்டங் கொடுப்பனோ
முற்றுமுட் டாளெனும் பட்டங் கொடுப்பனோ (ஆண்)

2. உச்சிக்குள் வைத்த பொருளைக் கொடுப்பனோ
உச்சந் தலையில்ரண்டு குட்டுக் கொடுப்பனோ
முச்சுட ரொடுசோம வட்டங் கொடுப்பனோ
முற்றுமுட் டாளெனும் பட்டங் கொடுப்பனோ (ஆண்)

3. வற்றா அருட்செல்வங் கொள்ளை கொடுப்பனோ
மண்ணைத்தா னள்ளிக்கை கொள்ளக் கொடுப்பனோ
முத்தி தருமோன வட்டங் கொடுப்பனோ
முற்றுமுட் டாளெனும் பட்டங் கொடுப்பனோ (ஆண்)

4. நாக்கந் நாளவாயிற் காக்கக் கொடுப்பனோ
நாய்போல் வாயில்தோறுங் காக்கக் கொடுப்பனோ
மூக்கு முனையில்வன்னி வட்டங் கொடுப்பனோ
முற்றுமுட் டாளெனும் பட்டங் கொடுப்பனோ (ஆண்)

5. சிட்டனா கவும்வாசி கட்டிக் கொடுப்பனோ
செட்டையிற் றானிரண்டு தட்டிக் கொடுப்பனோ
முட்டமுட் டச்சட்ட திட்டங் கொடுப்பனோ
முற்றுமுட் டாளெனும் பட்டங் கொடுப்பனோ (ஆண்)

6. கண்டங் கடக்கத்தான் காட்டிக் கொடுப்பனோ
காலனுக் கென்னைத்தான் காட்டிக் கொடுப்பனோ
முண்டம் படாநிலை விட்டுக் கொடுப்பனோ
முற்றுமுட் டாளெனும் பட்டங் கொடுப்பனோ (ஆண்)

7. செத்துப்போ முன்காய சித்தி கொடுப்பனோ
செத்துப்போ வென்றுசா பத்தைக் கொடுப்பனோ
முத்தமிட் டிட்டுநல் லிட்டங் கொடுப்பனோ
முற்றுமுட் டாளெனும் பட்டங் கொடுப்பனோ (ஆண்)

---

5. செட்டை - தோள்பட்டை.

11

இராகம்-செஞ்சுருட்டி: தாளம்-சாப்பு

பல்லவி

ஐயையோ என்விதிவசம் ஆருடன் சொல்வேன்

அநுபல்லவி

நையுமுடல் மெய்யென்றெண்ணிப் பொய்யனாகினேன் (ஐயை)

சரணங்கள்

பெண்டுபிள்ளை யென்றுமனம்பித்துக்கொள்ளுதே-நாம்
என்றுமிருப் போமெனவுஞ் சண்டை துள்ளுதே (ஐயை)
பழிக்கோ வென்னுடலைப் படைத்து வளர்ப்பேன் - இதை
புழுக்கோ நாய்நரிக்கோ பிடுங்கக் கொடுப்பேன் (ஐயை)
கையில்வெண்ணெய் தனைவிட்டு நெய்யைத் தேடுகிறேன்-எங்கள்
ஐயன்பாதந் தனைவிட்டுப் பொய்யைக் கூடுகிறேன் (ஐயை)
மாதுமக்களென்று மென்மதி மயங்குதே-இது
சூதுசெய்வா ரோடுகூடி வாது பேசுதே (ஐயை)
வாக்குமன மணுகாது வான்பொரு ளுள்ளே-அதை
நோக்கிநோக்கிப் பார்ப்பார்க்கு வாய்க்குமோ கொள்ளை (ஐயை)
புந்திமகி ழுண்டுடுக்கச் சிந்தை துள்ளுதே-தீய
அந்தகாரந் தன்னையக மாக்கிக் கொள்ளுதே (ஐயை)
காயிலை யுதிர்ந்த சருகுகனி தின்று-நாம்
ஆயுமறை முடிவைத் தேடிப்போவது மென்று (ஐயை)
தேகத்தி னென்பு வெளியாக வாடினோர் அவர்
ஆகமச் சொற்படிக்கே யருளைக் கூடினோர் (ஐயை)
ஆழிகரை யின்றிநிலை நிற்க வில்லையோ-யான்
பாழிலலை யாதெனக் கோர்பாதை யில்லையோ (ஐயை)
ஆசைபாச மற்றவ ரருளைப் படைப்பார்-அவர்
தேசிகன் குணங்குடி தெருவி லிருப்பார் (ஐயை)

★★★

அறுசீர்க் கழிநெடிலடி யாசிரிய விருத்தம்

என்றலையி லிட்டபொல்லா விதியானற் குணங்குடிவாழ்
விணங்கு தில்லை
என்றலையி லிட்டபொல்லா விதிக்கெண்ணே யிட்டாலு
மேகு தில்லை
என்றலையி லிட்டவிதிக் கினியெவர்பட் டுத்தொலைப்பா
ரெனநின் றேங்கி

என்றலையி லிட்டவிதி தனைநினைந்து பாவியா
னிடைகின் றேனே.

12

இராகம்-ஆகிரி: தாளம்-அடசாப்பு

பல்லவி

ஏதேது செய்திடுமோ பாவிவிதி ஏதேதுசெய்திடுமோ

அநுபல்லவி

ஏதேது செய்துவெனை மோசஞ் செய்யுமோ
மாதவஞ் செய்து மனுவாகச் செய்யுமோ (ஏதே)

சரணங்கள்

1. சற்றுநல் லறிவற்ற மாடாகச் செய்யுமோ
சாகா வரம்பெற்றுக் காடேகச் செய்யுமோ
கற்றறி மூடர்கட் கீடாகச் செய்யுமோ
கற்பின் குணங்குடி வீடாகச் செய்யுமோ (ஏதே)

2. கத்திக்கத் திப்பாவி செத்திடச் செய்யுமோ
கத்தன் றிருவருள் பெற்றிடச் செய்யுமோ
கொத்தும்பெண் ணரவெனைக் கொத்திடச் செய்யுமோ
குணங்குடி வாழ்க்கைவந் தெய்திடச் செய்யுமோ (ஏதே)

3. செத்த பிணத்தோடு சேர்ந்திடச் செய்யுமோ
சித்தர் கணத்தோடு சார்ந்திடச் செய்யுமோ
மெத்தப் பணந்தேடி மாய்ந்திடச் செய்யுமோ
மேலைக் குணங்குடி வாய்ந்திடச் செய்யுமோ (ஏதே)

4. பாழான காயத்தைப் பாழாகச் செய்யுமோ
பாழாகப் போமுன்முப் பாழாகச் செய்யுமோ
தேளான பெண்களுக் காளாகச் செய்யுமோ
தேறிக் குணங்குடிக் காளாகச் செய்யுமோ (ஏதே)

5. தேவடி யாள்வீட்டு நாயாகச் செய்யுமோ
தேவடி யாளுமென் தாயாகச் செய்யுமோ
நாவு ருசிகொண்டு பேயாகச் செய்யுமோ
நாதன் குணங்குடிக் கேயாகச் செய்யுமோ (ஏதே)

13

இராகம்-பரிசு: தாளம்-சாப்பு

பல்லவி

அல்லா கூ வென்னுங்கள்-சதா காலம்
அல்லா கூ வென்னுங்கள்

அநுபல்லவி

அல்லாகூ வென்னுங்கள்அஞ்ஞானந் தனைவிட்டு
எல்லாரும் வெளிப்பட்டு இப்போ தெதிர்ப்பட்டு (அல்)

சரணங்கள்

1. வகுத்தசோதி மெய்ஞ்ஞான வாரியைமன முன்ன
 வஞ்சமில்பர மார்த்த குருவருளிய தென்ன
 ஜெகஜால வலைதன்னுட் சிக்கிப்பலவு மின்ன
 சிற்சொரூபந் தெரியாமற் செத்திறந்துபோ முன்னம் (அல்)
2. அல்லா கூ வென்ற வரும்பொருளா மென்ன
 அனந்த மறைகளு மப்படியே பன்ன
 நல்லறி வாளரு நாளுமெடுத்துச் சொன்ன
 நன்மையெல் லாமனக் குண்மையிலே மன்ன (அல்)
3. ஆசாபாச மென்னும் அழிபுத்திகளு மற்று
 அளவிட்டறிய வொண்ணாதருள ஞானந்தனைப்பெற்று
 மாசற் றொருளிருமுன் மனமிருவினை யற்று
 மாதா பிதாவெனு மயல்முழுவது மற்று (அல்)
4. மும்மலக் காட்டினை முழுவதையு மரிந்து
 மூல நெருப்பினை மூட்டமூட்ட விரிந்து
 சின்மய ஜெகஜோதித் தெளிதரவே தெரிந்து
 தேசிகன் குணங்குடி தெருவீதியி லிருந்து (அல்)

★★★

அறுசீர்க் கழிநெடிலடி யாசிரிய விருத்தம்

புனிதகுணங் குடிவாழ்க்கை போகாமற் பொங்குமிச்சை
 பொங்கிப் பொங்கிப்
புனிதகுணங் குடிபடைத்தப் போதபரி பூரணபோ
 தகமும் பூண்டு
புனிதகுணங் குடியானைப் போற்றாது போற்றுவார்
 போலு மந்தப்
புனிதகுணங் குடியானைப் போற்றியிந்தப் புல்லனும்வாய்
 புலம்பு வானே.

14

இராகம்-ஆனந்தபைரவி: அடதாளம்-சாப்பு

பல்லவி

கத்திக்கத்தித் தொண்டையுங் கட்டிச் செத்தேனே
காணுமெங்கள் குணங்குடிச் சித்தனே

அநுபல்லவி

முத்தனே முத்தனே முத்தனே யென்றுங்
கத்தனே கத்தனே யென்று முனைத்தேடி (கத்)

சரணங்கள்

1. நாயனே நாயனே நாயனே யென்றும்
   மாயனே மாயனே மாயனே யென்றும்
   தூயனே தூயனே தூயனே யென்றும்
   நேயனே நேயனே யென்று முனைத்தேடி (கத்)
2. ஏகனே யேகனே யேகனே யென்றும்
   யோகனே யோகனே யோகனே யென்றும்
   மோகனே மோகனே மோகனே யென்றும்
   வாகனே வாகனே யென்று முனைத்தேடி (கத்)
3. நாதனே நாதனே நாதனே யென்றும்
   நீதனே நீதனே நீதனே யென்றும்
   போதனே போதனே போதனே யென்றும்
   தூதனே தூதனே யென்று முனைத்தேடி (கத்)
4. நித்தனே நித்தனே நித்தனே யென்றும்
   சுத்தனே சுத்தனே சுத்தனே யென்றும்
   பத்தனே பத்தனே பத்தனே யென்றும்
   அத்தனே அத்தனே யென்று முனைத்தேடி (கத்)
5. ராசனே ராசனே ராசனே யென்றும்
   போசனே போசனே போசனே யென்றும்
   தேசனே தேசனே தேசனே யென்றும்
   வாசனே வாசனே யென்று முனைத்தேடி (கத்)

★ ★ ★

அறுசீர்க் கழிநெடிலடி யாசிரிய விருத்தம்

கண்டதெல்லாங் கனவாகக் கண்டகுணங் குடியார்நற்
   கருணை காட்டில்
கண்டதெல்லாங் கனவாகக் கண்டருள்கொண் டவராகக்
   கருணை காட்டுங்
கண்டதெல்லாங் கனவாகக் கண்டருள்கொண் டவர்போலக்
   கன்மி யாலே
கண்டதெல்லாங் கனவாகக் கண்டிடவோர் கனவேனுங்
   கண்டி லேனே.

---

1. வாகன்-அழகன்.
5. வாசன்-அகத்தில் வாசம் செய்பவன்.

15

இராகம்-காம்போதி: தாளம் - ரூபகம்

பல்லவி

கனவுங் கண்டிலனே-பாவியொரு
நினைவுங்கண்டிலனே

அநுபல்லவி

1. கனவுங் கண்டிலன் காட்சி கொடுக்கவுங்
கர்த்த னருளடை காத்துக் கிடக்கவும்
மனமுந் தேறிப்பொய் வாழ்வை விடுக்கவும்
மாகுணங் குடிமெய் வாழ்வைப் படுக்கவும் (கன)

சரணங்கள்

மானாபி மான மடமையைப் போக்கவும்
மாதர்க் கடிமைப் படாதெனைக் காக்கவும்
வானாதி பூத லயம்வந்து வாய்க்கவும்
வாசாம கோசர வாழ்க்கையுஞ் சாய்க்கவும்
மோன மவுன மணிமாலை கோக்கவும்
மூக்கு முனையைச் சுழுமுனை யாக்கவும்
ஞானத் திருநட நாதமுங் கேட்கவும்
நாதன் குணங்குடி பாதையும் பார்க்கவும் (கன)

2. நாதாந்த மோன குருபதம் போற்றவும்
நாவை மடக்கியந் நாளத்து ளேற்றவும்
வேதாந்த வீட்டின் வெளிவாயில் சாத்தவும்
வித்தகன் வந்து விளக்கெடுத் தேற்றவும்
சீத மதிதன் னமிர்தத்தை யூற்றவும்
சின்முத்தி ரையைவைத் தென்மனந் தேற்றவும்
பூத லயத்துட் பொறிகளைத் தாழ்த்தவும்
புண்ணியன் குணங்குடி பொங்கிட வாழ்த்தவும் (கன)

3. பாங்கா யுதவுமெங் கோன்வந் தடுக்கவும்
பஞ்ச கோசமெனுங் கோட்டை பிடிக்கவும்
ஓங்கார வீட்டினுக் குள்ளே யடுக்கவும்
ஒன்றுக்கு ளொன்றா யொடுக்கிப் படுக்கவும்
தேங்கா மரத்தினிற் கள்ளு வடிக்கவும்
தேறற் றெளித்துத் தெளித்துக் குடிக்கவும்
மாங்காயுள் வண்டாய் மயங்கிக் கிடக்கவும்
வாசி குணங்குடி வாயி லடைக்கவும் (கன)

---

3. பஞ்சகோசம்-அன்னமயம், ஆனந்தமயம், பிராணமயம், மனோமயம், விஞ்ஞானமய கோசங்கள்.

4. கள்ளக் கருத்துகள் கட்டோடே வேகவும்
கன்மந் தொலைந்து கடைத்தேறிப் போகவும்
கொள்ளித் தேளான மனமாயை சாகவும்
கூர்விழி யாரிட்டங் கொட்டுண்டு போகவும்
உள்ளத் திருக்குமற் றுத்தம னாகவும்
ஒப்புர வுந்தப்பி யூரைவிட் டேகவும்
வெள்ளத் திருக்கரு ணையூடு நோகவும்
மெய்யன் குணங்குடிப் பையலு மாகவும் (கன)

5. வேசைய ராசையை வேரோ டறுக்கவும்
வெற்றிக் கொடிகட்டி மீசை முறுக்கவும்
பேசறி யாவூமன் போல் நான் இருக்கவும்
பேயரைப் போலும் பிதற்றிச் சிரிக்கவும்
வாசி நடத்தி வழியைக் குறுக்கவும்
வாசற் படிகிட்ட வந்து நெருக்கவும்
ஓசை மணிமண்ட பத்தைத் திறக்கவும்
உச்சக் குணங்குடிக் குட்சற் றிருக்கவும் (கன)

6. என்னைக் கெடுக்குமென் றன்னைக் கெடுக்கவும்
என்குரு பாதத்தை யெட்டிப் பிடிக்கவும்
பின்னிய பாசந்தன் பின்னல் விடுக்கவும்
பித்தம் பிடித்த மனத்தை யொடுக்கவும்
மன்னும் பரவொளி யும்பந் தடிக்கவும்
மாயைப் பசாசினை மண்ணின் மடிக்கவும்
கன்னலை யொத்தபே ரின்பம் படைக்கவும்
கத்தன் குணங்குடிச் சித்துங் கிடைக்கவும் (கன)

7. வஞ்ச மறலிக்கு மஞ்சா திருக்கவும்
வஞ்சிய ரைமுத்தங் கொஞ்சா திருக்கவும்
கஞ்சா வபின்வர்க்கங் கசப்பா யிருக்கவும்
காசாசை கொண்டு கலங்கா திருக்கவும்
நஞ்சாம்ப்ர பஞ்சர்க்கு நஞ்சா யிருக்கவும்
நவகண்ட யோகநா லஞ்சா யிருக்கவும்
நெஞ்சம் பதைப்பற்ற நெஞ்சா யிருக்கவும்
நித்தன் குணங்குடி நித்த மிருக்கவும் (கன)

8. பட்டிப் பசுவையுங் கட்டியே போடவும்
பாற்பசு வுங்கட் டவிழ்த்துக்கொண் டோடவும்
மட்டங் குதித்துக் குதித்துக்கொண் டோடவும்
மதிமண்ட லஞ்சென்று மருவியூ டாடவும்
கட்டமு துண்டு களைதீர நாடவும்
காலனை யுங்காலைக் கொண்டுதை போடவும்
பட்டப் பகற்போ லருள்வந்து மூடவும்
பாக்ய குணங்குடிப் பாக்யனைக் கூடவும் (கன)

9. மண்ணான மூவாசை மாட்டேனென் றோடவும்
மாறா வனுபூதி வந்தெனை மூடவும்
எண்ணாத வெண்ணமெல் லாவிட்டுப் போடவும்
என்றன் பிரானரு ளென்றனைத் தேடவும்
புண்ணாளர் போலும் புலம்பிநான் வாடவும்
போதப் பரவெளி பம்பர மாடவும்
விண்ணாடர் போற்றி செயவிளை யாடவும்
மேலைக் குணங்குடி சாலையைக் கூடவும் (கன)

10. அத்து விதப்பிர ணவம்வந் தெற்றவும்
ஆனந்த மான பரமும்வந் தெற்றவும்
கர்த்தவி யத்தின் கடாட்சம்வந் தெற்றவும்
கங்கற்ற பேருள் கங்கைவந் தெற்றவும்
முத்திக்கு வித்தான மோனம்வந் தெற்றவும்
முப்பாழ் முடிவான மோட்சம்வந் தெற்றவும்
சத்துச்சித் தாநந்தங் சற்றுவந் தெற்றவும்
சாந்தக் குணங்குடி தானும்வந் தெற்றவும் (கன)

11. கண்டன வெல்லாங் கனவாகக் காணவும்
கண்ணாடிக் குள்ளொளி போன்முகங் காணவும்
தொண்டாசை மூன்றுந் தொலைந்திடக் காணவும்
சுத்த மயப்படி கச்சுடர் காணவும்
எண்டிசை யுந்தொழு மெங்கோனைக் காணவும்
ஏக பராபர வாகனைக் காணவும்
கண்டங் கடந்தநா தாக்களைக் காணவும்
கடவு ளெனுங்குணங் குடியானைக் காணவும் (கன)

அறுசீர்க் கழிநெடிலடி யாசிரிய விருத்தம்

நம்பினபேர்க் கருடருநற் குணங்குடியா னானகுரு
நாதன் பாதம்
நம்பினபேர்க் கும்பர்களும் பணிசெய்வ ரெனமறைகள்
நவில்கை யாலே
நம்புமன்பர் போலுமிந்தப் பாவியே னெந்நாளு
நாடி நாடி
நம்பினதற் கந்தகுணங் குடியான்செய் ததுவுமென்ன
ஞாயந் தானோ.

16

இராகம்-செஞ்சுருட்டி: தாளம்-சாப்பு

பல்லவி

நம்பினதற்குக் குணங்குடி யான்செய்த
ஞாயத்தை யென்ன சொல்வேன்

கீர்த்தனைகள் ❖ 279

அநுபல்லவி

பம்பரம் போற்சுற்றி யயராமலு மழியாப்
பதிதந் தெனைப்பதித் திடவும்-பர
கதிவந் தெனக்கெதிர்த் திடவும்-ஞான
மதியிருந் தெனக்குதித் திடவும் (நம்)

சரணங்கள்

1. உள்ளதெல் லாங்கொள்ளை கொண்டுகொண்டே யொரு
ஓட்டையோ டென்கையிற் கொடுத்தான்- கேளுங்
கள்ளரைப் போற்கொள்ளைகொண்டதும் பற்றாமற்
காவற் கிடங்கினு மடைத்தான்-அந்தக்
கொள்ளிக்கண் ணனென்னை யுள்ளுக்குள் ளேவிட்டுக்
கொல்லாம லேகொன்று மடித்தான்-ஒரு
எள்ளவேனு மிரக்கமில் லாமலே
என்காலுக் கும்விலங் கடித்தான்-சொந்தம்
தொள்ளியைப் போல்வைத்துப் படைத்தான்-காய
முள்ளுமுள் ளாகவும் வடித்தான் (நம்)

2. பஞ்சைகள் போலென்றன் பாட்டிற் றிரிந்தேன்
பிடாரியைப் போல்வந்து பிடித்தான் -யார்க்கும்
அஞ்சாத கண்டனோ வாவென் றெனப்பார்த்
ததட்டிப்பல் லைப்பல்லைக் கடித்தான்-யானுங்
கெஞ்சக்கெஞ்ச வாயை மூடுமூ டென்றெனைக்
கீழே காலைவாரி யடித்தான்-குள்ளுங்
கஞ்சா அபின்வர்க்கங் கொள்வார்க்கே தேடின
கன்மமெல் லாம்வாரிக் கொடுத்தான்-என்னைக்
கஞ்சிக்குச் சாம்படிக் கடித்தான்-அவன்
நெஞ்சி லிருந்ததை முடித்தான் (நம்)

3. பெற்ற தகப்ப னமக்கிவன் றானென்றும்
பெற்றார் பிறந்தாரை மறந்தேன்-கொஞ்சப்
புத்தியி னாலவன் பின்னாலே யேநான்
புழுக்கப் பயல்போலுந் திரிந்தேன்-என்னை
முற்றிலுங் காப்பாற்று வானென்று நம்பி
முடிமேலு மேற்றிக்கொண் டிருந்தேன்-அதைச்
சற்றேனு மெண்ணாம லென்முக நோக்கிநீ
சாவக் கடவதென் றறைந்தான் -இன்னும்
மெத்தமெத்த வெல்லாம் பறைந்தான்-ஒரு
மித்துநின் றிப்படிக் கிரைந்தான் (நம்)

---

1. தொள்ளி-குழைசோறு

4. உண்டுடுத் திப்பூண்டு சையோகித் துச்செல்வத்
தோடுறு நாளில்வந் தடுத்தான்-எந்தச்
சண்டாள னெண்ணத்தைக் காதி லுரைத்தானோ
சடுதியில் வந்தெனைக் கடுத்தான்-உள்ளப்
பண்டம் படுதலை யெல்லாங்கைக் கொண்டுமென்
பண்டக சாலையுங் கெடுத்தான்-தன்னை
அண்டின பேரெல்லா மாளாக வும்வாரி
அளவற்ற பாக்யத்தைக் கொடுத்தான்-பின்னுந்
தொண்டுசெய் யென்றெனைத் தடுத்தான்-யானுங்
கொண்டமூ வாசையை விடுத்தான் (நம்)

அறுசீர்க் கழிநெடிலடி யாசிரிய விருத்தம்

எங்கள்குணங் குடியானே தனக்கேதா னானவனாம்
இன்னங் கேளீர்
எங்கள்குணங்குடி யானே யெனக்குமவன் றனக்குமிடை
யில்லை யென்றான்
எங்கள்குணங் குடியானே தனக்குமற்றை யெவர்க்குமா
யெங்கு மானால்
எங்கள்குணங் குடியானை என்றைக்கோ காண்பேனென்
றிரங்கி னேனே.

17

இராகம்-தன்னியாசி: தாளம்-சாப்பு

பல்லவி

எங்கள்குணங் குடியானை என்றைக்கோ காண்பேன்

அநுபல்லவி

தங்குபே ரின்பந்தரு மென்றம்பி ரானான (எங்)

சரணங்கள்

1. அங்கிங்கெ னாதெங்கும் பிரகாச மாய்நின்ற
செங்கமல பீடமிசைச் செங்கீரை யாடும் (எங்)
2. சாசுவத வானந்த சகச நிட்டையில்
ஓசைமணித் தீப மதிலொன்றிக் கொண்டுநான் (எங்)
3. பொற்பிரபைக் கொப்பான கற்பூர தீபம்போல்
விற்புருவ மையமணி விளக்காய் நின்ற (எங்)
4. உனக்குள்நா னாகவும்என் றனக்குள் நீயாகவும்
எனக்குள்நா னுனக்குள்நீ யென்றதாய்நின்ற (எங்)
5. அவனன்றி யணுவொன்று மசையா வென்னுமொழிக்
கிவனென்று சொல்லவும் வல்லவனா கியேநின்ற (எங்)

6. அண்டபிண்ட மதற்குமப் புறத்துக் கப்புறமுங்
கொண்டபெரும் பெருமையுங் கொண்டபெரும் பொருளான (எங்)
7. ஆர்க்கு மரிதாகிய பேராசை மிகவுங் கொண்டு
பார்க்கக்கண் ணாயிரமும் படைத்துக் கொண்டுநான் (எங்)
8. நோக்கினாலு நோக்கொணாது நோக்குக்கு நோக்காய நின்று
வாக்குமன மற்றபெரு மானவனாய் நின்ற (எங்)
9. பொன்னில் மாதராசையும் பூமிதனக் கேயளித்த
மன்னுமுனி வர்க்குதவு மன்னவனான் றானான (எங்)
10. வஞ்சநம னானவஞ்சி யருமஞ்சி யெஞ்சவும்
அஞ்சுபுல வேடருமென் றனைக்கெஞ்சி யஞ்சவும் (எங்)
11. பெண்கொண்டபேர் போலெனையு மண்கொண்டே போமிக்
கண்கொண்ட மணியாய் நின்று காட்சியே தரவும். (எங்)

★★★

கொச்சகக்கலிப்பா

என்னை மறந்தே னிருந்தேன் வெகுகாலம்
என்னை மறந்திப் போதிறந்தா லிதுநலமோ
என்னை யறிவா லறிய வெளியில்மகிழ்
என்னையறி வித்தாளா யெந்தாள் குருபரனே.

18

இராகம்-ஆனந்தபைரவி; தாளம்-ஏகம்

பல்லவி

என்னை யறிந்தேனே இனி
ஏகாந்தமானேனே

அநுபல்லவி

தன்னை மறந்து தலைகீழாய் நில்லாமல்
என்னை மறந்தும் உனைநினைந் திட்டபோது (என்)

சரணங்கள்

1. பார்க்குந் தினந்தோறும் பரிபூரணங் கண்டேனே
நோக்குமிடந் தோறும்நல்ல நூறினிற் சென்றேனே
ஏற்கையுடனே யிருள்வெளி யாயிட
வாக்கு மனமறத் தாக்கிய போதினில் (என்)

---

1. நூறு (அ) -ஒளி.

2. உப்புக் குரித்தான உடலுக்கு ளிருந்தேனே
செப்ப முடனழகா யெற்கது சிங்காசனந்தானே
சப்பரம் போலதைத் தப்பாமற் சோடித்தும்
இப்புற மப்புற மொப்புற வாக்கும்போது (என்)
3. காடு மலைகளெங்கும் பெருங்கானல் பிறந்ததுபோல்
ஆடிய சக்கரமா யகண்டா திசைந்ததனால்
பாடிய நூலினைப் பார்த்தலை யாமலவ்
வேடிக்கை வீட்டில் விளையாடும் போதினில் (என்)
4. கன்ன மிடுங்கருவி கரணங்களைச் சுட்டேனே
சின்னப் படுஞ்சடத்தைச் சிறைச்சாலை யிலிட்டேனே
நிண்ணய மான குணங்குடி நாதனை
உன்னியெல் லாம்புற மோட்டிய போதினில் (என்)

★★★

அறுசீர்க் கழிநெடிலடி யாசிரிய விருத்தம்

பெண்களுக்குப் பேயுமன மிரங்கிடுமென் றெவ்வுலகும்
பேசக் கேட்டேன்
பெண்களுக்குப் பேயுமன மிரங்கியொரு பேச்சேனும்
பேசக் கேளேன்
பெண்களுக்கு மண்களிக்கப் பெற்றபிள்ளை யாகியென்மேற்
பிரியம் வைத்த
பெண்களுக்குக் குணங்குடிவாழ் வெய்துமா றுபதேசம்
பேசு வேனே.

19

இராகம் - சௌராஷ்டிரம்: தாளம் - சாப்பு

பல்லவி

தாய்மார்களே பாவி சொல்வதைத்தான் சற்றுந்
தள்ளாமற்கேட்டுக் கொள்வீர்

அநுபல்லவி

பூமாதே யாணை யாக நரகத்திற்
போகாம லும்பாது காக்குந்-தீயில்
வேகாம லுங்கையைத் தூக்கும்-பாவி
ஆகாமலு முகம் பார்க்கும் (தாய்)

சரணங்கள்

1. பொன்னாசை காட்டிப் புருட ருமையொரு
புண்யமுஞ் செய்யாமற் கெடுப்பார்-பின்பு

சொன்னத்தை வாரி யிறைப்பார்-கடைசியில்
தோட்டி கையிலுமை விடுப்பார்-உங்கட்
கென்னசொன் னாலும் தெரியவில் லையினி
ஏதுப தேசத்தைப் படிப்பேன்-ஐயோ
தன்னாலே தான்கெட்டா லண்ணாவி யென்செய்வான்
தண்ணீரைக் கண்ணினால் வடிப்பான்-அவன்
சொன்னதைக் கேட்கிற்கைப் பிடிப்பான்-உம்மை
முன்னே குணங்குடி கொடுப்பான் (தாய்)

2. பெண்ணாலே கெட்டோமென் றுங்களைத் திட்டாத
பேரை யுலகத்திற் கண்டிலேன்-எந்தன்
கண்ணாணை யுங்களுக் கொத்தாசை சொல்லிக்
கருத்தி லுவப்பாரைக் கண்டிலேன்-நாளும்
மண்ணான வாசை மயக்கங்கொண் டேபாவ
மண்ணைவா யிற்போட்டுக் கொள்கிறீர்-இன்னும்
நண்ணருஞ் சொர்க்கப் பதத்தையும் விட்டு
நரகக் கனல்மாட்டிக் கொள்கிறீர்-அதை
எண்ணாமற் றான்விட்டு நீக்கினால்-உமக்
கண்ணல் குணங்குடி வாய்க்குமே (தாய்)

3. புதுப்பானை தன்னையுங் கரிப்பானை யாக்குவார்
பொன்னான மேனியும் போக்குவார்-சோதி
மதிப்போ லிவர்முகம் வறுவோடு போலாக
வாலைப் பருவத்தைப் போக்குவார்-இன்னும்
முதுகிற்கூ னுமாக்கிக் கோலுங்கை கொடுத்துங்கள்
மூர்க்கமெல் லாமறப் போக்குவார்-இவள்
கதிகெட்ட கிழநாரி யென்றுபுறந் திண்ணையிற்
கடத்திவைத் துயிரையும் போக்குவார்-அந்தச்
சதிகேட ருறவைத்தா னீக்கினால்-பர
கதிதரு குணங்குடி வாய்க்குமே (தாய்)

4. தாங்காத மையலுங் தருகுவர் பின்பும்மைத்
தளரு நரையெருமை யாக்குவார்-தூங்கித்
தூங்கி விழுந்தொத்த லாக நரம்பென்புந்
தோலுந் துருத்தியு மாக்குவார்-முகம்
வீங்கித் தலைநடுங்கிக் கையுங்கா லுமுடங்கி
வேடிக்கை யாங்கிழவி யாக்குவார்-மூச்சை
வாங்கிக்கொக் குக்கொக்கென் றிருமி யிருமிக்கொண்டு
வலிக்குங் கிடைப்பிணமு மாக்குவார்-அந்த
தீங்கர்க ளுறவைத்தா னீக்கினால்-அருள்
ஓங்குங் குணங்குடி வாய்க்குமே (தாய்)

அறுசீர்க் கழிநெடிலடி யாசிரிய விருத்தம்

மீசையுள் ளாண்பிள்ளைச் சிங்கமா வார்களோ
முகத்தின் மயிர் விரித்தோ ரெல்லாம்
மீசையுள் ளாண்பிள்ளைச் சிங்க மெவனவன்காண்
குணங்குடி பால் விரைந்து கொண்டோன்
மீசையுள் ளாண்பிள்ளைச் சிங்கமா காதா
னெதற்காவான் விசையோ டென்போல்
மீசையுள் ளாண்பிள்ளைச் சிங்கமென்கூட
மூலைவிட்டு வெளிவ ரானோ.

20

கண்டனம்

இராகம்-அடாணா; தாளம்-சாப்பு

பல்லவி

மீசையுள் ளாண்பிள்ளைச் சிங்கங்க ளென்கூட
வெளியினில் வாருங்கள் காணும்.

அநுபல்லவி

நாசி நிரம்பவு மயிர்தா-னிரண்டுகால்
நடுவினு மொருகூடை மயிர்தான்
ரோசங் கெடுவார்க ளென்கடை மயிர்தான்-குணங்
குடிகொண்டா லென்னுயிர்க் குயிர்தான் (மீசை)

சரணங்கள்

1. படிக்கும் படிநடக்கப் படிக்காலோ பிகள்மோட்சப்
பதமற்றுப் போனாலும் போகட்டும்-அவர்
முடிக்கு முடிதரித்து முடிய முடியவாழ்ந்து
முடிந்துமுடி போனாலும் போகட்டும்-இன்னும்
குடிக்கக்கங் சியுமற்றுக் குண்டிக்குத் துணியற்றுக்
குருடராய்ப் போனாலும் போகட்டும்-என்னை
அடித்தாலு மெலும்பெல்லா மொடித்தாலு மவர்க்கஞ்சேன்
அடித்தா லடித்துக்கொண்டு போகட்டும்-அந்தக்
கெடுவார்க ளென்கடை மயிர்தான்-குணங்
குடிகொண்டா லென்னுயிர்க் குயிர்தான் (மீசை)

2. மடையரெல் லாங்கூடிக் கூத்தாடிக் கூத்தாடி
வையாளி போட்டாலும் போடட்டும்-இன்னும்
விடிய விடியவும் பரத்தையர் மடிகளில்
விளையாடி னும்விளை யாடட்டும்-கள்ளுக்

குடியரெல் லாங்கள்ளைக் குடித்துக் குடித்தவர்கள்
குடிகெட்டுப் போனாலும் போகட்டும்-ஞானம்
படியாரெல் லாமென்னைப் பழித்துப் பழித்துக்கொண்டு
பகைத்தாற் பகைத்துக்கொண்டு சாகட்டும்-அந்தக்
கெடுவார்க ளென்கடை மயிர்தான்-குணங்
குடிகொண்டா லென்னுயிர்க் குயிர்தான் (மீசை)

3. நெடுமரம் போலோங்கி வளர்ந்துமறி வற்றவர்
நெருப்புண்ணப் போனாலும் போகட்டும்-அவர்
இடுகுட்டிச் சுவரைப்போ லிருந்தென்ன விறந்தென்ன
எப்படிப் போனாலும் போகட்டும்-இன்னும்
கொடும்பு மிடும்பும்வம்புங் குடிகேடுங் குடிகொண்டு
கூத்தாடி னாலுங்கூத் தாடட்டும்-என்னை
மடியிற்கை போட்டிழுத் தலகினா லடிபோட்டு
மல்லாடி னாலுமல் லாடட்டும்-அந்தக்
கெடுவார்க ளென்கடை மயிர்தான்-குணங்
குடிகொண்டா லென்னுயிர்க் குயிர்தான் (மீசை)

4. கடிநாய்க்குட் டிகளான படுசுட்டி கள்மாயைக்
கதவிடுக் கினிற்பட்டே சாகட்டும்-புலிக்
கடுவாய்க்குங் கொடிதான படுபோக் கிறிகள் சும்மா
கடுநர கில்விழுந்தே வேகட்டும்-சுற்றக்
கெடுபூண்டா கமுளைத்த கொடுமாடு பிடுங்கிகள்
கெடுபூண்டு களாய்த்தானே போகட்டும்-இன்னும்
நெடுமரம் போற்கொத்த மடவொப்பாக் குடிக்கிகள்
நெடுமரம் போற்றானே யாகட்டும்-அந்தம்
கெடுவார்க ளென்கடை மயிர் தான்-குணங்
குடிகொண்டா லென்னுயிர்க் குயிர்தான் (மீசை)

★★★

அறுசீர்க் கழிநெடிலடி யாசிரிய விருத்தம்

சாகாமற் செத்திருக்குஞ் சற்குருவின் குணங்குடியைச்
சார்ந்தோ மாகிற்
சாகாமற் செத்திருக்குஞ் சாயுச்ய பதந்தருஞ்சாட்
சாதி யார்க்குஞ்

சாகாமற் செத்திருக்குந் தன்மயத்தோர்க் குற்றபெருந்
　　தகையுங் காட்டுஞ்
சாகாமற் செத்திருக்கு முத்தியுஞ்சித் தித்திடுங்காண்
　　தனக்குந் தானே.

21

இராகம்-பரிசு : தாளம் - ஆதி

பல்லவி

போவோங் குணங்குடிக்கெல் லோரும்-புறப்படுங்கள்
போவோங் குணங்குடிக்கெல் லோரும்

அநுபல்லவி

பாவங்கள் சோர்ந்திடுங் காய்ந்திடு நீந்திடும்
மாய்ந்திடு மோய்ந்திடுந் தீய்ந்திடு மிக்ஷணம் (போவோம்)

சரணங்கள்

1. அண்டபுவ னங்கொண்ட நிட்டை- சாதிக்கவறியா
　　முண்டம் முழுதும்பட்ட கட்டை-மணித்தேரோடு
தண்டிகையா னைகுதிரை யொட்டை-வைத்தேறி வாழுஞ்
　　சண்டி யுடலொட லொட்டை-மின்னார்களின்பங்
கொண்டு மயக்கிக்காம வெட்டை-நஞ்சுண்டுசாமி
　　ரண்டுங்கெட் டவனேபேய் மட்டை-அவனுக்கந்தத்
தொண்டாசை கால்ரண்டுந்தான் குட்டை விழிகுருடர்
　　நண்டளந்த நாழியவர் நமக்கேன்கா ணந்ததத்
　　　　தெட்டை (போவோம்)

2. கோத்திரளான காயபொய்க் கூடு-ஒருவருக்குஞ்
　　சாற்றுக்காகா நாற்றகரு வாடு-சொரிமலமு
மூத்திரமு மூற்றிவைத்த வோடு-இடுமடையர்
　　போற்றுதற் கேற்றசண்டி மாடு-உயிர்விடுக்குங்
கூற்றுவன்கை யாயுதத்திற் கீடு-எந்தெந்தத்திக்கிற்
　　பார்த்தாலும் பீறலுள்ள வீடு-சமைத்தெடுத்த
சோற்றாற் குவித்துவைத்த மேடு-இவையறியார்
　　ஏற்றபடி கெட்டலைவ ரேனமக்கு மந்தக் கேடு
　　　　(போவோம்)

3. செட்டுசெய்ய வேண்டிய தில்லை-பரதேசிகள்
　　சட்டி யெடுப்பதுவுந் தொல்லை பிச்சைக் கஞ்சிக்குத்
திட்டமுடன் வேணுமோ கல்லை-ஊறங்குதற்குக்
　　குட்டிச் சுவர்களிலுண் டெல்லை-ஈடுநமக்குப்

---

1. தெட்டை-ஏமாற்று

3. கல்லை-தையல் இலைக்கலம்.

பட்டினத் திலெவரு மில்லை-அறிவுகெட்ட
மட்டியறி யானிந்தச் சொல்லை-மனக்குரங்கைக்
கட்டிவைத்தா லுங்காட்டும் பல்லை-அதைப்பிடித்த
துட்டமா மாயைப்பசாசைத் துரத்தித்துரத்திக் கொல்ல
(போவோம்)

4. சோமனுத யம்பாடு சாயும்-எழுஞ்சூரியன்
நாயமில் லாமலறத் தேயும்-பரவெளியில்
நேம முடன்சுழினை யாயும்-மதியமிர்த
வாம மடைதிறந்து பாயும்-தத்வாதியோடு
காமக் குரோதங்களைத் தீயும்-தீயாதுயோக
பூமி விளையுமரு ணேயம்-விளைந்தபோகம்
நாமோகைக் கொள்ளும்படி ஞாயம்-கிடைப்பதற்குச்
சாமுன்செத்த சற்குருபாதம் சார்ந்திருப்பது வேயுபாயம்
(போவோம்)

5. நொங்கும் நுரையுமாகப் பொங்கும்-காமக்கடலுள்
முங்கும் பாவியுடலைச் சொங்கும்- சொறிசிரங்கும்
வங்கம் நமநமென்று திங்கும்- நரம்புந்தோலுந்
தொங்கு மினுமினுப்பு மங்கும்-இல்லந்துறந்த
சிங்கங்கட் கில்லைகாணும் பங்கம்- மேனியுயர்ந்த
தங்கமய மாய்நின்றி லங்கும்-அவர்கட்கன்றோ
தங்குஞ்சா யுச்யபதந் தங்கும்-நமக்குமதிற்
பங்குந் தந்துதவிப் பராபரமரு ளிரங்கும்
(போவோம்)

அறுசீர்க் கழிநெடிலடி யாசிரிய விருத்தம்

ஐயன்குணங் குடியானை யன்றிவே றுண்டென்று
ளாய்ந்து பார்த்தேன்
ஐயன்குணங் குடியானை யன்றிவே றொன்றுமென்னு
ளாயக் காணேன்
ஐயன்குணங் குடியானே யானேயென் றறிந்தபின்யென்
னறிவாய் நின்ற

---

4. சுழினை-சுழுமுனை.

ஐயன்குணங் குடியானே யதிமோகத் திருநடனம்
ஆடு வானே.

22

இராகம் - தோடி; தாளம் - சாப்பு

பல்லவி

அதிமோகத் திருநடனம் புரிந்தானெங்கள்
ஐயன் குணங்குடியான்.

அநுபல்லவி

அதிமோகத் திருநடனம் புரிந்தானையன்
ஆர்க்குந்தெரி யாதென்றன் மூக்குமுனைக் குமேனின்று (அதி)

சரணங்கள்

1. கஞ்சினி களைப்போலுங் காலிற் சதங்கைதொட்டுக்
காணின்மயில் போனின்று களித்து நடனமிட்டு
வஞ்சியர்க் காளாக்க வருமூவா சையைவிட்டு
வஞ்சநம னைக்காலா லுதைத்தொரு கான்மட்டு
மடித்துக்கொண் டெனைக்கையிற் பிடித்துக்கொண்டருள்முறை
படித்துக்கொண் டுளத்தன்பு துடித்துக்கொண்டு (அதி)

2. முத்திக் கெதிர்நின்ற முச்சுடரும்பம் பரமாட
மோகமணி மாலைபொன் முலைமேற்பின் னலுமாட
வகுத்தபரஞ் சோதிநின் றருகிற்பாய்ந்து பந்தாட
வாலையம் பிகைகாலை மடித்து நடனமாட
வடித்துக்கொண் டமிர்தத்தைக் குடித்துக்கொண் டானந்தம்
படித்துக்கொண் டடிக்கடி நடித்துக்கொண்டு (அதி)

3. பஞ்சரிக்கும் பலமறைகள் தாளங்கள் போடப்
பரிபூர ணானந்தம் படிந்துமத் தளம்போடக்
கொஞ்சமன வாசியுங் கொஞ்சிவையா ளிகள்போடக்
கோலா கலங்கள்பாடிக் கூத்துமேற் கூத்துகள் போடக்
குதித்துக்கொண் டவன்றன்னை மதித்துக்கொண் டருடன்னைப்
பதித்துக்கொண் டெனைவாழ்த்தித் துதித்துக்கொண்டு(அதி)

4. கலச நிறையமிர்த கதிருமிழ் மதிப்பாலை
கலகலென வேபூட்டிக் களைதீர்க்க மணிமாலை
மலைபோ லெழுந்துவந்து மகிழ்ந்திந்தப் பயன்மேலே
மாறாக் கருணைவைத்து வைத்துத்தலை மேற்காலை

---

1. கஞ்சினிகள்-ஆடற் கணிகையர்.

மடித்துக்கொண்ட வன்பல்லை கடித்துக்கொண் டெமன் கையை
ஒடித்துக்கொண் டுமெய்த்தவம் முடித்துக்கொண்டு (அதி)

மொத்தம் பாடல் -1051

ஆனந்தக்களிப்பு 2

அறுசீர்க் கழிநெடிலடி யாசிரிய விருத்தம்

எங்கள்குணங் குடியானே யெண்ணரும்பே ரருளாய்நின்
றிலங்கை யாலே
எங்கள்குணங் குடியானே யெண்ணரும்பே ரருளேயென்
றிறைஞ்ச வேண்டும்
எங்கள்குணங் குடியானே யெண்ணரும்பே ரருளேயென்
றிறைஞ்சி நின்றால்
எங்கள்குணங் குடியானே யெண்ணரும்பே ரருளாய்நின்
றிரங்கு வானே.

★★★

எங்கள் குணங்குடி யானே-நமக்
கின்னு மருள்புரி வானடி மானே (எங்கள்)

1. அத்து விதப்பொருள் காப்பாம்-எனக்கு
ஆனந்த மான பராபரங் காப்பாம்
கர்த்த வியத்தருள் காப்பாம்-என்று
காட்டத்தன் காரணங் காப்பரு ளித்தான் (எங்கள்)

2. முத்தரெல் லாரையும் போற்றாய்-தவ
மோன நிலைக்குரு நாதனைப் போற்றாய்
சித்தரெல் லாரையும் போற்றாய்-என்று
சிறக்குந்தன் போற்றுத லேயரு ளித்தான் (எங்கள்)

3. கட்டுப் படாவச்சு மட்டங்-காலைக்
கட்ட அறியாரைக் காலினால் வெட்டும்
வெட்டிய கால்களை வெட்டும்-என்று
வேகத் துடனே விதித்தரு ளித்தான் (எங்கள்)

4. மூலப் பிராணனை நோக்கும்-நோக்கின்
முத்தியின் வீடுமக் கேவந்து சாய்க்கும்
வாலப் பிராயமும் வாய்க்கும்-என்று
வாசியி னேற்ற மகிழ்ந்தரு ளித்தான் (எங்கள்)

5. பன்னிரு கால்வெளி மானே-வெளி
பாயாம லுள்ளே மடக்கிடத் தானே
சென்னியி லூறுஞ்செந் தேனே-என்று
சிந்தைவைத் துக்கட்டித் தந்தரு ளித்தான் (எங்கள்)

6. தேகாபி மானத்தை வெல்லும்-யோக
தீட்சைபெற் றோர்க்கு மனமதிற் செல்லும்
மோகாதி போகத்தை வெல்லும்-என்று
முற்றச்செய் தேமுழு தும்மரு ளித்தான் (எங்கள்)

7. ஆயுங் கலையைக் குறைக்கும்-ஆறாம்
அங்கணக் கோபுர வாயில் திறக்கும்
பாயும் மதிப்பால் சுரக்கும்-என்று
படிக்குப் படியேறும் படிக்கரு ளித்தான் (எங்கள்)

8. மூலக் கனலினை மூட்டும்ஒளி
மூக்கு முனையிற் திருநடங் காட்டும்
பாலைக் கறந்துனக் கூட்டும்-என்று
பட்சம்வைத் தென்னைப் படைத்தரு ளித்தான் (எங்கள்)

9. கண்டங் கடத்திவைத் தேற்றும்-இன்னும்
காரணமான கடவுளைப் போற்றும்
மண்டி யமிர்தத்தைத் தேற்றும்-என்று
மாசி லுபதேசம் வைத்தரு ளித்தான் (எங்கள்)

10. கற்ப முறைகையிற் காட்டும்-வருங்
காலரைக் காலா லுதைத்துவிட் டோட்டும்
அற்ப வுடற்கமு தூட்டும்-என்றும்
ஆசைபூ ட்டிப்பூட்டி யாண்டரு ளித்தான் (எங்கள்)

11. ஓங்கார தீட்சையுஞ் சொல்லும்-நாளும்
உன்றனைக் கொல்லு மனந்தனைக் கொல்லும்
ஆங்காரந் தன்னையும் வெல்லும்-என்றும்
ஆதரித் தாதரித் தாண்டரு ளித்தான் (எங்கள்)

12. நீங்காது யோகமும் வாய்க்கும்-தீப
நெற்றிக்கண் மத்தியில் வைத்தொளி யாக்கும்
தூங்காத தூக்கமுந் தூங்கும்-என்று
தூண்டித் தூண்டிமுச் சுடரரு ளித்தான் (எங்கள்)

13. பாங்கான ஞானம் படைக்கும்-ஐந்து
பாழ்ப்புல வேடரைப் பல்லை யுடைக்கும்
தாங்காத மையல் கிடைக்கும்-என்று
சாதுரியமாய்த் தடுத்தரு ளித்தான் (எங்கள்)

14. மேலூரு வெட்டியைக் கூடும்-கூடி
மேலைமுச் சந்தியல் வையாளி போடும்
காலாறிக் கொள்ளவு நாடும்-என்று
காட்டாமற் காட்டிக் கணித்தரு ளித்தான் (எங்கள்)

---

7. ஆறாம் அங்கணக் கோபுரவாயில் -ஆறாவது ஆதாரமாகிய ஆஞ்ஞையின் வாசல்.

14. மேலூரு -பிரமரந்திரம்; வெட்டி-வழி; முச்சந்தி-முன்னே காண்க.

15. வஞ்சிய ராசையை விள்ளும்-விழி
மாயா மயக்கத்தை வீணென்று தள்ளும்
கொஞ்சிக் குதிரைமேற் கொள்ளும்-என்று
கோபத்தைக் காட்டிக் குணமரு ளித்தான் (எங்கள்)

16 பாலைப் புசித்திட வேண்டும்-என்
பராபர முன்றன் பார்வைக்குத் தோன்றும்
காலைப் பிடித்திட மீண்டும்-என்று
கள்ளத் தனமாய்க் கதியரு ளித்தான் (எங்கள்)

17. தூலத்தை யுங்கொட்டி யாக்கும்-பின்பு
சூட்சத்தைக் காண மிகவெளி தாக்கம்
ஞாலத்தை யும்விட்டு நீக்கும்-என்று
ஞாயமொப் பித்து நவின்றரு ளித்தான் (எங்கள்)

18. முண்டங் கென்றுப தேசம்-ஓதும்
முன்காலினதாங் கலீரென்றும் பேசும்
கண்டங் கடக்கவுங் கூசும்-என்று
கண்டங் கடக்குங் கணக்கரு ளித்தான் (எங்கள்)

19. தங்குதல் தம்பித்த லாகும்-நின்று
தங்காது கும்பித்தல் ரேசித்த லாகும்
பொங்குதல் பூரித்த லாகும்-என்று
பூசை முறையும் புகன்றரு ளித்தான் (எங்கள்)

20. முப்பாழ் முடிந்ததும் புத்தி-அந்த
மூன்றுக்கு முந்தி நடந்தது சித்தி
அப்பாழ் விடிந்தது வெற்றி-என்றே
யாரு மறியாஅறிவரு ளித்தான் (எங்கள்)

21. பொற்பிரபை போலொளி பூணும்-அதிற்
பொல்லாத காய மிறந்திடுங் காணும்
செப்புதற் கும்மனம் நாணும்-என்று
செப்பித் திருத்திச் சிரித்தரு ளித்தான் (எங்கள்)

22. சோம்பலுந் தூக்கமும் நீக்கும்-போது
சுகமது கொள்ளவும் போகாம லாக்கும்
பாம்பான பெண்ணாசை போக்கும்-என்று
பாவி முகத்தையும் பார்த்தரு ளித்தான் (எங்கள்)

23. ஓங்கார வீடு கிடைக்கும்-அதன்
ஒன்பது வாயிலு மொக்க அடைக்கும்
தேங்காயுங் கல்லை யுடைக்கும்-என்றும்
தேங்காய் தனைத்தின்னும் பாங்கரு ளித்தான் (எங்கள்)

---

18. முண்டு-மூடத்தனம்.

24. கத்த னருளுங்கை கூடும்-முகக்
கண்முன் பரவொளி பம்பர மாடும்
வித்தக னைத்தினந் தேடும்-என்று
வேதத்தி னால்வி வரித்தரு ளித்தான் (எங்கள்)
25. பூட்டை யுடைத்திட வேணும்-மனப்
பூட்டை யுடைக்கவை ராக்கியம் வேணும்
ஓட்டை யுடைத்துக்கொள் காணும்-என்றே
ஒருவர்க்கு மாகா வுரையரு ளித்தான் (எங்கள்)
26. மூடிய மாயை விடியும்-உன்னை
மோசப் படுத்தமு வாசை மடியும்
ஓடி யமிர்தம் வடியும்-என்றே
ஓதாம லோதி யுரைத்த ருளித்தான் (எங்கள்)
27. எட்டெட்டை யோரெட்டுட் கட்டுந்-தூக்கும்
எண்ணான்கை யுமந்த வோரெட்டு கட்டும்
முட்டுமீ ரெட்டையுங் கட்டும்-என்றும்
முந்நான்கைக் கட்டி முடித்தரு ளித்தான் (எங்கள்)
28. பொங்குந் திருவருள் வாழி-பரி
பூரண மான பரம்பொருள் வாழி
தங்குங் குருவருள் வாழி-என்று
தன்னருள் வாழியைத் தானரு ளித்தான் (எங்கள்)

மொத்தம் பாடல் -1079

வாழி விருத்தம்

வாழிமேல் வாழி வாழு மருள்வாரி வாழி வாழி
வாழிமேல் வாழி வாழு மருணேயம் வாழி வாழி
வாழிமேல் வாழி வாழு சினஞானம் வாழி வாழி வாழி
வாழிமேல் வாழி வாழுங் குணங்குடி வாழி வாழி.

★★★

27. எட்டெட்டு-64 மாத்திரை; எட்டு-அட்டாங்கயோகம்; எண்ணான்கு-32 மாத்திரை; ஈரெட்டு-16 ஓங்காரம்; முந்நான்கு-12 ஓங்காரம்; வெளிவாயுவைப் பூரித்து 64 மாத்திரை அளவு கும்பித்து, கும்பித்ததை 32 மாத்திரையளவு இரேசித்துப் பரம்பொருளைத் தியானிக்க வேண்டும். பூரகம் 12 ஓங்காரமாகவும், கும்பகம் 16 ஓங்காரமாகவும், இரேசகம் பத்து ஓங்காரமாகவும் செய்ய வேண்டும். இது பிராணாயாமப் பயிற்சியாம்.

குணங்குடியார் திருப்பாடல் அகராதி

(எண்: பக்க எண்)

அகடமுறு	183
அகமுதற்	165
அஞ்சாது	100
அட்டாங்க	160
அடியனே	182
அண்டகோடிகளுமோர்பந்	65
அண்டகோடிகளுமோரணு	121
அண்டபுவன	218
அணைந்துயிர்	70
அத்தியிலு	157
அத்துவித	235
அதிகப்பிர	98
அதிமோகத்	288
அதிமோகமா	182
அந்தமுதல்	82
அய்யோ	190
அருள்பொழி	118
அருளகண்டா	74
அல்லாகூ	274
அவனன்றி	122
அழுக்கை	123
அன்பு	78
ஆசரித்த	170
ஆசுாபசாச	89
ஆடும்	189
ஆண்டவ	271
ஆண்டினோ	171
ஆத்தாளை	166
ஆதிமுகம்	189
ஆதிமுதலே	198
ஆதிமுன்	70
ஆதியந்தங்	250
ஆய	174
ஆரிருந்தென்ன	96
ஆருக்கு	190
ஆழியென	96
ஆனந்தமான	110
இகபர	72
இடைபிங்கலை	152
இணங்கு	63
இதமகித	106
இதமாக	176
இதயங்	93
இந்த்ர	164
இயல்பு	132
இரக்கத்	193
இல்லல்லா	256
இலை சருகு	116
இன்றுளோர்	181
இனவாச	148
ஈசனே	128
ஈனந்தரும்	114
ஈனமில்	116
உடல்பொரு	75
உணர்ந்து	69
உந்தியின்	150
உற்றாரழாமல்	191
உற்றாரிருந்	190
ஊரற்று	73
ஊனாகி	82

ஊனான	181		கடலிற்கவிழ்	69
எங்கட்குடி	87		கடன் மடை	115
எங்களால்	139		கண்டபொரு	79
எங்கள்குணங்குடியான்	270		கண்ணாறு	180
எங்கள்குணங்குடியானே	289		கண்ணான	85
எங்கள் குணங்குடியானை	280		கண்ணே	144
எங்குமருள்	81		கத்தனேயத்	165
எட்டெட்டு	150		கத்திக்கத்தி	274
என்சாணுயர	190		கதியாசை	119
எண்சாணுடம்பு	99		கதைபேசி	164
எத்தனையாட்ட	260		கல்லாத	98
எந்தலை	125		கல்லிலோ	88
எந்நாளு	155		கல்லுமொரு	67
எமனைப்	109		கலையாம	168
எல்லாப் படைப்	190		கள்ளினங்	191
எல்லைநிலை	80		கன்னலின்	130
எல்லையுமறந்து	95		கனமாயை	107
எற்றாத	73		கனவுங்கண்	276
என்றடிமை	126		காகமாய்	129
என்னகமிருக்க	91		காணாத	170
என்னசெய்	112		காமக்குரோத	137
என்னையறி	281		காயாபுரி	153
ஏகறப்பில்	118		காராறென	77
ஏதமில்லா	110		காற்றைப்பிடிக்	153
ஏதேது	273		கானக	177
ஐயையோநான்	265		கானுக்கெரித்த	143
ஐயோவென்	272		குணங்குடியார்	124
ஐயோவெனைப்	65		குதிகொள்ளும்	158
ஓங்காரமது	174		குரைஷிக்	106
ஓடியலைந்து	189		குவலயக்	97
ஓயாதோ	88		கூசிக்	147
கங்கற்ற	134		கூடுவிட்டு	179
கங்குல்பக	86		கேடெலாங்	101
கஞ்சாவின்	146		கைக்குள்	106
கட்டழகி	111		கொண்டார்	145
கட்டிப்பிடி	110		கொலைசெய்	133

கொள்ளாது	152		தேய்ந்திட	137
கோலுமன்	91		தேவரீர்	132
சக்களத்தி	140		தேனைப்பழித்த	136
சகச் சூதை	145		தையலர்	100
சதியாயிரஞ்	99		தொலையாத	81
சலனசஞ்	95		தொலையாப்பவ	177
சாசுவத	192		நஞ்சுண்ணு	192
சாட்டியில்	161		நடனமிடு	119
சாதனையி	162		நடையுடன்	84
சாதிபேத	94		நம்பினதற்கு	278
சுந்தர	172		நயமே	114
சூதொன்று	162		நவகண்ட	172
சூத்திரப்	265		நாசச்சரீரத்	103
செத்தாலும்	175		நாசமா	120
சொல்லரிய	113		நாசிநடுவணை	178
சொல்லான்	68		நாசி நுனி	191
சோற்றாலெடுத்த	163		நாட்டுற	123
ஞானகுரு	112		நாட்டமென்	191
தசநாத	156		நாடு நகருண்டு	191
தசநாடி	159		நாடுமோ	89
தஞ்சமே	135		நாவினுனி	92
தத்தியே	78		நாளைக்கிருந்திட	191
தந்தைதாய்	108		நிசமான	138
தாய்மார்களே	282		நிட்டூர	146
தாயனைய	125		நித்தமாய்	76
தாயாதி	101		நித்தனே	144
தாயாயு	126		நித்திரை	68
தான்செத்	182		நிதியாசை	94
திக்கற்ற	129		நிலையமுட	79
திக்குந்	192		நீக்கமற	71
திண்டுமுண்	156		நீண்டாண்	192
தீபம்	179		நீராளமாக	111
துச்சனே	133		நெறியற்ற	98
துள்ளமன	154		நோக்கு	72
தேகாதி	104		பசுபாச	105
தேடியே	73		பஞ்சரித்து	143

பட்டதுவுங்	123	மாயாத	108
படிக்கும்படி	190	மாயை	84
பத்துவயது	167	மீசையுள்	284
பரமுத்தன்	255	முகில்	122
பலவுமா	75	முத்தர்	131
பறுதானியத்	64	முத்திதரும்	233
பாசக்கயிற்று	109	முத்துநவ	128
பாயுமீராறு	92	முத்தைநவ	77
பார்க்கப்	226	முன்னையே	161
பார்த்ததிக்	83	மூலப்பிராணனை	156
பாராகி	83	மூலம் முகம்	190
பாரிரோ	87	மூலமுத	168
பாலமுந்	173	மூலவறை	151
பாலிடுக்குந்	192	மெத்தத்துணி	192
பாற்பசு	149	மெய்தொழுவு	242
பிரியாத	104	மெய்யான	104
பீற்றற்	163	மேலாங்குணங்	124
புகுழ்வார்	134	மோகந்தவி	169
புதல்வரெனு	90	யானேயுனை	268
பூஞ்சோலை	183	வகையொன்று	127
பெண்கொண்ட	258	வங்குவங்	175
பெண்ணாசை	189	வங்கெனு	267
பெந்தமொடு	76	வஞ்சவேல்	193
பேசாது	169	பண்டாய்	90
பேயைப்பழித்த	138	வணங்குவார்	70
பையலோ	142	வலைவீசு	139
பொந்துதேடி	140	வாதனை	158
பொல்லாத	131	வெட்டவெட்	185
பொன்னாசை	120	வெட்டவெளி	149
பொன்னை	141	வெல்லரிய	159
போவோங்	286	வேடிக்கை	113
மக்கநக	117	வேதவேதாந்த	85
மகுலியத்	63	வேதாந்த	102
மட்டிகளி	103	வேரற்ற	93
மன்னிய	67		
மாதவர்க்	66		